AF659499

आपल्या स्नेहीजनांना पुस्तके भेट द्या

सेक्स, स्कॉच अँड स्कॉलरशिप

लेखक
खुशवंत सिंग

अनुवाद
अनिल किणीकर

मेहता पब्लिशिंग हाऊस

All rights reserved along with e-books & layout. No part of this publication may be reproduced, stored in a retrieval system or transmitted, in any form or by any means, without the prior written consent of the Publisher and the licence holder.
Please contact us at **Mehta Publishing House,** Pune 411030.
✆ +91 020-24476924 / 24460313 / Mob. No. 9545000513
Email : production@mehtapublishinghouse.com
Website : www.mehtapublishinghouse.com

- *या पुस्तकातील लेखकाची मते, घटना, वर्णने ही त्या लेखकाची असून त्याच्याशी प्रकाशक सहमत असतीलच असे नाही.*

SEX, SCOTCH & SCHOLARSHIP by KHUSHWANT SINGH
© Originally Published by UBS Publisher's Distributors Ltd.,
5, Ansari Road, New Delhi 110002
Translated into Marathi Language by Anil Kinikar

सेक्स, स्कॉच अँड स्कॉलरशिप / लेखसंग्रह

अनुवाद : अनिल किणीकर

Email : author@mehtapublishinghouse.com

मराठी अनुवादाचे व प्रकाशनाचे हक्क मेहता पब्लिशिंग हाऊस, पुणे

प्रकाशक : सुनील अनिल मेहता, मेहता पब्लिशिंग हाऊस,
१९४१, सदाशिव पेठ, माडीवाले कॉलनी, पुणे ४११०३०.

मुद्रक : पार्कसन्स ग्राफिक्स

मुखपृष्ठ : चंद्रमोहन कुलकर्णी

प्रकाशनकाल : जानेवारी, १९९८ / पुनर्मुद्रण : जानेवारी, २०१८

किंमत : ₹ २५०

P Book ISBN 9788171617203
E Book ISBN 9789387319653
E Books available on : amazonkindle Apple Books Google Play Books

---

* पायरेटेड पुस्तकांची खरेदी-विक्री हा कायद्याने गुन्हा आहे आणि अशा गुन्ह्याविरोधात कायदेशीर कारवाई होऊ शकते.

सुसंस्कृत आणि धाडसी
स्त्री
अनिता शौरी
हिला –

अनुक्रमणिका

मागे वळून पाहताना

"आपण स्वत:च्या डोळ्यांत खोलवर पाहिलं, तर जाणवतं, ते फक्त नग्न सत्य. स्वत:बद्दलचं नग्न सत्य हे अत्यंत कुरूप, विद्रूप असू शकतं..."

माझ्याविषयी

'नाना, तुम्ही खरंच बाईबाज आहात का?' एके दिवशी सकाळी माझ्या नातीनं मला अचानक प्रश्न विचारला.

माझी नात आहे सोळा वर्षांची. माझी बायको (म्हणजे तिची नानी : आजी) आणि माझी मुलगी (म्हणजे तिची आई) याही त्या वेळेस तिथं हजर होत्या. सत्याहत्तर वर्षांचे एक वयोवृद्ध आजोबा आपल्या षोडशवर्षीय नातीच्या अशा स्पष्ट प्रश्नाला कसं व कोणतं उत्तर देतील?

'अर्थातच... तू म्हणतेस, तसा मी बाईबाज आहे.' मीसुद्धा शांतपणे उत्तर दिलं,' अग बेटा, माझ्याकडे येणाऱ्या सादिया, कामना, जयललिता, सईदा, प्रेमा, कुमकुम, मृणाल, मासूमा या सर्व सुंदर सुंदरींना तू नेहमी पाहत नाहीस का?'

'नाना, त्याचा अर्थ तसा नव्हे, होऽ' जणू काही स्वतःला खूप काही कळतंय अशा आविर्भावात ती मला म्हणाली.

नातीच्या शाळेत इंग्लिशच्या तासाला एक घटना घडली, परिणाम म्हणून तिला मला असा प्रश्न विचारावासा वाटला. शाळेत त्यांना एक नवीन बाई नुकत्याच आल्या होत्या; त्यामुळे विद्यार्थ्यांच्या पालकांबद्दल त्या बाईंना विशेष काही माहिति नव्हती. अर्थात माझ्या नातीनंही माझ्याविषयीची माहिती कोणालाच, कधीही सांगितली नव्हती. वर्गात तिच्या शेजारी बसणाऱ्या मैत्रिणीलाच फक्त घरची माहिती होती. निमित्त होतं त्या दिवशी वर्गात झालेल्या 'द पोर्ट्रेट ऑफ ए लेडी' या माझ्या आजीवरील गोष्टीचा तास. या धड्याच्या लेखकाविषयी आणखी काही माहिती सांगितली, तर योग्य होईल, असं त्या बाईंना वाटलं असावं, म्हणून त्यांनी विद्यार्थ्यांना सांगितलं :

"या गोष्टीचा प्रस्तुत लेखक हा ठरावीक लोकप्रिय पठडीतील 'सरदारजी' आहे आणि जनमानसात त्याची प्रतिमा वाईट आहे. आता वाईट प्रतिमा म्हणजे काय, तर तो बडबड्या स्वभावाचा, आक्रमक वृत्तीचा, वाईट प्रवृत्तीचा, जाम दारुड्या आणि पक्का बाईबाजी करणारा आहे. "

बाईंनी सांगितलं तसं मुलींनीही आपल्या वहीत लिहून घेतलं.

बाईंचं हे मत ऐकून माझी नात आणि वर्गातील तिच्या मैत्रिणी मात्र मजेत फिदीफिदी हसू लागल्या.

दुसऱ्या दिवशी सकाळी नेहमीप्रमाणे इंग्लिशचा तास सुरू झाला. त्या बाईंना असा 'शोध' लागला होता की, कालच्या धड्याच्या लेखकाची नात आपल्याच वर्गात आहे. मग मात्र बाईंनी जरा सावरून घेतलं आणि मग वेगळाच सूर लावला. मुलींना त्या म्हणाल्या,

'हा लेखक मोठ्या संवेदनशील मनाचा आहे. तो अत्यंत थोडक्या शब्दांत जास्तीतजास्त अर्थ व्यक्त करणारं असं लेखन करतो.'

थोडक्यात सांगायचे, म्हणजे बाईंनी चक्क माझी स्तुती केली!

आदल्याच दिवशी 'करू नये, त्या' केलेल्या चुकीची सुधारणा करण्याचा बाईंचा हा केविलवाणा प्रयत्न ऐकला. बाईंचं मतपरिवर्तन ऐकून माझ्या नातीला व तिच्या मैत्रिणींना फिदीफिदी हसायला आणखी एक कारण मिळालं.

जनमानसात माझी प्रतिमा 'जाम दारुड्या' आणि 'स्त्रीलंपट' अशीच आहे. म्हणून त्या बाईंना तरी दोष देऊन काय उपयोग? काही लोक 'मी जाम झिंगलेला आहे' किंवा काहीजण 'मी कमनीय, सुंदर, टंच तरुणींना कवेत घेतलं आहे', अशा कल्पनेत राहतात. त्या लोकांनाही मी दोष देत नाही. कारण माझी अशी भडक प्रतिमा होण्यास मुख्यत: मीच जबाबदार आहे, याची मला जाणीव आहे.

सुदैव एवढंच की, हे काही माझं खरं, वास्तव व्यक्तिमत्त्व नाही. तसं पाहिलं, तर गेली पन्नासपेक्षा अधिक वर्षे नियमितपणे मी दारू पितोय; परंतु पिऊन मी एकदाही झिंगलेलो नाही. आता नाही म्हणायला काही स्त्रिया माझ्या आयुष्यात आल्या (आणि मला वाटतं, तशा त्या बहुतेक पुरुषांच्या आयुष्यात येतातच); पण मी अशा स्त्रियांच्या संदर्भात कधीही अशोभनीय अशी शेरेबाजी (कॉमेंट्स) केली नाही. एवढंच नव्हे, तर अशा स्त्रियांच्या बाबतीत मी कधीही फाजील स्वातंत्र्य घेतलं नाही; त्यामुळे माझा कधी अपमान व्हायचीही वेळ आली नाही किंवा स्त्री-सहवासामुळे कोणा व्यक्तीकडून कधी थोबाडीतही खाल्ली नाही!

आता वस्तुस्थिती अशी आहे की, माझ्यात बघण्यासारखं काहीही नाही, तरी काही स्त्रियांना मात्र माझी मैत्री हवीहवीशी वाटते, माझ्या सहवासात राहावंसं वाटतं! त्याला माझा मोकळा स्वभावही कारणीभूत असावा. मुख्य म्हणजे, मी एक उत्तम श्रोता आहे. माझ्यात एखाद्याचं बोलणं ऐकून घेण्याची भरपूर चिकाटी आहे, असं वाटतं. तसंच, एखाद्याची स्तुती करताना मी मागचा-पुढचा विचार करत नाही. म्हणजे मी मनमोकळेपणानं चांगलं बोलतो, त्याबाबत मी कधीही कंजूषी करीत नाही. माझ्या स्वभावाची ही दोन प्रमुख वैशिष्ट्ये आहेत आणि म्हणूनच मी स्त्रीजमातीमध्ये थोडाफार लोकप्रिय होतो आणि त्यामुळे त्याचाही आनंद घेऊ शकतो. सततची नवी कामं आणि नवी ठिकाणं यामुळे माझं दैनंदिन जीवन अनेक

वर्षे बदलतं होतं. गेल्या दहा वर्षांपासून मात्र मी दिल्लीतच राहत आहे. त्याचा फायदा म्हणजे जीवनाला स्थैर्य आलं आणि माझ्या कामाचा व्यापही साधारणपणे नियमित राहिला आहे.

माझा दिवस साधारणत: असा असतो : मी दररोज पहाटे ४ ते ५ च्या दरम्यान अगदी न चुकता उठतो. शक्यतो ४ च्या सुमारासच उठतो आणि ५ नंतर कधीही झोपत नाही. मी जास्त वेळ झोप घेऊ नये, याची काळजी घेणारी गजराची दोन घड्याळं आहेत. त्यांपैकी एक घड्याळ आहे आपल्या पारंपरिक पद्धतीचं : पारंपरिक म्हणजे कसं? तर एखाद्या स्फोटानं कान फाटावेत, इतक्या कर्कशपणे त्या घड्याळाचा गजर होतो आणि दुसरं घड्याळ आहे जपानी कंपनीचं : म्हणजे जपानी परंपरेतलं! त्याचा गजर मंद, हळुवार संगीतानं होतो आणि अमेरिकन उच्चारानं ते जपानी भाषेत बोलतं,

'गुड मॉर्निंग, आता पहाटेचे ५ वाजले आहेत- आता तुमची उठायची वेळ झाली!'

५ मिनिटांनंतर हे जपानी घड्याळ पुन्हा एकदा आठवण करतं.

'आता पहाटेचे ५ वाजून ५ मिनिटे झाली आहेत, आता निघण्याची वेळ झाली आहे...'

- आणि आश्चर्य म्हणजे, आणखी ५ मिनिटांनी ते जपानी घड्याळ पुन्हा एकदा स्मरण करून देतं.

'आता ५ वाजून १० मिनिटे झाली आहेत, कृपा करून आता घाई करा!'

मी शक्यतो पहाटे ४ वाजताच उठतो. लगेच थोडा वेळ अभ्यासिकेत जातो. त्यानंतर तीन-चार कप चहाचे आधण ठेवतो. फ्रीजमध्ये असलेलं दूध आणि जिनसेंगचं (Ginseng) पॅकेट काढतो. एका बशीत थंडगार दूध घेऊन ते गरम पाण्यात पातळ करतो.

माझ्याकडे सुरक्षा शिपाई आहेत. त्यांच्यासाठीही दोन मोठे कप चहा करतो. जवळजवळ पाच वर्षांहून जास्त वर्षे ते माझ्याकडे आहेत. नंतर जिनसेंग घालून एक मोठा कप चहा मी स्वतःसाठी करतो.

घराचं समोरचं दार उघडलं की, ताबडतोब निरनिराळ्या आकारांची आणि वेगवेगळ्या रंगांची डझनभर तरी मांजरं माझ्यावर हल्ला करतात. पातळ केलेल्या दुधाची बशी जमिनीवर ठेवली रे ठेवली की, लगेचच किमान सहाएक मांजरं तरी दूध पिण्यात यशस्वी होतात, इतर बिचारी अयशस्वी मांजरं त्यांच्याभोवती घुटमळत राहतात!

सुरक्षा शिपायांना चहाचे कप दिले की, ते मला 'हिंदुस्थान टाइम्सचा' अंक

देतात. हा 'टाइम्स'चा अंक मला 'बक्षीस' म्हणून येतो. १९८० ते १९८३ अशी सलग तीन वर्षे मी त्याचे संपादन करीत होतो. म्हणून मला त्याचा अंक 'फुकट' पाठविला जातो आणि तोही अगदी न चुकता. साधारण पहाटे ४ वाजण्याच्या सुमारास मला तो मिळतो. जिनसेंगचा घोट घेताघेता अंकातील बातम्यांच्या हेडिंग्जवरून मी बारकाईनं नजर टाकतो. त्यातील पान ४ वर गृह्यसंस्कार किंवा स्मृतिदिनाच्या बातम्या-जाहिराती असतात, त्या मी आवर्जून पाहतो. न जाणो, 'स्वर्गीय प्रवासासाठी' गेलेल्या एखाद्या सन्माननीय मित्राचं नाव त्यात असू शकतं!

थोडक्यात वाचन झाले की, ट्रान्झिस्टर ऐकताऐकता मी टेनिस खेळायला जाण्याचे कपडे घालायला लागतो. ट्रान्झिस्टरवर त्या वेळी सुवर्णमंदिरामधील असादी-वर किंवा राष्ट्रीय प्रक्षेपणात नेहमी भक्तिगीते चालू असतात. उन्हाळा असतो, तेव्हा बरोबर सकाळी ६ वाजता जिमखाना क्लब टेनिस कोर्टवर मी हजर असतोच. हिवाळ्यात मात्र थंडीमुळे पोहोचायला ७ वाजतात! आणि विशेष म्हणजे, वय वाढतंय, तसं माझं टेनिस बिघडत चाललंय! अर्थात वयोमानामुळे खेळात आता पूर्वीचा जोम राहिलेला नाही. तरीही इतर खेळाडू मला सांभाळून घेत खेळत असतात. त्याचं मुख्य कारण, मी उत्तम परदेशी टेनिस बॉल आणत असतो! हल्ली मी एकच सेट खेळतो, क्वचितच दुसरा सेट! टेनिस झालं की, घरी येतो आणि लगेचच शॉवरखाली जातो- अगदी मनसोक्त अंघोळ करण्यासाठी! अगदी कडक थंडी असली, तरीही थंड पाण्याच्या शॉवरखालीच अंघोळ करतो. थंड पाण्याची नियमित अंघोळ करीत असल्यामुळे सर्दीपासून माझा बचाव झाला असावा, असं वाटतं!

माझा ब्रेकफास्ट अगदी किरकोळ आहे : फक्त दोन टोस्ट आणि चहा! ब्रेकफास्ट घेताना एकीकडे वर्तमानपत्रांचं वाचनही सुरू असतं. वर्तमानपत्रातील शब्दकोडी फार आनंददायी असतात. म्हणून शब्दकोडी सोडविण्यासाठी जेवढा वेळ वाया जातो, तेवढाच; नाही तर मी सतत काही ना काही कामातच असतो. एकदा का वाचायला आणि लिहायला बसलो की, मी कोणाचीही पर्वा करीत नाही. अगदी कोणाचा टेलिफोन आला आणि कोणी अनपेक्षित पाहुणे आले, तरी त्यांचीसुद्धा! काही वेळेस तर मी टेलिफोनचा रिसीव्हर काढूनही ठेवलेला असतो आणि 'अनपेक्षित' पाहुण्यांसाठी मी घरात नसतो. अगदी सुरक्षा शिपायांनासुद्धा चक्क तसं स्पष्ट सांगून येणाऱ्या अनपेक्षित पाहुण्यांनाही कटविण्यास सांगतो. अपॉइंटमेंटशिवाय मी कोणाला भेटत नाही. म्हणजे हा काही शिष्टपणा नाही; पण वेळ वाचवायचं ते एक महत्त्वाचं कारण आहे.

वेळ ही नेहमी पाळावी, असं मला वाटतं. त्या दृष्टीनं वेळ पवित्र आहे, मौल्यवान आहे, तसंच, वेळ ही नकळत निघून जात असते. खरं म्हणजे, वाचण्यासारखं,

लिहिण्यासारखं, बघण्यासारखं आणि करण्यासारखं खूप असतं आणि हे सर्व करण्यासाठी वेळ मात्र फार कमी असतो.

दुपारी मी अगदी मोजकंच जेवतो. 'एक बाउल सूप किंवा दही, बरोबर मोड आलेली कडधान्यं किंवा थ्राइस साऽदम.' जेवणानंतर अर्धा तास मी विश्रांती घेतो म्हणजे चक्क झोपतो!

झोप झाली की, पुन्हा लेखन-वाचन सुरू करतो. या वेळात मात्र मला टेलिफोनशी अक्षरश: लढाई करावी लागते. रोज मला ठिकठिकाणांहून साधारण दहा ते वीस पत्रं येतात. त्यांपैकी प्रत्येक पत्राला मी स्वत: मुद्देसूद उत्तर लिहितो; पण काही वेळा हे उत्तर पोस्टकार्डावरच्या एखाद-दुसऱ्या ओळीतही असतं. पत्रांना उत्तरं न लिहिणं हा माझ्या मते असभ्यपणा आहे. कित्येकदा पत्रव्यवहार करण्यात माझा बराच वेळ जातो. कारण काहीजण मला खूप सविस्तर आणि अत्यंत नियमित पत्रं पाठवीत असतात. ही पत्रं इंग्लिश, हिंदी, उर्दू आणि पंजाबी भाषेत असतात. काही वेळेस अपरिचित मुलींकडून शिव्या देणारी पत्रं येतात; पण काही अपरिचित मुलींकडून प्रेमपत्रंही येत असतात हं!

अशा सर्व दैनंदिन कामांतूनही मी वेळ काढतो आणि गोल्फ क्लबच्या खुल्या तलावात पोहण्यासाठी जात असतो. तलाव सुरू होण्याच्या वेळेआधी मला सोडतात. पाण्यात मी साधारण तीस-चाळीस फेऱ्या मारतो... खरं तर, आता मला पोहण्यात टेनिस खेळण्याइतकी मजा वाटत नाही; परंतु बौद्धिक काम चांगल्या प्रकारे करायचं असेल, तर नियमित शारीरिक व्यायाम आवश्यक आहे, असं मला वाटतं. 'Mens sana in corpore sano' मन निरोगी राहण्यासाठी शरीरही निरोगी असावं लागतं. पोहणं झालं की, वाचण्यासाठी माझ्याकडे नेहमी पुस्तक असतं. इथंही माझ्याशी बोलण्याची इच्छा असणारे बरेच लोक असतात; पण नाइलाजाने मी त्यांना चुकवत असतो.

संध्याकाळ झाली की, मी स्कॉचकडे आपोआप वळतो. दिवसभरातील व्यायाम, मित आहार आणि कामाचं समाधान यामुळे स्कॉच पोटात उतरताना मला छान उबदार वाटतं. स्कॉच पीत असताना मी माझा अगदी एकटा असतो. एकट्यानंच स्कॉच पितापिता संगीत ऐकणं किंवा टी.व्ही. पाहणं ही माझी आवडती सवय आहे; परंतु असा आवडता एकटेपणा मला नेहमी मिळतोच, असं नाही. बहुतेक वेळा माझ्याबरोबर पिण्यासाठी अनेक मित्रमंडळी जमा होतात. दिल्लीच्या राजकीय वर्तुळातील कॉकटेल पार्ट्यांना मी सहसा जात नाही. माझा स्वतःचा कॉकटेलचा स्टॉक कमी असेल तरच मी अशा समारंभांना जातो! अशा समारंभात साधारण तीन मोठे स्कॉचचे पेग्ज झाले की, मी घरी परत येतो.

माझ्या उद्धटपणाविषयीच्या अनेक कथा समाजात आहेत आणि त्या बहुतांशी खऱ्यासुद्धा आहेत. उद्धटपणाचा एक प्रमुख संबंध माझ्या वेळा सांभाळण्याशी आहे. मला कोणाकडे जेवणाचं आमंत्रण असेल, तर मी माझी पिण्याची आणि जेवणाची वेळ सांगून ठेवतो. बोलावणाऱ्या पाहुण्यांनी जर वेळ पाळली नाही, तर मात्र मी तिथून तडक निघून जातो.

आठवड्यातून किमान दोन वेळा तरी माझ्या घरी रात्रीच्या जेवणाची पार्टी असते. पाहुण्यांना अगदी वेळेवर येण्याविषयी मी आधीच सूचना देत असतो आणि रात्री नऊच्या आत आपापल्या घरी जाण्यासही आधीच सांगतो. सुदैवानं पाहुणे माझी वेळ पाळतात. तसं पाहिलं, तर संध्याकाळी लवकर येणं आणि रात्री घरी लवकर परत जाणं त्यांनाही सोयिस्कर असतं.

दूरदर्शनवरील रात्रीच्या इंग्लिश बातम्या मी नियमितपणे पाहतो. झोप आली नाहीच, तर कित्येकदा शब्दकोडंही सोडवितो. माझ्याकडे घाणेरड्या म्हणजे अश्लील विनोदांची पुस्तकं खूप आहेत. माझ्या पलंगाशेजारीच ही पुस्तकं ठेवलेली असतात. दुपारच्या विश्रांतीपूर्वी आणि रात्री झोपण्यापूर्वी त्यातील विनोद वाचायला मला आवडतात. जगातील बहुतेक सर्व देशांतील विनोद मला माहिती आहेत. मला घाणेरडे - अश्लील विनोद मनापासून आवडतात.

तर असा माझा दिनक्रम असतो!

आता विचार करा : मला प्यायला आणि स्त्रीलंपटपणा करायला कितीसा वेळ मिळणार?

तसा मी चाळीस मिनिटांपेक्षा जास्त वेळ पीत नाही. आयुष्यात मी कधीही झिंगलो नाही. हंऽ कधीतरी दारू चढली असेल, एखादे वेळी बडबडलो असेन, त्या मनोऽवस्थेत कामातुरही झालो असेन; पण तरी माझा कधीही 'तोल' गेला नाही. पार्टीमध्ये मी अडखळलो नाही किंवा असभ्य बोललो नाही. तसं पाहिलं, तर बाईच्या फंदात पडण्याएवढा वेळच माझ्याकडे नाही आणि वेळ असेल, तेव्हा मी मुंबई, कलकत्ता, मद्रास, हैदराबाद किंवा परदेशांत असतो. तिथंही माझ्या हॉटेलातील खोल्यांच्या बाहेर संगीनधारी बंदूक घेतलेला शूर शिपाई माझ्या रक्षणासाठी उभा असतो. त्याच्याशी नुसती नजरानजर व्हायचा अवकाश की, भडकलेल्या वासनेचं मूर्तिमंत प्रतीक असणाऱ्या कुणाही कॅसानोव्हाचं आणि अनावर कामतृप्तीसाठी तडफडणाऱ्या कुणा मनोविकृत स्त्रीचं थंडगार बर्फात रूपांतर होतं.

आता माझ्या बायकोविषयी सांगतो. तिच्याविषयी काही सांगितलं नाही, तर माझ्या आजच्या जीवनाचं चित्र अपुरंच राहील, असं वाटतं. खरं तर, माझ्याविषयी किंवा माझ्या कुटुंबीयांविषयी अनेक लोकांना विशेष अशी माहिती नाही. काही लोकांना वाटतं की, मला बायको नसावी आणि असलीच, तर राजकीय नेत्यांच्या बायकांप्रमाणे ती एखाद्या खेडेगावात गुरफटलेली असेल! परंतु या दोन्ही कल्पना पूर्ण चुकीच्या आहेत. मला एक बायको आहे आणि तिचं व्यक्तिमत्त्व जबरदस्त प्रभावी आहे. इंदिरा गांधींनी ज्याप्रमाणे भारतावर राज्य केलं, त्याच कणखरपणानं ती आमच्या घरावर राज्य करते!

आजच्या काळातील आधुनिक मुली केस कापतात, टी शर्टस्-जीन्स घालतात आणि ची-ची - 'हिंदीश' बोलतात; परंतु लग्न करण्याची वेळ आली की, नवरा निवडण्याचा हक्क मात्र निमूटपणे आपल्या आई-वडिलांना देऊन टाकतात. माझ्या बायकोनं मात्र पन्नास वर्षांपूर्वी स्वतःच आपल्या नवऱ्याची म्हणजे माझी निवड केली होती!

आपण आपल्या बायकोला गृहीत धरू शकत नाही, हे लग्नानंतर लवकरच सुदैवानं माझ्या लक्षात आलं. माझा एखादा मित्र तिला आवडला नाही, तर ती त्याला तोंडावरच स्पष्टपणे बोलून दाखवते. म्हणूनच मला माहिती असलेल्या स्त्रियांमध्ये ती सर्वांत कणखर अशी स्त्री आहे!

तुम्हाला आश्चर्य वाटेल; पण माझी बायको व्हिस्की पिते. तिच्या आईला हे समजल्यावर ती तिच्यावर खूपच नाराज झाली.

एकदा संध्याकाळी बायको व्हिस्की पीत होती, तेव्हा तिची आई धाडकन खोलीत शिरली आणि तिनं बायकोचा ग्लास उचलून संगमरवरी जमिनीवर फेकून दिला. तरीही ग्लास फुटला नाही, तो जमिनीवर घरंगळत गेला. त्यातील व्हिस्की मात्र सांडत गेली.

बायकोनं झटकन ग्लास उचलला आणि तो पुन्हा भरला!

'आईऽ, मी एक प्रौढ आणि विवाहित स्त्री आहे. माझ्यावर हुकुमत गाजविण्याचा तुला बिलकूल अधिकार नाही! ' आपल्या आईला तिनं खडसावून सांगितलं.

तिची आई कॅन्सरनं आजारी पडली, तेव्हा आईनं नियमित प्रार्थना म्हणण्याचं वचन तिच्याकडं मागितलं.

'आत्ता हो म्हण' अशी मी बायकोला विनंती केली; परंतु मरायला टेकलेल्या आईजवळसुद्धा तिनं तसं कबूल केलं नाही.

ती आत्मविश्वासानं म्हणाली,

"मी असं खोटं वचन देणार नाही, कारण मला माहीत आहे, मी ते पाळू शकणार नाही."

आपल्या आजारी आईची मात्र तिनं कित्येक महिने सेवा केली, शुश्रूषा केली. साऱ्या रात्रभर उशाशी बसून तिचं डोकं मांडीवर घेऊन दाबत असे.

आईचं निधन झालं, तेव्हा ती उशाजवळच होती.

तिनं नेहमीप्रमाणे अंघोळ केली आणि ब्रेकफास्ट करण्यासाठी कॉफी हाउसमध्ये गेली.

काही मित्रांनी तिला तिच्या आईच्या प्रकृतीविषयी विचारलं, तेव्हा तिनं सांगितलं,

"आईची तब्येत ठीक आहे."

आईच्या निधनानंतर बायको माहेराहून घरी परत आली. तिनं नोकरांना बजावून सांगितलं की, सांत्वन करायला येणाऱ्या माणसांना मी भेटणार नाही, असं सांगा. ती रडली नाही किंवा आईच्या अंत्यविधीलासुद्धा गेली नाही. एवढंच नव्हे, तर त्यानंतर झालेल्या कोणत्याही धार्मिक संस्कारांनाही ती गेली नाही.

दुसरी एक घटना. याच्या उलट आहे. एकदा आमचा कुत्रा 'सिन्या' आजारी पडला. तसा खरोखरच आमच्या कुटुंबापैकी एक 'सदस्य' होता. बायको त्याला रात्रभर मोठ्या प्रेमाने थोपटत बसली होती. तो अगदी चांगला म्हातारा होऊन चौदाव्या वर्षी मेला. (माणसाच्या हिशेबानं नव्वदाव्या वर्षी!) तेव्हा मात्र तिला अतिशय दुःख झालं, वाईट वाटलं.

आमच्या घरात वेळोवेळी जी कडक शिस्त पाळली जाते, ती केवळ बायकोमुळेच. अनावश्यकपणे जास्त रेंगाळणाऱ्या पाहुण्यांना लवकर कसं कटवावं, हे मी अगदी अलीकडेच शिकलो आहे. तिनं मात्र पाहुण्यांना नेहमीच थोडक्यात कटवलं आहे. एक तर आधी कळविल्याशिवाय आमच्याकडे सहसा कोणी पाहुणा येत नाही. क्वचित एखादा नातेवाईक सकाळी सकाळी घरी टपकलाच, तर ती त्याच्याकडे पूर्ण दुर्लक्ष करते. आपलं नेहमीचं घरकाम चालू ठेवते, दिवसाचा जेवणाचा बेत ठरवत असते.

आम्ही नेहमीच उत्कृष्ट दर्जाचे खाद्यपदार्थ, अन्न खातो. त्यांमध्येही अनेक देशांतील विविध पदार्थ असतात : उदा. फ्रेंच, चायनीज, इटालियन, साउथ इंडियन आणि प्रसंगानं पंजाबी. बायकोकडे दोन शेल्फ भरून पाकक्रियेवरची भरपूर पुस्तकं आहेत. आमच्याकडे गेल्या तीस वर्षांहून अधिक काळ एक चांगला स्वयंपाकी आहे. त्याचं नाव आहे चंदना. पुस्तकातील एखादी पाकक्रिया कधी आवडली, तर त्याविषयी बायको चंदनाशी तपशिलानं चर्चासुद्धा करते, त्याप्रमाणे पदार्थ करायला सांगते! माझी बायको नोकरांच्या मुलांना नेहमीच शिकवते. एवढंच नव्हे, तर त्यांना गृहपाठ करण्यासही मदत करते.

दुपारच्या जेवणाची किंवा चहाची आमंत्रणं आम्ही कधीही स्वीकारत नाही किंवा दुपारच्या वेळात आम्ही लोकांनाही आमच्याकडे बोलावत नाही. रात्रीच्या जेवणाला अनेकदा आमच्याकडे पाहुणे येतात, त्या पाहुण्यांना अगदी वेळेवर येण्याची आम्ही आवर्जून आठवण करून देतो. तसेच, पाहुण्यांनी रात्री नऊनंतर थांबू नये, ही अपेक्षाही त्यांना आधीच कळवतो. मग हे पाहुणे कोणीही असोत, अगदी केंद्रीय मंत्री, कोणी राजदूत किंवा इतर कोणीही! आमचा नियम सर्वांना सारखाच लागू असतो.

एकदा आमच्याकडे जर्मन राजदूत आणि त्याची बायको रात्री आली होती.

सर्वांची जेवणं आटोपली. नंतर मद्याचे ग्लास दिले, तेव्हा रात्रीचे साडेआठ वाजले होते. 'आमचे पाहुणे' जर्मन राजदूत यांनी खिशातून सिगार काढली आणि माझ्या बायकोला म्हणाले,

"मला माहीत आहे, सौ. सिंग, तुमच्या पाहुण्यांनी रात्री नऊच्या आत घराबाहेर पडलेलं तुम्हाला आवडतं; पण घराबाहेर पडण्यापूर्वी मी सिगार ओढू शकतो का?"

माझ्या बायकोने तत्परतेनं उत्तर दिलं,

"श्रीयुत राजदूत, मला खात्रीने वाटतं की, तुम्ही स्वतःच्या कारमध्ये सिगारचा अधिक आनंद घेऊ शकाल."

तो मनापासून हसला आणि उभा राहून म्हणाला,

"कळलं मला!"

कोणताही राग, द्वेषभाव व्यक्त न करता तो सभ्यपणे निघून गेला.

मला भेटायला खूप सुंदर मुली नेहमीच येत असतात आणि त्या माझ्या बायकोला अतिशय घाबरून असतात! आपल्याला सौ. सिंग यांच्या मार्फतच घरात प्रवेश मिळत असतो, हे त्या सुंदर मुलींना माहीत असतं. म्हणूनच माझी बायको रागावणार नाही, याची त्या नेहमीच काळजी घेतात.

वास्तविक माझ्या बायकोची थोड्याच लोकांना पूर्ण माहिती आहे, यालाही काही कारणं आहेत. मुख्य म्हणजे, तिला फोटोग्राफर किंवा वार्ताहर अजिबात आवडत नाहीत. वार्ताहरांना आमच्या घरात येताना कॅमेरा, टेपरेकॉर्डर किंवा पेन बाहेर ठेवूनच यावं लागतं. नाही तर त्यांची अक्षरशः घराबाहेर हकालपट्टी होते.

तिची ही 'संवेदनशीलता' आमच्या घरातील इतर स्त्रियांमध्येही उतरली आहे. माझी मुलगी आणि नात - दोघीही अगदी तशाच वागतात!

माझी पूर्वीची लोकप्रिय प्रतिमा एकंदरीत फार वाईट आहे. आता मात्र पूर्वीपेक्षा एखाद्या सद्गुणी वृद्ध माणसाप्रमाणे कदाचित मी वाटत असेन; परंतु वस्तुस्थिती अशी आहे की, या दोन्ही प्रतिमा तंतोतंत खऱ्या नाहीत. वास्तविक पाहता माझ्या

या वयात माझी गणना एक प्रतिष्ठित ज्येष्ठ नागरिक आणि वंदनीय अभ्यासक म्हणून व्हायला पाहिजे! परंतु त्याच वेळी माझ्या बाबतीत असा प्रश्न का निर्माण व्हावा, याचेही स्पष्टीकरण देण्याची गरज आहे, असं मला वाटतं. म्हणून मी आता पुन्हा माझ्या बालपणाकडे वळतो...

माझा जन्म कोणत्या गावी झाला, हे मला माहीत आहे; परंतु मी कोणत्या सालामध्ये जन्मलो, याबाबत अनेक कारणांमुळे अनेक प्रवाद आहेत. राजस्थानमधील थरच्या वाळवंटातील वाळूच्या टेकड्यांमध्ये लपलेल्या 'हादाली' नावाच्या अगदी छोट्याशा खेडेगावात माझा जन्म झाला. झेलम नदीच्या पश्चिमेला सात मैलांवर आणि मिठाच्या खाणीच्या प्रदेशाच्या दक्षिणेकडे चाळीस मैलांवर हे खेडं होतं. या खेड्यातील बालपणाचे दिवस मात्र मला फार कमी आठवतात. एवढंच आठवतं की, अंतहीन, उजाड वाळूत रात्रीच्या चंद्रप्रकाशात आम्ही खेळत असू.

लहानपणी मला माझ्या आजीनं सांभाळलं. गावामध्ये देवळाजवळ एक शाळा होती. आजीनं मला त्या शाळेत घातलं. शाळेत मी गुरुमुखीची वर्णाक्षरं शिकत होतो. त्याच वेळात आजीसुद्धा पवित्र धर्मग्रंथ 'ग्रंथसाहिब' वाचत असे.

दुपारचं ऊन व्हायच्या आत आमची शाळा सुटत असे. आजी मला घरी न्यायला यायची. येताना तिच्याजवळ नेहमी उरलेली शिळी भाकरी असायची. घरी जाताना ती भाकरी कुत्र्यांना घालायची; त्यामुळेच रस्त्यावरील भटक्या कुत्र्यांचं टोळकंच्या टोळकं आमच्या मागेमागे यायचं.

दुपारच्या वेळात सुखमणीचे (मनःशांतीचे) शांतता- स्तोत्र पुटपुटत आजी चरखा चालवीत असे.

संध्याकाळ झाली की, जवळजवळ सर्व गावच आपापल्या घरातून बाहेर पडत असे. संध्याकाळी म्हशीचं दूध काढून झालं की, म्हशींना तळ्यात डुंबण्यासाठी हाकलून दिलं जाई. एखादा चांगलासा आडोसा शोधून बायका एकत्र यायच्या. मग त्यांच्या आपापसांत कुचाळक्या आणि गावातील भानगडींच्या गप्पा सुरू व्हायच्या. तरुण मुलीही एकत्र जमून तेच करीत असत!

आमच्या घराच्या आसपास कुठं पाणीच नव्हतं; त्यामुळे शारीरिक स्वच्छता करण्याचे आम्ही आमचे मार्ग शोधून काढले होते. त्याच वेळात आम्ही गमतीजमतीही करीत असू! आम्ही गावातील मित्रमंडळी एकापाठोपाठ एक असे एकाच ओळीत प्रातर्विधीसाठी बसत असू, एखाद्यानं खूण करताच सर्वजण हातानं रेटा देत असू आणि जास्तीतजास्त गतीनं स्वतःला पुढंपुढं ढकलत असू; अशा प्रकारच्या शर्यती खेळल्या की, अखेरीस आमचे कुल्ले आपोआप स्वच्छ आणि कोरडे होत असत. आणि वाळवंटातील वाळूनं ते माखलेही जात असत. या खेळाचे आम्ही 'घीसी' असे

नाव ठेवले होते. 'घीसी' म्हणजे कुल्ले स्वच्छ करण्याची शर्यत!

घरातील आम्ही सर्वजण सूर्यास्त व्हायच्या आतच रात्रीचं जेवण घेत होतो. रात्रीच्या वेळी चंद्रप्रकाश असला, तर इतर सवंगड्यांबरोबर खेळण्यासाठी घराबाहेर जायला मला परवानगी मिळायची. लहानपणातल्या माझ्या या सर्वाधिक आनंदाच्या आठवणी आहेत. काही आठवणी अशाही आहेत की, ज्यांची आठवण झाली की, माझी झोप चाळवली जाते.

त्या वेळी आमच्या गावात मुसलमानांची वस्ती खूप मोठ्या प्रमाणावर होती. मुसलमान लोक तसे धिप्पाड, साधारण सहा फुटांहून अधिक उंच आणि तांबूस गव्हाळ वर्णाचे होते. त्यांना आपल्या लढाऊ परंपरेविषयी फार अभिमान वाटत असे. वस्तीमध्ये इतर लोक म्हणजे आम्ही-शीख आणि हिंदू होतो. आमच्यापैकी बरेचजण व्यापार किंवा सावकारी करीत होते; त्यामुळे मुस्लीम लोकांना चहा, मीठ, मसाले, भाज्या असे पदार्थ एवढंच नव्हे, तर रोख पैसे यासाठीसुद्धा आमच्यावर अवलंबून राहावं लागत होतं; त्यामुळे ते बहुतेक वेळा आमच्या कर्जातच असत. मात्र, आम्ही जर त्यांना आणखी उधार देण्यास नकार दिला किंवा नेहमीच्या परतफेडीसाठी सतत जास्त तगादा लावला, तर तेच आम्हाला चांगला 'धडा' शिकवायचे! आम्हाला मारहाण करायला अक्षरश: दरोडेखोरांच्या टोळ्यांनाच उद्युक्त करायला ते मागं-पुढं पाहत नसत.

आमचा असाच एक थरारक अनुभव आहे. एकदा एका शीख कुटुंबात लग्न होतं. मुलीला योग्य हुंडा देणं भाग होतं. त्यासाठी त्यांना पैशाची गरज होती. म्हणून त्यांनी कर्जदारांना पैसे परत करण्याचा तगादा लावला. त्याचा परिणाम काय झाला, माहिती आहे? एका रात्री दरोडेखोरांच्या टोळीनं अचानक त्यांच्या घरावर दरोडा घातला. त्या घरातील तीन पुरुषांना ठार मारले. त्यांच्या घरातील रोख रक्कम आणि दागदागिने तर चोरलेच; पण भावी वधूलाही पळवून नेले! तक्रार करायची, तर सर्वांत जवळचं पोलिस ठाणं १९ मैलांवर होतं आणि तेथील बहुतेक पोलीसही मुस्लीमच होते; त्यामुळे त्या दरोडेखोरांना अटक झाली नाही. एवढंच नव्हे, तर पैसे किंवा वधूचाही पत्ता लागला नाही. पुढं वधूचं धर्मांतर करून तिला मुसलमान केलं आणि एका मुस्लीम शिपायाबरोबर तिचं लग्न लावून दिलं. हे आम्हांला नंतर काही दिवसांनी समजलं.

अशा प्रकारच्या सतत घडणाऱ्या अनपेक्षित घटनांमुळे आम्हाला आमच्या मुस्लीम शेजाऱ्यांचीही चांगलीच दहशत बसली होती.

मी पाच वर्षांचा होतो, तेव्हा आई-वडिलांनी आम्हा सर्वांनाच दिल्लीला बोलावून घेतले.

त्याच वेळी मला नवीन, छोटा भाऊ झाला होता. त्या वेळी नवी दिल्ली नुकतीच भारताची राजधानी झाली होती. तिथं वडिलांनी बांधकामाची भरपूर कंत्राटे घेतली होती. कामाच्या ठिकाणाजवळच त्यांनी एक साधं, छोटंसं घर भाड्यानं घेतलं होतं. मी आणि आजी एका खोलीत एकत्रच झोपत होतो; त्यामुळे तिची व माझी मैत्री पुढं 'अखंड' टिकून राहिली.

दिल्लीत 'मॉडर्न' नावाची शाळा नव्यानंच चालू झाली होती. मला आणि धाकट्या भावाला त्याच शाळेत घालण्यात आलं. उत्तर भारतातील इतर शाळांपेक्षा 'मॉडर्न' ही वेगळी शाळा होती. त्या वेळीही या शाळेत सहशिक्षण होतं. वर्गात तीस मुलांमध्ये पाच मुली असे प्रमाण होते. शाळेचे मुख्याध्यापक आणि बहुतेक शिक्षक स्त्री-शिक्षिकाच होत्या. त्यामध्ये दोन ब्रिटिश शिक्षिकांचा समावेश होता. शाळेतील नेहमीच्या विषयांशिवाय आम्हाला संगीत, चित्रकला आणि सुतारकामही शिकवलं जात होतं. 'मॉडर्न' ही एक राष्ट्रनिष्ठ शाळा होती; त्यामुळे महात्मा गांधी, पंडित नेहरू आणि सरोजिनी नायडू यांसारख्या मोठमोठ्या नेत्यांना भाषण करण्यासाठी शाळेत बोलावलं जायचं.

मी तिसऱ्या इयत्तेत होतो, तेव्हा साधारणत: माझा जन्म कधी झाला, याचा शोध लागला. तेव्हा 'हादाली' गावात जन्म-मृत्यूची नोंद करणारी रजिस्टर वगैरे प्रकार नव्हता. माझ्या मोठ्या, धाकट्या आणि त्यानंतरच्या दोन लहान भावांची जन्मतारीख वडिलांनी आपल्या डायरीत लिहून ठेवली होती. माझ्या जन्माच्या वेळी मात्र ते दिल्लीतील दूर ठिकाणी होते; त्यामुळे माझ्या जन्माची नोंद त्यांच्या डायरीत झाली नाही. शाळेचा प्रवेशअर्ज भरताना त्यांनी कोणत्या तरी 'अनामिक' कारणाने माझी जन्मतारीख २ फेबुवारी, १९१५ अशी लिहून टाकली.

'मॉडर्न'मधील इतर मुलं पाश्चात्त्य वळणाच्या कुटुंबांतून आलेली होती. साहजिकच ती आपले वाढदिवस साजरे करीत असत. एक गोष्ट माझ्या लक्षात आली, ती म्हणजे, 'त्या दिवशी' मी नेहमीच 'गमावणारा' होतो. म्हणजे असं की, वाढदिवसाला बोलावलं, तर जाताना मित्रासाठी मलाच नेहमी भेटवस्तू घेऊन जावं लागत असे!

एकदा मी स्वतःचाच वाढदिवस साजरा करण्याचं ठरवलं. वाढदिवसाची जोरदार तयारी केली. सात मेणबत्त्या असलेला बर्थ-डे केक आणला. त्याचबरोबर भरपूर खायला ठेवलं होतं आणि कोल्ड-ड्रिंक्सही मागविली होती. त्या दिवशी मित्र-मैत्रिणी विविध भेटवस्तू घेऊन आल्या होत्या.

समारंभाचं एकूण स्वरूप आणि गडबड पाहून आजीनं मला विचारलं,

"अरेऽऽ, हा कसला गोंधळ चालला आहे?"

'आजी, आज माझा सातवा वाढदिवस आहे ना!' मी उत्साहानं उत्तर दिलं.

"तू म्हणजे अगदी मूर्ख मुलगा आहेस," तिनं मला ठणकावून सांगितलं,

"तुझा जन्म काही हिवाळ्यात झाला नाही. मला चांगलं आठवतंय, तुझ्या जन्माच्या वेळेस उन्हाळा होता. महायुद्ध सुरू झालं आणि त्यानंतर काही दिवसांनी तुझा जन्म झालाय."

तिला नक्की तारीख माहीत नव्हती; परंतु भारतीय कॅलेंडरप्रमाणे तो 'बुद्रु' महिना असल्याचं तिनं आठवून सांगितलं. 'बुद्रु' महिना इंग्रजी जुलै-ऑगस्टच्या सुमारास येतो. मी सिंह राशीचा आहे, एवढंच माझ्या जन्म-दिवसाविषयी मला माहीत होतं. त्यानंतर मी माझी जन्मतारीख १५ ऑगस्ट, १९१५ ठरवून टाकली आणि योगायोगाने १५ ऑगस्ट, १९४७ रोजी भारत स्वतंत्र झाला!

बहुतेक लोकांना स्वतःच्या शालेय जीवनातील काळ अतिशय आनंदाचा, मुक्ततेचा आणि मौजेचा होता, असं जाणवतं; परंतु माझे शालेय दिवस मोकळेपणाचेही नव्हते किंवा हसण्या-खेळण्याचेही नव्हते. कारण मला शाळेची खूप भीती वाटत असे. म्हणून आजारी असण्याचं ढोंग करून मी शाळेला बुट्ट्या मारीत असे आणि तोच वेळ रस्त्याच्या कडेला असलेल्या एखाद्या दवाखान्यात घालवत असे.

तसा मी अभ्यासातही विशेष नव्हतो किंवा खेळातही फार चांगला नव्हतो. वार्षिक परीक्षा कशीतरी उरकणं एवढंच! शाळेत तर मला नेहमीच शिक्षा भोगावी लागत असे, म्हणजे आमच्या शाळेनं शारीरिक फटक्यांची शिक्षा बंद केल्याचं जाहीर केलं होतं खरं. तरीही मला मात्र छड्याच मिळायच्या! मला नेहमी मुख्याध्यापिकाबाईंची भयंकर भीती वाटत असे, कारण त्या हाताच्या बोटांवर फूटपट्टीनं फटके ठेवून देत असत.

'मॉडर्न' स्कूलमधील नऊ वर्षांच्या काळात मी परीक्षेची एवढी प्रचंड धास्ती घेतली की, ती भीती आजपर्यंत मी घालवू शकलो नाही. मला नेहमी अस्वस्थ करणारी त्रासदायक स्वप्नं पडत. स्वप्नात मला असं दिसे की, मी परीक्षेच्या वर्गात बसलेला आहे आणि मला एकाही प्रश्नाचं उत्तर लिहिता येत नाही! अशा वेळी गळ्यापाशी घामानं चिंब भिजून झोपेतून मी जागा होत असे.

शाळेचे ते भयाण दिवस संपल्यावर मला खूप आनंद वाटला. मी १९३० साली एकदाचा मॅट्रिक उत्तीर्ण झालो!

कॉलेज-जीवन म्हणजे माझ्या आयुष्यातील सर्वांत धमाल मौजमजेचा काळ होता. कॉलेजमध्ये प्रवेश केल्यावर लगेचच हे धूमधमालीचे दिवस सुरू झाले आणि कॉलेज-शिक्षणाबरोबरच संपले. अर्थात ही मजेची आठ वर्षे मी वेगवेगळ्या कॉलेजेस्‌मध्ये घालविली.

माझं पहिलं कॉलेज म्हणजे दिल्लीचं सेंट स्टीफन कॉलेज. उत्तर भारतातील

उत्तम कॉलेजांपैकी ते एक समजलं जाई. केंब्रिज मिशन हे कॉलेज चालवीत असे.

याच काळात वडिलांच्या कंत्राट कामाच्या धंद्याची खूपच भरभराट होत होती. आता आम्ही एका दुमजली घरामध्ये राहायला गेलो. घराला लागूनच आमची तीन एकर जमीन होती. तीमध्ये हिरवळ, फळझाडं, भाजीपाल्याची बाग आणि एक टेनिस-कोर्ट होतं. त्या काळात माझ्या वडिलांकडे दोन मोटारी होत्या. तसेच, घरात गडीमाणसांचा मोठा ताफा होता. घरापासून सुमारे पाच मैलांवर कॉलेज होतं. मोठ्या भावाला आणि मला कॉलेजात जाण्यासाठी स्वतंत्र मोटारसायकली होत्या.

आमचं घर प्रचंड मोठं होतं, इतकं की, घरात डझनाहून अधिक बेडरूम्स होत्या; परंतु मी मात्र माझ्या खोलीत आजीबरोबर राहत होतो.

त्या वेळेपर्यंत आमच्या कुटुंबात आणखी दोघांची भर पडली. एक बहीण आणि आणखी एक भाऊ. आता सर्व मिळून आम्ही पाच भावंडं झालो होतो.

स्टीफन कॉलेजमध्ये असताना त्या वेळी पाचच मुलांकडे स्वतःच्या मोटारसायकली होत्या आणि ही मुलं म्हणजे आम्ही सर्व शीख होतो.

ब्रिटिश विद्यापीठांकडून भारतीय कॉलेजांनी एक अत्यंत रोगट प्रथा उचलली होती. ती म्हणजे 'रॅगिंग'. कॉलेजातले पहिल्या वर्षाचे विद्यार्थी 'बुद्दू' म्हणून ओळखले जात. त्यांना अनेक प्रकारे त्रास दिला जाई. त्यांपैकी काही प्रकार तर अक्षरश: अंगावर काटा आणणारे होते. उदा., बाकावर उभं राहून 'पहिल्या वर्षाचा मी एक अत्यंत महामूर्ख विद्यार्थी आहे,' असं जाहीर करण्यापासून ते होस्टेलच्या खोलीत नेऊन कपडे काढून नागडे करण्यापर्यंतचे भयानक प्रकार! एवढंच नव्हे, तर काही वेळा सक्तीनं हस्त-मैथुन करण्याससुद्धा भाग पाडत! काही प्रसंगी अशा मुलांना मानसिक छळवणूक-त्रासही दिला जायचा.

सुदैवानं मी अशा 'सत्त्व' परीक्षेच्या प्रसंगांतून सहीसलामत सुटलो. कारण कॉलेजमध्ये प्रवेश घेतल्यावर लगेचच मी टायफॉइडने आजारी पडलो. या सुदैवात भर म्हणजे, माझा टायफॉइड अनेक वेळा उलटला आणि माझी पहिली टर्म संपूर्ण बुडाली.

पहिल्या टर्मनंतर मी जेव्हा कॉलेजमध्ये जाऊ लागलो, तोपर्यंत सुरुवातीचा छळवणुकीचा काळ संपलेला होता. आणखी सुदैव असं की, माझ्याकडे मोटारसायकल होती; त्यामुळे मी छळकुट्यांना मागे बसवून चिक्कार फिरवून आणलं आणि त्यांच्याशी एका प्रकारे 'समेट' करून टाकला! तसा विचार केला, तर सेंट स्टीफन कॉलेजमधील दोन वर्षे समाधानाचीच गेली. माझ्या बाबतीत या काळात विशेष सांगावं, असं काही घडलं नाही. कॉलेजमध्ये असताना, खरं म्हणजे, मी अभ्यासापेक्षा खेळांतच जास्त वेळ घालवत होतो. अभ्यासात तर तसा मी कच्चा होतोच; पण

टेनिस आणि हॉकी या दोन्ही खेळांतही मी सामान्य दर्जाचाच खेळाडू म्हणून राहिलो.

कॉलेजात बायबल हा एक ऐच्छिक विषय होता. त्याच्या तासांना मात्र मी हजर राहत असे. या तासांमुळे मला 'ओल्ड ॲन्ड न्यू टेस्टामेंट'मधील भाषेची चांगली गोडी निर्माण झाली.

मला 'ओल्ड टेस्टामेंट'चं पुन:पुन्हा वाचन अत्यंत आवडायला लागलं; पण 'ओल्ड टेस्टामेंट'मधील नैतिक निर्बंध हे काही आवडण्याचं कारण नव्हतं; परंतु त्यातील परिणामकारक भाषा मात्र मला विशेष आवडत होती.

कॉलेजच्या याच काळात मी मित्र जोडले आणि हे माझे मित्र आयुष्यभर टिकून राहिले. या मित्रांपैकी एकजण अनेक प्रकारे पुन:पुन्हा माझ्या आयुष्यात आला- तो म्हणजे इ. एन. मंगतराम. आमच्या वर्गातील मंगतराम हा एक अत्यंत हुशार विद्यार्थी होता. दरवर्षी तो सर्वांत अधिक बक्षिसं मिळवायचा. तो अत्यंत महत्त्वाकांक्षी होता आणि त्याच प्रेरणेतून तो 'आयसीएस'मध्ये दाखल झाला. प्रथम त्यानं ऑक्सफर्डच्या केंबले कॉलेजमध्ये उमेदवारी केली आणि त्यानंतर सरकारी नोकरीमध्ये तो सर्वोच्च पदापर्यंत जाऊन पोहोचला. बोलण्यात चतुर असल्याने दुसऱ्याचं मन तो सहजपणे वळवू शकत होता. 'ईश्वराचं अस्तित्व मला जाणवत नाही आणि पुढंही जाणवणार नाही, असं तो म्हणे. त्याच्या या विचारांचा माझ्यावर खूप वर्षे पगडा होता, तो दूर करण्यास मला अनेक वर्षे लागली. समकालीनांपैकी अनेकांच्या मनांवर त्याने आपल्या विचारांचा परिणाम केला होता.

मी इंटरमीजिएट परीक्षेतून कसाबसा सुटलो. मी पास झालो, ते प्रामुख्याने एका ब्रिटिश शिक्षिकेच्या शिकवण्यामुळे!

सर्वसामान्यपणे भारतीय विद्यार्थी बाराव्या वर्षी इंग्लिशची वर्णमाला शिकण्यास सुरुवात करतात. अशा भारतीय विद्यार्थ्यांपेक्षा मला इंग्लिश अधिक कळत होतं; त्यामुळे इतिहास, तर्कशास्त्र आणि अर्थशास्त्र या विषयांतील प्रश्नांची उत्तरं लिहिताना मला इतरांपेक्षा अधिक सोपं गेलं.

दोन वर्षांनंतर मी लाहोरला जाण्याचा निर्णय घेतला. अर्थात हा निर्णय तिथं कायमचं वास्तव्य करण्याच्या उद्देशानंच घेतला होता. लाहोरमधील अत्यंत प्रतिष्ठित समजल्या जाणाऱ्या 'गव्हर्नमेंट कॉलेज'ची मी निवड केली. कॉलेजात प्रवेशासाठी मुलाखती घेतल्या, त्या वेळी माझे काका बरोबर होते.

माझे हे काका त्यांच्या काळात कॉलेजच्या हॉकी संघाचे कप्तान होते; तसेच, ते त्या वेळच्या पंजाबच्या कायदे मंडळाचे सभासदही होते. त्यांच्या उपस्थितीचा अर्थातच मला फायदा झाला. कारण गव्हर्नमेंट कॉलेजमध्ये प्रवेशासाठी हुशारीपेक्षा

कौटुंबिक लागेबांधे आणि वशिला यांनाच अधिक महत्त्व होते!

मी कॉलेजच्या तिसऱ्या वर्षात दाखल झालो, तेव्हा चुलत भावानं पहिल्या वर्षात प्रवेश घेतला. काकांनी त्या वेळी दुसरं लग्न केलं होतं. मी आणि चुलत भाऊ काही काळ, नवविवाहित काका आणि त्यांच्या दुसऱ्या बायकोबरोबर राहत होतो; परंतु काकांची दुसरी बायको म्हणजेच माझ्या चुलत भावाची सावत्र आई त्याला फारसं चांगलं वागवीत नव्हती; त्यामुळे आम्ही आमचा मुक्काम कॉलेजच्या वसतिगृहात हलविला. तिथं आम्ही दोघे एकत्र राहू लागलो.

दिल्लीहून मी माझी मोटारसायकल घेऊन आलो. कॉलेजमध्ये असं वाहन असणारा मी एकटाच होतो; त्यामुळे राजघराण्यातील किंवा जमीनदारांची मुलं असलेल्या उच्च वर्गाच्या विद्यार्थ्यांच्या ग्रूपमध्ये मला विशेष स्थान मिळालं.

माझ्या वडिलांच्या संपत्तीविषयी अनेक अतिरंजित कथा त्या काळात पसरल्या होत्या. निम्म्या नवी दिल्ली शहराचे ते मालक आहेत, असंही लोक बोलत होते. त्याचा परिणाम म्हणून प्राध्यापकांनी आणि विद्यार्थी मित्रांनी माझ्याकडे विशेष लक्ष दिलं! तरीही स्टीफन कॉलेजपेक्षा गव्हर्नमेंट कॉलेजमध्ये मी अभ्यासात विशेष काही प्रगती केली नाही. खेळाच्या बाबतीत मात्र एक बदल झाला. मी थोडासा चांगला टेनिस खेळू लागलो; त्यामुळे उत्साहानं मी परिश्रमपूर्वक सराव केला. परिणामी, मला कॉलेजच्या टीममध्ये घेण्यात आलं!

गव्हर्नमेंट कॉलेजमध्ये दरवर्षी एखाद्या विषयावर वादविवाद व्हायचा. विशेष म्हणजे, एक वर्ष त्यात मी भाग घेतला होता! या वक्तृत्व स्पर्धेत माझ्या बाबतीत मात्र एक वेगळंच आनंददायक आश्चर्य घडलं. ते म्हणजे, इतर वक्त्यांना मुलांनी प्रचंड आरडाओरडा करून खाली बसवलं. सुदैवानं माझ्या बाबतीत मात्र तसं घडलं नाही. मी जे काही भाषणात बोललो, ते सर्वांनी शांतपणे ऐकलं. मी केलेल्या विनोदांवर सर्व श्रोते मनापासून भरपूर हसलेसुद्धा! आश्चर्य म्हणजे विद्यापीठ कारकिर्दीतील पहिलं आणि एकमेव बक्षीस त्या वेळी मला मिळालं!

आमचं गव्हर्नमेंट कॉलेज हे त्या काळी क्रीडा-नैपुण्याबद्दल विशेष प्रसिद्ध होतं. भारताच्या ऑलिम्पिक हॉकी संघामध्ये कॉलेजचे चार-पाच खेळाडू नेहमीच असत. तसेच, अनेक खेळाडू पळण्याच्या शर्यती आणि विविध मैदानी खेळांमध्ये आघाडीवर असत.

गव्हर्नमेंट कॉलेजचे आणखी एक वैशिष्ट्य म्हणजे, स्टाफमध्ये अनेक प्रतिष्ठित

साहित्यिक होते. कॉलेजच्या प्राध्यापकांमध्ये अहमदशहा बुखारी होते. सत्कारानिमित्त झालेल्या भोजनानंतर इंग्लिशमध्ये बोलणारे अनेक फर्डे वक्ते मी आजपर्यंत ऐकले आहेत; परंतु त्या सर्वांमध्ये बुखारी हे अतिशय उत्तम असे वक्ते होते. ते मार्मिक, विनोदी उर्दू गद्य वाङ्मयही लिहीत. त्यांच्याबरोबर तहसीर आणि इम्तियाज अली ताज असे आणखी दोन उर्दू लेखक होते. त्यांनी इंग्लिशमधील अभिजात वाङ्मयाचं उर्दूमध्ये भाषांतर केलं होतं. अशा काही नाटकांचे प्रयोग मी आवर्जून पाहिले होते. त्यांपैकी फिगारो आणि शेक्सपिअरच्या 'मिडसमर नाइटस ड्रीम' या नाटकांचे प्रयोग विशेष चांगले झाल्याचं मला अजून आठवते.

याच काळात आमच्या बरोबर फैज अहमद फैज हे प्रसिद्ध उर्दू कवी होते. त्यांनी नुकतीच मास्टर्स डिग्री घेतली होती. तरीही ते कॉलेजमध्ये वावरताना दिसत. त्या वेळेपासूनच त्यांच्या कविता अनेक नियतकालिकांतून प्रसिद्ध होत होत्या. उर्दू कवितेला फैज अहमद नवी, वेगळी दिशा देतील, असे मत अनेक समीक्षकांनी व्यक्त केले होते आणि खरोखरच त्यांनी उर्दू कवितेला एक नवं, वेगळंच वळण दिलं.

माझ्या समकालीन मित्रांमध्ये काही, सुप्त शक्ती असलेल्या असामीसुद्धा कॉलेजमध्ये होत्या. त्यांची सुप्त शक्ती नंतरच्या काळात चांगलीच विकसित झाली. त्यांपैकी अनेकजण मुंबईच्या फिल्मी जगामध्ये गेले. त्यांपैकी काहींनी 'टॉप' स्थान मिळविलं. बलराज सहानी, देव आनंद, अभिनेत्री कामिनी कौशल, दिग्दर्शक बी. आर. चोप्रा आणि चेतन आनंद हे त्यांपैकी काही टॉप होत.

बी.ए.ची परीक्षा मी तिसऱ्या श्रेणीत पास झालो. तशी माझी शैक्षणिक 'कारकीर्द' यथातथाच होती; त्यामुळे मला ऑक्सफर्ड किंवा केंब्रिज यांसारख्या विद्यापीठांमध्ये प्रवेश मिळण्याची शक्यता फार नव्हतीच; परंतु लंडनमध्ये स्कूल ऑफ इकॉनॉमिक्स किंवा स्कूल ऑफ ओरिएंटल स्टडी यांसारखीही वेगळी कॉलेजेस होती. तिथं मला प्रवेश मिळणं सहज शक्य होतं. म्हणून अशा कॉलेजेसपैकी किंग्ज कॉलेज निवडलं. हे कॉलेज मी निवडलं, ते इतर कोणत्याही कारणापेक्षा त्याच्या आकर्षक अशा राजस नावामुळेच!

आता कोणत्याही परिस्थितीत इंग्लंडमधील कायदेविषयक अभ्यासासाठी मला पात्रता मिळवणं आवश्यक होतं. कायद्याचा हा अभ्यासक्रम तीन वर्षांचा होता. अभ्यासाच्या या कालावधीत कोर्टाच्या खानावळीत जेवणं भाग होतं. आवश्यक ती फी भरली की, कोणत्याही हायकोर्टात कायदेविषयक ज्ञान मिळविण्याचा परवाना मिळत होता. १९३४ सालातील उन्हाळा होता. मुंबईला जाण्यासाठी मी रेल्वेनं दिल्लीहून निघालो. मला निरोप देण्यासाठी स्टेशनवर वडिलांचे अक्षरश: शेकडो मित्र आणि अनेक लांबचे नातेवाईकही आले होते.

त्या काळी कोणत्याही भारतीयानं परदेशी जाणं म्हणजे एक धाडसच होतं. कारण अशी घटना क्वचितच घडत असे. अनपेक्षितपणे माझ्यावर असंख्य पुष्पहारांचा वर्षाव झाला होता. जणू काही मी जग जिंकायलाच परदेशात निघालो होतो! मी बोटीवर व्यवस्थित जातोय ना, ते पाहण्यासाठी मोठा भाऊ आणि त्याची बायको यांना मुद्दाम पाठवलं होतं.

अशा रीतीनं माझा पहिला समुद्रप्रवास 'कॉन्टेरोसो' या इटालियन बोटीनं सुरू झाला. बोटीवरील सवलतीच्या वर्गात बहुतेक सर्व भारतीय विद्यार्थी होते. माझ्या खोलीत आम्ही सहाजण होतो. बोटीतील खालचा बर्थ मला मिळाला होता.

ते दिवस पावसाळ्याचे होते. बोट बंदरातून बाहेर पडते ना पडते, तोच जेवणाची 'सूचना' जाहीर झाली. जेवताना जेमतेम सूप पिऊन झालं होतं. तेवढ्यात बोट हलू-डोलू लागली. जेवणाची खोली तत्काळ रिकामी झाली. आम्ही सर्व आपापल्या खोल्यांत अक्षरशः पळालोच. त्यानंतर पुढचे पाच दिवस बोटीवर ओकारीची असह्य दुर्गंधी येत होती. मीसुद्धा उलटी करण्यासाठी बाथरूममध्ये सारखा ये - जा करत होतो. अंथरूण नीट करायला स्टुअर्ड आला, तरच उठत होतो; त्या वेळी खोलीबाहेर जात होतो. समुद्रातील प्रचंड लाटा बोट चांगलीच धुऊन काढत होत्या. बोट सतत इतकी करकरत आणि थरथरत होती की, जणू काही तिचे तुकडे होऊन ती मोडून पडेल की काय, असं वाटत होतं.

आम्ही एकदाचे एडनजवळ पोहोचलो, त्या वेळेस समुद्र बराचसा शांत झाला होता.

एडनमध्ये हिंडताना आपण कुठं वेगळ्या ठिकाणी आलो आहोत, असं जाणवलंच नाही, कारण सर्व दुकानं भारतीयांच्या मालकीची होती. अरब फेरीवाले किंवा भिकारी रस्त्यावर दिसायचे. एडन सोडल्यानंतर आमचा सुखदायक समुद्रप्रवास सुरू झाला.

तांबडा समुद्र शांत होता. सूर्यास्त होत होता त्या वेळी दूर क्षितिजापर्यंत डॉल्फीन मासे सहजतेनं कमानदार उड्या मारताना दिसत होते. चंद्रप्रकाशानं उजळलेल्या रात्री वाळूच्या विशिष्ट गंधानं दरवळून गेल्या होत्या.

आता बोटीनं सुएझ कालव्यात प्रवेश केला. बोट थांबल्यावर काही धाडसी प्रवासी पिरॅमिडस पाहण्यासाठी इथं उतरले आणि नंतर पोर्ट सैद इथं पुन्हा बोटीत चढले. गव्हर्नमेंट कॉलेजमध्ये असताना या भागात प्रवास केलेला एक मित्र माझ्या वर्गात होता. नग्न नृत्य आणि जगातील विविध भागांतून आलेल्या तरुण वेश्यांनी भरलेल्या या प्रदेशातील वेश्यागृहांचं रसभरित वर्णन त्यानं चविष्टपणे केलं होतं. तिथं जाण्यासाठी त्या वेळी खर्चही कमी येत असे.

मीसुद्धा शारीरिक सहवासाच्या आनंदासाठी अत्यंत उत्सुक होतो; परंतु तसा मी

बऱ्यापैकी भित्रा होतो. अशा प्रकारचं धाडस करण्यातील धोका मला नको होता. माझ्यासारखेच आणखी दोघे 'आनंदोत्सुक' बोटीवर होते. भित्रेपणा हा एक चांगला गुण आहे, असं आम्ही एकमेकांचं समाधान केलं आणि समुद्रकिनाऱ्यावरून 'फर्डिनांद द लेसेप्स'च्या पुतळ्यापर्यंत फक्त चालतचालत फिरण्यात चांगला वेळ घालविला. तो पुतळा सुएझ कालव्याचं डिझाइन करणाऱ्या इंजिनिअरचा होता. 'सिमॉन अरझट' हे पूर्वेकडील प्रचंड मोठं असं डिपार्टमेंटल स्टोअर. हव्या त्या वस्तू तिथं होत्या. आम्ही त्याच्या अवतीभवती फक्त मनसोक्त भटकलो. रस्त्यावरचे पिक्चर पोस्ट-कार्ड विकणारे फेरीवाले आमचा पिच्छाच सोडेनात. स्त्री-पुरुषांची अश्लील चित्रं असलेली पोस्ट-कार्डस ते आमच्या डोळ्यांसमोर धरायचे. साहजिकच आम्ही ती चोरून पाहत होतो!

संध्याकाळ झाली, तशी इतर मुलं मोठ्या उत्साहानं बोटीवर परत आली. त्यांची 'धाडसी कृत्यं' आम्ही उत्सुकतेनं ऐकली. त्यांपैकी बहुतेक पोरांचा शरीरसंबंधाचा हा पहिलाच अनुभव होता. वेश्यागृहात लठ्ठ, मध्यमवयीन अशा अरब आणि निग्रो स्त्रियाच अधिक होत्या. वयाच्या अठराव्या वर्षी आपण आपलं 'कौमार्य' कोणाला देत आहोत, याचा कसलाही फारसा विचार मुलं करत नाहीत, हे मोठे दुर्दैव आहे. वेश्यागृहाच्या मालकांना तसा हा सहज मार्गानं मिळणारा खात्रीचा पैसा होता. अशा अतिउत्साही तरुणांना आपलं वीर्यपतन झालं की, ईप्सित साध्य झाल्यासारखं वाटत असे. त्या उद्दिष्टपूर्तीनंतर अशा लैंगिक संबंधांतून कोणते परिणाम उद्भवतील, याची त्यांना सतत भीती मात्र वाटत राहायची. आपल्यामध्ये गुप्त रोगाची काही लक्षणे तर दिसत नाहीत ना, याची काळजी वाटून ते दररोज आपले 'संबंधित' अवयव वारंवार तपासून पाहायचे!

पोर्ट सैद बंदर सोडल्यानंतर व्हेनिसला पोहोचेपर्यंत आमच्या समुद्रप्रवासात या अनपेक्षित घेतलेल्या रोमांचकारी अनुभवांचा विषय तपशिलाने आणि पुन:पुन्हा मोठ्या चवीनं, रोज त्यात भर टाकून चघळला जायचा.

व्हेनिसमध्ये आम्ही एक दिवस राहिलो. दुसऱ्या दिवशी मी लंडनला जाणारी बोट-ट्रेन पकडली. लंडनमध्ये शरीरसंबंधाचा माझा पहिला-वहिला अनुभव जणू माझी वाटच पाहत होता!

भारतात मी जेव्हा गव्हर्नमेंट स्कूलमध्ये होतो, तेव्हा मॉडर्न स्कूलमध्ये आम्हाला शिकवणाऱ्या एका बाईंशी माझा पत्रव्यवहार होता. त्या माझ्यापेक्षा थोड्या वर्षांनीच मोठ्या होत्या. आमच्या दोघांच्या नियमित पत्रव्यवहारातून एकमेकांतील प्रेम अधिकाधिक व्यक्त होऊ लागले. याचीच परिणती म्हणून माझा एकदा भावनातिरेक झाला. त्या दिवशी रात्री मला राहवलं नाही, मी त्यांचं एक उत्कट चुंबन घेतलं! त्या दिवशी रात्री प्रसन्न चंद्रप्रकाश होता. मी त्यांच्या खोलीवर भेटायला म्हणून गेलो होतो; परंतु

त्या वेळी मात्र त्यांनी मला चांगलीच समज दिली. तरीही त्यानंतर त्यांची पत्रं येतच होती आणि आता ती पूर्वीपेक्षा अधिक मैत्रीपूर्ण होती.

आता त्या बाई लंडनला टीचर्स ट्रेनिंगचा कोणता तरी ॲडव्हान्स कोर्स करत होत्या. त्या लंडनला राहत असल्यामुळे माझ्यासारख्या नवख्याला लंडनमध्ये हरवण्याची भीती वाटत नव्हती. त्या मला व्हिक्टोरिया स्टेशनवर आठवणीनं घेण्यासाठी आल्या होत्या. गोवर स्ट्रीटवर एका इटालियन इसमानं चालविलेल्या खानावळीत त्यांनी माझ्यासाठी एक खोली आधीच घेऊन ठेवली होती. खानावळीत जाण्यासाठी आम्ही एक टॅक्सी केली. खरं तर, त्यांच्या खोलीत घडलेल्या 'त्या' प्रसंगानंतर मी त्यांना भेटलोच नव्हतो; त्यामुळे त्या माझ्याशी कशा वागतील, याचा मला अंदाजच नव्हता.

पण माझी शंका थोड्याच वेळात दूर झाली. टॅक्सीनं थोडा स्पीड घेतला आणि बाईंनी माझं तोंड स्वतःकडं वळवलं आणि स्वतःचे ओठ माझ्या ओठांवर उत्स्फूर्तपणे टेकवले. खानावळीत पोहोचेपर्यंत 'हे असं' चुंबन सारखं चालू होतं.

एकदाची खानावळ आली आणि खाली उतरून टॅक्सी ड्रायव्हरला पैसे दिले; पण तोपर्यंत मी मात्र भेदरलेल्या, तरीही उत्साही अवस्थेत गेलो होतो! खानावळीत तिसऱ्या मजल्यावर माझी खोली होती. तिसऱ्या मजल्यावर जाताना त्यांनी मला माझं सामान उचलायला मदत केली. खानावळीचा इटालियन मालकही तेव्हा आमच्या बरोबर होता. खोली दाखवून तो जायला निघाला, त्याची पाठ फिरली नाही, तोच त्यांनी दाराला झटकन कडी लावून टाकली आणि आम्ही दोघे एकमेकांची बेभानपणे चुंबनं घेत गादीवर अक्षरशः गडाबडा लोळू लागलो. आता मी अधिक 'धीट' झालो. तेव्हा मात्र त्यांनी माघार घेतली. पँटमधील माझी 'उत्थापित' अवस्था पाहून हळूच एक लाडीक चापटी मारून बाई म्हणाल्या,

'प्लीजऽ शरीरसंबंध नको, फक्त प्रेम करू या!'

परंतु त्यांच्या बोलण्याचा माझ्यावर परिणाम झाला नाही. मोठ्या आवेशानं मी त्यांचा ब्लाउझ आणि साडी फेडली. बाई मला नाइलाजाने विरोध करत म्हणाल्या,

'नको, आज नको! आज सुरक्षिततेसाठी माझ्याकडे काहीही नाही. संभोग घेण्यापूर्वी आपण इथं कुठं प्रतिबंधक साधनं असतील, तर ती आधी मिळवू या.'

तरीही या बोलण्याचा माझ्यावर परिणाम झाला नाही. मी त्यांच्यावर अक्षरशः झेप घेतली आणि त्यांच्या दोन्ही मांड्यांमध्ये आलो. आता मात्र मला लाज, अपराधीपणा आणि तिरस्काराची जबरदस्त भावना वाटू लागली.

कोरड्या टॉवेलने त्यांनी स्वतःला जास्तीतजास्त स्वच्छ केलं आणि त्या पुन्हा माझ्याजवळ येऊन पडल्या.

'मी तुला माफ करते कारण माझं तुझ्यावर प्रेम आहे' असं त्या म्हणाल्या.

बाईंनी माझ्यावर अक्षरश: चुंबनांचा वर्षाव केला. मध्येच अचानक त्यांच्या तोंडाला दुर्गंधी येऊ लागली आणि मग त्यांची चुंबनं घ्यावीनाशी वाटली. तसं पाहिलं, तर अठरावं वय हे शारीरिक शक्ती अनावर होण्याचंच असतं. मी पुन्हा पेटून उठलो. या वेळी मात्र मी रानटीपणानं त्यांच्या स्तनांकडे आणि नंतर पुन्हा मांड्यांकडे गेलो. या वेळी त्यांनी मला जबर प्रतिकार केला आणि त्यांनी स्वतःच्या हातातच माझं वीर्य-पतन होऊ दिलं.

जेवणाची घंटा झाली, म्हणून माझी सुटका झाली! जेवणानंतर परत त्यांनी इच्छा दर्शविली. आता मात्र त्यांना खोलीत येण्यास मी ठाम नकार दिला. काहीतरी गप्पा मारून, एकदाचं ट्यूब स्टेशनपर्यंत नेऊन सोडलं आणि निःश्वास टाकला!

पुढचे तीन दिवस त्यांनी मला पकडण्याचा प्रयत्न केला; पण मी त्यांना चलाखीनं चुकवत होतो. दररोज रात्री उशीर होईपर्यंत मी त्या खानावळीपासून दूर दूर भटकत असे. लंडनमध्ये योगायोगानं त्यांचे इतरही काही विद्यार्थी राहत होते. अखेर त्या मला वैतागल्या आणि इतर विद्यार्थ्यांपैकी एकाबरोबर इंग्लंडमधील 'प्रेक्षणीय' ठिकाणं पाहण्यासाठी टूरवर गेल्या. नंतर मला कळलं की, प्रेमाच्या खेळात तो विद्यार्थी माझ्यापेक्षा अधिक तरबेज होता! तयार होता! बाई शांत होऊन परत आल्या होत्या!

मादक पँडोरानं स्वतःच्या सौंदर्याचा खजिना मुक्तपणे दाखवला आणि त्याबरोबर मला शारीरिक संबंधांची भीतीच वाटू लागली. माझ्या काही मित्रांना, युरोपियन मुलींमध्ये मी केलेल्या 'अपूर्व' पराक्रमांबद्दल भलतीच उत्सुकता होती. मीसुद्धा न केलेल्या, धाडसी पराक्रमाच्या कपोलकल्पित कथा तयार केल्या आणि त्यांना चविष्टपणे, तपशिलानं सांगू लागलो.

लंडनमध्ये कॉलेज सुरू झालं. आमच्या वर्गात मुलीही होत्या. मी प्रथमच वर्गातील मुलींबरोबर एकत्र बसत होतो. वर्गातील नवीन मैत्रिणीबरोबर टेनिस, बॅडमिंटन, स्क्वॉश असे खेळही खेळू लागलो.

लंडनमधील कित्येक पार्कमध्ये प्रेमी युगलांना बिनधास्त संभोग करताना मी कुतूहलाने पाहिले होते; त्यामुळे संभोगाची कल्पना करणं मला विशेष वाटलं नाही. अभ्यासातील रोमन कायदा आणि न्यायतत्त्वशास्त्र यापेक्षा गोऱ्या मुलींचा विचारच माझ्या मनात सतत असे. तरीसुद्धा मी कसाबसा कॉलेजची चाचणी परीक्षा उत्तीर्ण झालो!

इंग्लंडमधील वास्तव्याच्या पहिल्या वर्षातच मी त्या देशाच्या आणि त्या

देशामधील मोकळ्या माणसांच्याच अधिक प्रेमात पडलो!

या वर्षानंतर मी माझा मुक्काम गोवर स्ट्रीटवरून हलवला आणि स्ट्रेथम येथील ब्रिटिश खानावळीत राहण्यास गेलो. त्या निवासात चार स्त्रिया राहत होत्या. त्यांपैकी दोघी तरुण नर्सेस होत्या. तसेच, दोन प्रौढ पुरुष तिथं राहत होते. भारतीय असा मी एकटाच होतो

डिसेंबर महिना संपत आला होता. ख्रिसमस साजरा करण्यासाठी, पेन बंधूंना पुरलेल्या बकिंगहॅम शायरमधील क्वेकर होस्टेलवर मी गेलो होतो. त्या दिवशीच्या निमित्तानं मी ख्रिसमसची गाणी गायला शिकलो. त्या कार्यक्रमात माझ्या अनेकजणांशी ओळखी झाल्या आणि त्यांपैकी कित्येकजण माझे मित्रही झाले. तसे आमच्या कॉलेजमध्ये बरेच भारतीय होते; परंतु सुदैवाने मला ब्रिटिश मित्रच पुष्कळ मिळाले. बहुतेक वीक एन्डला ब्रिटिश मित्र मला आपुलकीने त्यांच्या घरी नेत असत.

ब्रिटिश लोकांबद्दल अनेक प्रवाद मी ऐकून होतो. त्यांपैकी मुख्य म्हणजे, ब्रिटिश लोक स्वतःचं घर म्हणजे एक कडेकोट किल्ला समजतात आणि दुसरं म्हणजे ब्रिटिश स्त्रिया या तशा 'थंड' प्रवृत्तीच्या असतात! मला मात्र या दोन्ही गोष्टी पूर्ण चुकीच्या आहेत, असा सुखद अनुभव आला.

मी राहत होतो, त्या निवासी खानावळीतील दोन्ही नर्सेस आणि काही मित्रांच्या बहिणी मला सर्व प्रकारचं सर्व सहकार्य अगदी उत्साहानं देत होत्या. मला स्वत:बद्दलच अजिबात खात्री वाटत नव्हती; त्यामुळे फक्त प्रेमळ चुंबनं आणि थोडंसं कुरवाळून स्पर्शसुख घेणं या पलीकडे मी कधी फारसा गेलो नाही. त्या मुली मात्र आपल्या आक्रमक उन्मादानं उत्तेजित करून मला आव्हान देत होत्या.

वर्ष झालं आणि कॉलेजला उन्हाळ्याची सुट्टी लागली. लगेचच 'लॉइड ट्रेस्टीनो' या इटालियन बोटीतून मी सुट्टीसाठी चक्क घरी परत आलो. भारतातील मित्रमंडळींमध्ये ब्रिटिश मुलींबरोबरच्या माझ्या प्रेम पराक्रमाच्या अतिरंजित कहाण्या सांगणं मी चालू ठेवलं. कल्पनाविश्वातील असे प्रेम-पराक्रम हेच माझं सुरुवातीचं भांडवल होतं.

एकूण सुट्टी मजेत गेली. सुट्टी संपल्यावर मी इंग्लंडमध्ये परत गेलो. यावेळी मी बाहेर राहायला जाण्याचं ठरविलं. एका ब्रिटिश मित्राचे वडील शहरात बागा निर्माण करणाऱ्या चळवळीचे संस्थापक होते. त्यांच्या ओळखीनं वेलवीन गार्डन सिटी-हर्टफोर्डशायर इथं मी मुक्काम हलविला. तिथं माझ्या मित्रानं एक छोटीशी खोली मिळविली होती. निवृत्त प्राध्यापक एफ. एस. मार्विन यांच्या घरातील ही एक

खोली होती. प्रा. मार्विन यांनी अनेक पुस्तकं लिहिली होती. गल्लीच्या शेवटच्या टोकाला त्यांचं छोटं-टुमदार घर होतं. घराच्या एका बाजूला 'शेरारर्ड पार्क'मधील आनंददायी वनश्री होती, तर दुसऱ्या बाजूला उंचसखल असा बराच मोकळा परिसर होता.

कॉलेजमध्ये जाण्यासाठी घरापासून मी ट्रेन आणि बसने जात होतो. तासाभरातच मी कॉलेजात पोहोचत होतो. प्रवासाचा हा तास तसा चांगला सत्कारणी लागत असे. आता मी वेलवीन गार्डनच्या रहिवाशांपैकीच एक झालो होतो. तेथील सहकाऱ्यांबरोबर टेनिस, हॉ की, बॅडमिंटन आणि स्क्वाश असे नेहमीचे खेळू लागलो होतो. अशा मित्रांबरोबरच रेल्वे-प्रवासही करू लागलो.

काही दिवसांत अशा विविध मार्गांनी मी त्यांच्यातीलच एक झालो आणि त्यांपैकी काही मित्रांबरोबर माझी घनिष्ठ मैत्री झाली. त्या काळातील काही मित्रांनी आजही माझ्याशी भारतात संपर्क ठेवला आहे.

हर्टफोर्डशायर परिसरातील बागबगिच्यांतून मनसोक्त फेरफटका मारायला मला नेहमीच आवडत असे. बागेतील अझिलस नावाच्या छोट्या छोट्या फुलझाडांनी आणि सदाहरित 'ऱ्होडोडेंड्रॉन'च्या झाडांनी परिसर प्रसन्नतेने उजळून निघालेला असायचा आणि त्यातच पक्ष्यांच्या किलबिलाटानं वातावरण भारून जायचं; त्यामुळे ज्या ज्या काही खास 'इंग्लिश गोष्टी' म्हणून होत्या, त्यांच्या अगदी गाढ प्रेमात मी पडलो.

भारतात मी मॉडर्न स्कूलमध्ये शिकत होतो, तेव्हा माझ्याबरोबर कंवल मलिक नावाची एक मुलगी होती. वेलवीन गार्डनमध्ये माझा मुक्काम होता, तेव्हा योगायोगानं मी पुन्हा तिच्या संपर्कात आलो. आता मला ती पहिल्यापेक्षा अधिक सुंदर दिसू लागली. तशी ती गव्हाळ रंगाची होती आणि स्वभावानं दांडग्या वृत्तीची मुलगी होती. लंडनमध्ये त्या वेळी ती मुलांबरोबरसुद्धा हॉकी आणि फूटबॉल खेळत असे. शाळेत असताना ती एक-दोन वर्ष माझ्या मागे होती. त्या वेळी ती अगदी सामान्य दिसत असे. पुढे मी लाहोरच्या कॉलेजमध्ये गेलो, तेव्हा तिचा आणि माझा संबंध सुटला. बऱ्याच वर्षांनंतर मी तिला पुन्हा लंडनमध्ये पाहिली, तेव्हा ती सौंदर्याने अगदी मुसमुसलेली होती. माझ्या परिचयातील अनेक मुलांना तिच्याविषयी आकर्षण वाटत होतं. त्यांपैकी काहीजण तर अत्यंत श्रीमंत घराण्यांतील होते.

कंवल मलिकचे आई-वडील अत्यंत कर्मठ असे शीख होते. सिव्हिल सर्व्हिसमधील एखाद्या चांगल्या शीख मुलाबरोबरच तिचं लग्न करण्याचा त्यांनी निश्चय केला होता. आय.सी.एस. पदवीबद्दल त्यांना नितांत आदर वाटत होता. कंवलचे एक काका आय.सी.एस. होते; त्यामुळे काका हे एखाद्या हीरोप्रमाणे वंदनीय मानले

जायचे. त्या वेळी अनेक स्पर्धात्मक परीक्षा चालू असायच्या. अशा परीक्षांना बसणाऱ्या काही शीख मुलांच्या आई-वडिलांकडे कंवलच्या लग्नाच्या दृष्टीनं बोलणी चालू होती.

पूर्वी तिला मी एक मुलगी म्हणून पाहिलं होतं. आता तिचं रूपांतर तारुण्यानं बहरलेल्या स्त्रीमध्ये झालेलं पाहताना मला फारफार यातना झाल्या, कारण तिला पाहताच मी तिच्या अत्यंत गाढ प्रेमात पडलो. तिला 'जिंकण्याची' संधी मात्र फारच कमी आहे, असं मला वाटत होतं. कारण या शर्यतीत बरेच अडथळे होते. एक तर तिचे वडील सरकारच्या पी.डब्ल्यू.डी. खात्यामध्ये सीनिअर इंजिनिअर होते. माझे वडील बांधकाम व्यावसायिक असल्यामुळे त्यांना पी.डब्ल्यू.डी.कडूनच कंत्राटे मिळवावी लागत असत आणि दुसरं म्हणजे, मी कायद्याचा अभ्यास करीत होतो. समाजात वकिलांची संख्या डझनावारी असल्यामुळे लग्नाच्या बाजारात वकिलांचा भाव त्या काळीही खूपच कमी होता!

तिच्या आई-वडिलांचं माझ्याविषयी चांगलं मत व्हायला योगायोगानं एक छोटीशी घटना कारणीभूत ठरली. सुमारे वर्षापूर्वी ते मला भेटण्यासाठी आले होते. तिच्या आईला माझ्या उशीखाली शीख धर्मातील प्रार्थनेचं एक पुस्तक मिळालं होतं. मी एक 'चांगला शीख' आहे, असं तिला वाटलं असावं, कारण ती अत्यंत प्रभावित झालेली दिसत होती.

लेक डिस्ट्रिक्टमध्ये त्यांची पुन्हा एकदा भेट झाली. ते बौनेस येथील एका श्रीमंती हॉटेलमध्ये राहत होते. मी विंडरमियर इथं राहत होतो. मी त्यांना भेटण्यास गेलो. त्यांच्याबरोबर ब्रेकफास्ट घेतला. हॉटेलवर जाण्यासाठी नावेतून सात मैलांचा प्रवास करावा लागला होता. त्या भेटीत माझ्या असं लक्षात आलं की, अपेक्षेप्रमाणे एखाद्या शीख मुलाकडून विचारणा झाली नाही, तर कंवलचं लग्न माझ्याशी लावून देण्यास कदाचित ते तयार होतील. आता यावर एकच उपाय होता. तो म्हणजे तिच्या आई-वडिलांना टाळून फक्त कंवलचीच भेट घ्यायची. अखेर तशी संधीही मला लगेचच मिळाली.

कॉलेजला नाताळची सुट्टी लागणार होती. सुट्टीसाठी कंवल कुठंही बाहेर जाणार नव्हती. बकिंगहॅमशायरमधल्या माझ्या क्वाकर होस्टेलवर येशील का, असं मी तिला विचारलं. आपल्या आई-वडिलांची परवानगी मिळविण्यासाठी तिनं त्यांना एक पत्र लिहिलं. मला सुखद आश्चर्याचा धक्काच बसला. कारण त्यांनी कंवलला भेटण्याची परवानगी दिली होती. आम्ही दोघे लंडनला जाण्यासाठी ट्रेनमध्ये बसलो. ट्रेन सुटताच मी तिचं 'प्रियाराधन' सुरू केलं. तिनंही लटका प्रतिकार करीत योग्य तो प्रतिसाद दिला.

क्वाकर्सला पोहोचल्यावर पुढील पंधरा दिवसांच्या वास्तव्यातही मी तिचं

'प्रियाराधन' चालूच ठेवलं होतं. त्या वेळीही तिनं योग्य तो प्रतिसाद दिला. लंडनहून परत निघण्याच्या वेळी मी लग्नाचा विषय काढला. 'आपल्या लग्नाबद्दल माझ्या आई-वडिलांनी तुझ्या आई-वडिलांना भेटलं, तर चालेल का?' असं मी तिला स्पष्टपणेच विचारलं आणि कंवलनं तत्काळ डोकं हलवून होकार दिला.

काही दिवसांतच आमचा वाङ्‌निश्चय जाहीर झाला. आमचं लग्न होणार, हे ऐकून अनेक मुलांच्या मनांत अक्षरश: आगडोंब उसळला. कारण बरेचजण तिला मिळविण्यासाठी प्रयत्नशील होते. त्यातला एक विशेष उत्साही कडवटपणे म्हणाला,

'अखेर बँकेत शिल्लक टाकलेल्या पैशाचा विजय झाला.'

या उत्साही वीराच्या बहिणीचं लग्न माझ्या नियोजित वधूच्या भावाशी झालं होतं. अर्थात त्यानं असं बोलण्याचं कारण म्हणजे त्या वेळेपर्यंत माझे वडील एक धनाढ्य असामी म्हणून ओळखले जाऊ लागले होते. इतर अनेक मित्रांनाही माझ्या लग्नाची बातमी ऐकून हेवा वाटू लागला होता. मी त्या मुलीशी लग्न करू नये म्हणून जवळचा असा एकच मित्र मला परावृत्त करण्याचा प्रयत्न करीत होता. त्याचं नाव होतं इ. एन. मंगतराय. त्याचं कंवलविषयी अत्यंत वाईट मत होतं. गंमत म्हणजे, हाच मंगतराय पुढे तिच्या प्रेमात पडला! इतका की, आमचं लग्न मोडण्यात तो यशस्वी झाला!

लॉची (कायद्याची) पदवी परीक्षा उत्तीर्ण होण्यासाठी मला एक वर्ष जास्त लागलं. मी 'इनर टेंपल'मधील बॅरिस्टर ॲट लॉ झालो. या मधल्या काळात मी आय.सी.एस.च्या परीक्षेला बसलो. आय.सी.एस. उत्तीर्ण होईन, असं मला अजिबात वाटत नव्हतं म्हणून मी एका पेपरला बसलोच नाही. परीक्षेचा निकाल जाहीर झाला तेव्हा मला आश्चर्याचा धक्काच बसला. कारण माझी आय.सी.एस.ची संधी अगदी थोडक्यात हुकली होती. तोंडी परीक्षेत पैकीच्या पैकी मार्क मिळविणाऱ्या ब्रिटिश आणि भारतीय विद्यार्थ्यांमध्ये मी एकटाच होतो. लेखी पेपर्स तपासणाऱ्यांपेक्षा माझी तोंडी परीक्षा घेणाऱ्या परीक्षकांवर मी अधिक प्रभाव पाडला असावा!

सन १९३९ च्या उन्हाळ्यात मी समुद्रमार्गे लंडनहून भारतात घरी परत आलो. त्या वेळी लंडनमध्ये सर्वत्र युद्ध सुरू होण्याची शक्यता व्यक्त केली जात होती. मी दिल्लीला पोहोचेपर्यंत जर्मन सैन्यानं त्याच्या शेजारील देशावर चढाई करून विजयसुद्धा मिळविण्यास सुरुवात केली होती.

१९३९ च्या ऑक्टोबर महिन्यात माझं लग्न झालं. लग्न समारंभ अतिभव्य स्वरूपाचा झाला. माझ्या बायकोचे वडील त्या वेळी पी.डब्ल्यू.डी.मध्ये चीफ इंजिनिअर झालेले होते. विशेष म्हणजे, या उच्च पदापर्यंत पोहोचणारे ते पहिलेच

भारतीय होते. दिल्लीमधील सर्वांत मोठ्या इस्टेटीचे सर्वांत मोठे मालक म्हणून ते प्रसिद्ध होते. एका मोठ्या दगडी संगमरवरी बंगल्यात आम्ही राहत होतो. तो बंगला एवढा मोठा होता की, त्या बंगल्यात डझनाहून अधिक केवळ बेडरूम्स होत्या! त्यामध्ये एक ग्रंथालय होतं. ग्रंथालयात नक्षीकाम केलेलं फर्निचर होतं. बैठकीच्या खोलीत आणि जेवणाच्या खोल्यांमध्ये मोठमोठी झुंबरं टांगलेली होती. वडील राजकारणातल्या लोकांचीही चांगली बडदास्त ठेवीत. वडिलांचा एकूण मित्रपरिवार प्रचंड असल्यामुळे आमच्या लग्नाच्या स्वागत-समारंभाला पंधराशेपेक्षा जास्त पाहुणे आले होते. पाकिस्तान निर्मितीचे पितामह एम. ए. जीना यांच्यासारखी बडी असामीसुद्धा त्या वेळेस आली होती. पुरामुळे दुथडी भरून जमुना जशी वाहत असते, त्याप्रमाणे ग्लासांमध्ये भरभरून शाम्पेन ओतली जात होती. लग्नसमारंभात बायकोला मिळालेल्या भेटवस्तू आम्ही गेली पन्नास वर्षे अनेकांना वाटत आहोत, तरीही अजून बऱ्याच शिल्लक आहेत! लग्नाच्या निमित्तानं वडिलांनी मला नवीन कोरी मोटार 'भेट' म्हणून दिली. एवढंच नव्हे, तर राहण्यासाठी आणि ऑफिससाठी लाहोर हायकोर्टाजवळ असलेली एक मोठी जागा भाड्यानं घेऊन दिली. लग्नानंतर राजस्थानमधील माउंट अबू इथं काही दिवस आम्ही मधुचंद्र साजरा करण्यासाठी गेलो होतो. मनसोक्त मौजमजा करून नव्या फोर्ड गाडीतून आम्ही लाहोरला परत आलो. आमचं घराणं त्या काळातही इतरांच्या तुलनेनं आर्थिकदृष्ट्या खूप श्रीमंत, समृद्ध होतं; त्यामुळे मीसुद्धा सुबत्तेतच राहत होतो. आमचे कौटुंबिक संबंधही चौफेर पोहोचलेले होते; त्यामुळे लाहोरमधील अनेक क्षेत्रांतील उत्तम संधी मला मिळू शकल्या.

आता मी लाहोरमधील दोन उच्चभ्रू क्लब्ज्मध्ये जाऊ लागलो. त्यांपैकी जिमखाना क्लब केवळ उच्चभ्रू इंग्रज लोकांसाठीच असे; त्यामुळे जिमखाना क्लबमध्ये भारतीयांना क्वचितच घेतलं जात होतं. मंत्री, न्यायाधीश आणि वरिष्ठ सरकारी अधिकारी यांच्या घरांतही आमचं चांगलं स्वागत व्हायचं. आर्थिक-सामाजिकदृष्ट्या आम्हीही प्रतिष्ठित होतो; परंतु त्यांच्यापैकी कोणीच मला वकिलीच्या दृष्टिकोनातून एकही पक्षकार देऊ शकला नाही. वकिली म्हणावी अशी अद्याप चालू झाली नव्हती. दिवसातला बराच वेळ ऑफिसमध्ये मी अगदी आरामात बसत असे. भरपूर वेळ असल्यामुळे बार असोसिएशनच्या नामांकित वकिलांच्या केसेसला मी हजर राहत असे; त्यातील युक्तिवादांच्या चर्चा मी मनापासून ऐकत असे. माझ्या या उमेदवारीच्या काळात एका मोठ्या फौजदारी वकिलाकडेसुद्धा मी 'सहायक' म्हणून अनेक महिने काम केलं. त्याच्याकडे कित्येक महिने काम करूनही त्यानं माझ्यावर स्वतंत्रपणे टिपणं काढण्याची साधी जबाबदारीही सोपविली नाही. अखेर नाइलाजानं मी कोणत्याही

केसेस स्वीकारू लागलो. ज्या दाव्यात प्रतिवादीनं बचावसुद्धा दिलेला नाही, अशा खुनांच्या केसेस अगदी अल्प मोबदल्यात म्हणजे केवळ १६ रुपयांत मी स्वीकारू लागलो. (म्हणजेच दिवसाला एक अमेरिकन डॉलर मिळू लागला!) एवढं करूनही दिवसातला बराच वेळ रिकामा राहायचा. म्हणून मी लाहोरच्या लॉ कॉलेजमध्ये पार्ट टाइम लेक्चरर म्हणून काम करू लागलो. एवढी 'कामगिरी' करूनही महिन्याकाठी अगदीच किरकोळ रक्कम हाती यायची.

आता मात्र वकिलीचा मला फारफार कंटाळा येऊ लागला. या कंटाळ्यातूनच मी इंग्लिश कविता आणि अभिजात वाङ्मय - क्लासिकल लिटरेचरकडे वळलो. खरं तर, कॉलेजमध्ये शिकत होतो, त्या दिवसांत या माझ्या आवडीच्या विषयांकडे मी अगदीच दुर्लक्ष केलं होतं.

असाच काही काळ गेला.

थोड्या दिवसांनी माझं वकिलीचं 'कौशल्य' थोडंफार वाढलं होतं; परंतु ज्या दर्जेदार राहणीची मला सवय झाली होती, ती राहणी परवडेल एवढा पैसा वकिलीतून मला कधीही मिळत नव्हता. माझे वडील म्हणजे अतिशय उदार मनोवृत्तीचे सभ्य गृहस्थ होतं. माझी मानसिक कोंडी होतेय, हे त्यांच्या लक्षात आलं असावं. भाड्याची जागा सोडायला सांगून त्यांनी मला लॉरेन्स कॉलेजजवळ एक मोठा बंगलाच घेऊन दिला. एवढंच नव्हे, तर त्यांनी तेवढ्या काळात माझी जुनी मोटार दोन वेळा बदलली आणि मला पुन्हा नवी कोरी मोटार घेऊन दिली. माझी राहणी एवढी दर्जेदार आणि रुबाबदार होती, तरी माझी वकिलीची प्रॅक्टिस अतिशय कमी आहे, हे सर्वांनाच माहीत होतं. अशा परिस्थितीत माझ्या ओळखीच्या संबंधांतून मला न्यायाधीशपदापर्यंत बढती मिळावी, एवढीच जास्तीतजास्त अपेक्षा मी करू शकत होतो!

एकूण अशा कंटाळवाण्या वातावरणातही लाहोरनं मला एक चांगली गोष्ट दिली, ती म्हणजे मंझूर कादिरशी झालेली माझी मैत्री. मंझूर कादिर हा वकिलीच्या व्यवसायात अपेक्षेपेक्षा अधिक भराभर वरच्या पदांवर 'प्रमोट' होत होता. असामान्य कर्तृत्व, कुशाग्र बुद्धिमत्ता आणि विलक्षण एकाग्रता असलेला असा तो एक माणूस होता. तसा तो माझ्यासारखाच नास्तिक होता. म्हणजे ईश्वराचं अस्तित्व आहे की नाही, याचं ज्ञान मला नाही आणि ते मला होणारही नाही, असंच माझ्याप्रमाणे त्याचंही मत होतं.

पुढे फाळणीनंतर तो पाकिस्तानचा परराष्ट्रमंत्री आणि मुख्य न्यायाधीश झाला.

भारतातील स्वातंत्र्य आंदोलनांचा वेळोवेळी अभ्यास करून अखेर भारतातून निघून जाण्याचं ब्रिटिशांनी ठरवलं. भारताची फाळणी होणार आणि लाहोर शहर

पाकिस्तानात जाणार याचा निर्णयही त्याच वेळी निश्चित झाला. देशात ठिकठिकाणी जातीय दंगली सुरू होत्या. १९४६ मध्ये वायव्य पंजाबमध्ये अनेक निरपराध शिखांची अमानुषपणे, निर्घृण कत्तल झाली. हा हिंसाचार हळूहळू लाहोर आणि अमृतसरच्या पूर्व प्रदेशातही पसरू लागला

अशा वातावरणातच १९४७ चा उन्हाळा सुरू झाला. दंगली जर कोणत्याही मार्गांनी थांबल्या नाहीत, तर हिंदूंना आणि शिखांना नियोजित पाकिस्तानमधून बाहेर पडावं लागेल, असं स्पष्ट चित्र दिसू लागलं. 'तू लाहोरमध्येच राहाणं योग्य होईल.' असा मंझूर कादिरनं मला निरोप पाठविला. त्याला काही बिगरमुस्लीम न्यायाधीशांची अत्यंत आवश्यकता आहे, असं त्यानं स्पष्टपणे सांगितलं होतं.

१९४७ मध्ये ऑगस्टच्या सुरुवातीला तर जाती-जमातींमधील वैर अनपेक्षितपणे पराकोटीचं भडकलं. दंगली शांत होत नाहीत, तोपर्यंत लाहोरमध्ये राहायचं नाही, असा निर्णय घेऊन मी लाहोर सोडलं. सुरक्षिततेचा उपाय म्हणून बंगल्याचा ताबा मी मंझूर कादिरकडं दिला. फाळणीनंतर त्या घरात मालक म्हणून मी पुन्हा कधीही जाऊ शकलो नाही. काही वर्षांनंतर मात्र मी त्या बंगल्यात राहिलो, ते कादिर कुटुंबीयांचा एक पाहुणा म्हणून!

आता मी माझं घर आणि उपजीविकेचं साधन वकिली दोन्ही गमावून बसलो होतो. खरं तर, ही घटना विलक्षण धक्कादायक होती. तरीसुद्धा मी एका अर्थानं संकटातून सुटल्याचा सुस्कारा टाकला. कारण एकंदरीतच लाहोरमधील वकिलीचा आणि वास्तव्याचा विविध अनुभवांनी मी तिरस्कार करू लागलो होतो; त्यामुळे व्यवसायासाठी किंवा वास्तव्यासाठी लाहोरला परत कधीही जायचं नाही, असं मी पक्कं ठरवून टाकलं.

भारतात आल्यावर मी परराष्ट्र व्यवहार मंत्रालयात नोकरीसाठी अर्ज केला. स्वातंत्र्यानंतर ठिकठिकाणी नुकत्याच परदेशी वकिलाती सुरू झाल्या होत्या. तिथं काम करण्यासाठी योग्य व्यक्तीच्या शोधात संबंधित अधिकारी होतेच. आश्चर्य म्हणजे, माझी मुलाखत वगैरे फारसं काही झालंच नाही आणि लंडनमधील भारतीय उच्च आयुक्तांच्या कार्यालयात माहिती अधिकारी म्हणून माझी नेमणूकही करण्यात आली.

अशा रीतीनं १९४७ च्या ऑक्टोबरमध्ये मी पुन्हा परत इंग्लंडला गेलो. या वेळी बायको, दोन छोटी मुलं आणि दोन नोकर असे पाचजण माझ्याबरोबर होते. वेलवीन गार्डन सिटीमध्येच एक छोटंसं टुमदार घर मी भाड्यानं घेतलं. त्या वेळी लंडनमध्ये कृष्णमेनन हे भारताचे उच्चायुक्त होतं. पंडित नेहरूंनी त्यांना घेतलं होतं. उच्चायुक्त कार्यालयामध्ये सुधीर घोष हे माझे निकटचे वरिष्ठ अधिकारी होते. ते

स्वतःला महात्मा गांधींचे जणू प्रतिनिधी समजत आणि कृष्ण मेननपेक्षाही स्वतःला श्रेष्ठ समजत. ते दोघे एकमेकांचे अगदी कट्टर विरोधक होतं. मेनन यांना पंडित नेहरूंचा पाठिंबा होता तर घोष यांच्या पाठीशी गृहमंत्री सरदार पटेल होतं. पटेल यांच्याकडे गृहखात्याबरोबर प्रसिद्धीचाही कार्यभाग होता.

मी कार्यालयात रुजू झालो. काही महिन्यांतच त्या दोघांमधील भांडणे अगदी विकोपाला गेली. घोष यांच्याविरुद्ध कारवाई करण्यासाठी मेनन यांनी विनाकारण मला गोवलं आणि माझा उपयोग करून घेतला. परिणामी, घोष यांना भारतात परत पाठविण्यात आलं आणि माझी ओटावा इथं बदली करण्यात आली. मी पुन्हा एकदा सामान बांधलं आणि न्यू यॉर्कमार्गे ओटावाला जाणाऱ्या बोटीत बसलो.

ओटावामध्ये एच्. डब्ल्यू. मलिक, आय.ए.एस. हे माझे वरिष्ठ अधिकारी होते. सुदैवाने मलिक हे बायकोचे काका. ते प्रख्यात गोल्फपटू होते. तसेच, ते समारंभप्रिय होते. राज्यप्रमुख, मंत्री आणि श्रीमंत वर्ग यांच्याशिवाय इतरांमध्ये मिसळण्याचा त्यांना तिटकारा होता. ते फारसे ऑफिसमध्ये नसतच. त्यांचा जास्तीतजास्त वेळ गोल्फच्या मैदानावर आणि राजनैतिक समारंभांना हजर राहण्यातच जात असे. अशा रूटीनमध्ये आम्हाला करण्यासारखं असं फारच थोडं काम असायचं. वेळ भरपूर मिळायचा. त्याचा सदुपयोग म्हणून मी लघुकथा लिहिण्यास सुरुवात केली. लेखक, कवी आणि साहित्यिक नियतकालिकांचे संपादक यांच्या गाठीभेटी घेतल्या. संपर्क वाढविले. 'सॅटरडे नाइट' आणि 'हार्पर' ही कॅनेडियन साहित्याचं व्यासपीठ असलेली दोन मासिकं होती. माझी पहिली-वहिली साहित्यिक मुशाफिरी याच मासिकांतून सुरू झाली.

मी उच्चायुक्तांच्या संपर्कातून हळूहळू बाहेर पडलो. एव्हाना माझी अनेक कॅनेडियन नागरिकांशी घनिष्ठ आणि कायमची मैत्री झाली. कॅनडामध्ये मी सर्वत्र मनसोक्त प्रवास केला, भरपूर हिंडलो. हिवाळ्यात बर्फावरील खेळ खेळलो, उन्हाळ्यात रॉकी पर्वतात गिर्यारोहण केलं आणि वसंत ऋतूत मॅपल वृक्षांच्या जंगलांना लागलेल्या रौद्र वणव्यांचा प्रकाशही पाहिला. कॅनडा हा देश मला नेहमीच मनापासून आवडतो.

ओटावामध्ये उच्चायुक्तांशी माझे संबंध या ना त्या कारणानं फारच बिघडत चालले होते. इतके की, ते अगदी तुटण्याच्याच मार्गावर होते. योगायोगानं त्याच वेळी मला लंडनला परत बदली झाल्याचा आदेश मिळाला. त्याप्रमाणे मी लंडनच्या कार्यालयात हजर झालो. पंतप्रधान नेहरूंनी परराष्ट्र प्रसिद्धी खाते स्वतःकडे ठेवले होते. कृष्णमेनन यांच्या आग्रहामुळे मी प्रसिद्धी सहायक आणि जनसंपर्क अधिकारी या पदावर काम करू लागलो. या वेळी लंडनला आल्याबरोबर प्रथम मी व्यापार आयुक्त ए. एस. लाल यांना भेटलो आणि त्यांच्याबरोबर सर्व सोयी असलेलं असं

घर भाड्यानं घेतलं. मात्र, काही महिन्यांनंतर हेंडन या उपनगरात मी माझा मुक्काम हलविला. हे उपनगर लंडनच्या वायव्येला आहे. तिथं एका छोट्या घरात राहू लागलो.

लंडनमध्ये माझी ही दुसऱ्यांदा बदली झाली. या वास्तव्यात माझ्या कारकिर्दीला एक वेगळंच वळण मिळालं. माझ्याकडे बरंचसं राजकीय स्वरूपाचं काम होतं. अशा राजनैतिक आयुष्याचा मला लवकरच कंटाळा आला. हे 'राजनैतिक' म्हणजे काय, तर वेळेवर न संपणारी, वारंवार होणारी जेवणं, दारूच्या पार्ट्या आणि शोभेचे समारंभ!

हेंडनमधील माझं घर पत्रकारांसाठी सदैव उघडं असे. कॅनडाहून येताना प्रीमियम स्कॉचची भरपूर खोकी मी आणली होती. या स्कॉचमुळे घरच्या सर्व पार्ट्या खूपच लोकप्रिय झाल्या. घरी येणाऱ्यांमध्ये किंग्सले मार्टिन, हेरॉल्ड इव्हान्स, विल्यम क्लार्क आणि डेव्हिड ॲस्टॉर हे प्रमुख पत्रकार, सी. पी. स्नो. आणि प्रो. सी. इ. एम. ज्योड यांच्यासारखे प्रतिथयश लेखक, तसेच ऑडेन, लुईस मॅक्नीस आणि डायलन थॉमस यांच्यासारखे कवी अशा असामींचा समावेश होता. माझ्याकडे येणाऱ्या सर्वांचं मी अतिशय चांगलं आदरातिथ्य करीत होतो.

याच काळात 'द मार्क ऑफ विष्णू' हा माझा लघुकथांचा संग्रह 'सॅटर्न प्रेस'तर्फे प्रकाशित झाला. या कथा मुख्यतः लाहोर आणि ओटावामधील वेगळ्या अनुभवांवर आधारित होत्या. या कथासंग्रहाची जाणकारांनी चांगलीच दखल घेतली. अर्थातच याचं मुख्य कारण म्हणजे माझ्याकडील कॉकटेल पार्ट्या! कथासंग्रह आणि स्कॉच यांतील संबंधांबद्दल माझ्या मनात अजिबात शंका नव्हती. तरीही या कथासंग्रहाच्या उत्साहजनक अनुभवानंतर आपण लेखन करूनच उदरनिर्वाह करावा, असा निराळाच विचार मी गंभीरपणे करू लागलो. असा विचार मनात येण्याचं आणखी एक कारण म्हणजे, याच काळात उच्चायुक्त कृष्ण मेनन यांच्याबरोबरचे माझे संबंध बिघडत चालले होते. दिवसेंदिवस ते अधिक असभ्यपणे वागू लागले होते. ते नेहमी आर्त आवाजात ढोंगीपणे रडणाऱ्या आणि हांजी हांजी करणाऱ्या माणसांच्या गराड्यात वावरत असत. त्यातच त्यांनी एक प्रौढ वयस्कर इंग्लिश बाई 'ठेवली' होती. एवढंच नव्हे, तर ते एका तरुण भारतीय मुलीच्या प्रेमातही 'पडले' होतं. ही तरुणी म्हणजे कार्यालयातीलच कारकून होती. अशा या प्रौढ-तरुण दोन स्त्रियांमध्ये मी मात्र एकटा : अकेला पुरता अडकलो होतो. अशा या कृष्णलीलांमधून सुटण्यासाठी बदली मागून घेण्याचा एक मार्ग माझ्यासमोर होता; पण बदली मागून घ्यायची नाही, असं मी पक्कं ठरवून टाकलं. आपण आयुष्यात काय करायचं, ते ठरवण्याची हीच वेळ

आहे, असं अगदी आतून जाणवलं. आता मी वयाच्या चाळिशीजवळ आलो होतो. मला जर एक लेखक म्हणून जगायचं असेल, तर ते आत्ताच, नाही तर कधीही शक्य नाही, असंही मला प्रकर्षानं जाणवलं. अर्थात हा निर्णय घेताना मला फार मोठा त्याग करावा लागणार होता. अखेरीस मी राजनैतिक नोकरीतील लठ्ठ पगार, बकिंगहॅम पॅलेसमधील इंग्लंडच्या राणीची आमंत्रणं, विविध देशांच्या वकिलातीची आमंत्रणं, शिवाय मला मिळणारी विनामूल्य दारू या सर्वांवर 'पाणी' सोडण्याचं ठरवलं. माझ्या गाडीवरील सीडी प्लेट काढून टाकण्याचाही निर्णय मी घेतला. झालं असतं, तर त्याच वेळी; नाही तर कधीच झालं नसतं, ते लगेच झालं. 'लेखक' होण्याचा प्रयत्न करण्यासाठी १९५१ मध्ये मी नोकरीचा राजीनामा देऊन टाकला. धाडस केल्याशिवाय काही वेगळं मिळत नाही, असं मी मनाला वारंवार, सतत बजावलं. चांगली नोकरी सोडणं आणि लेखक होणं या बाबतीत मी कोणाशीही सल्लामसलत केली नाही- अगदी बायकोशीसुद्धा! मुख्य म्हणजे, त्या काळात बायको आणि माझ्यात अगदी कमीतकमी विचारविनिमय व्हायचा. निर्णय झाल्यावर मुलं आणि नोकर यांच्याबरोबर मी तिला भारतात परत पाठविण्याचं ठरवलं.

बायको-मुलं भारतात परत जायला निघाली, त्याच दिवशी मी शिल्लक रजेचा अर्ज आणि राजीनामापत्र पाठवून दिलं. ते मिळताच कृष्ण मेनन यांनी मला निर्णयापासून परावृत्त करण्याचे प्रयत्न केले; पण ते 'अर्धवट' पद्धतीनं! तसे ते मला स्वतःचा मित्र मानतात, असं म्हणाले. 'तुम्हाला कोणीही मित्र नाहीत, तुमचे कोणी मित्र होतील, असं वाटत नाही' असे शेवटचे शब्द मोठ्या धाडसानं त्यांना सुनावले आणि मी 'इंडिया हाउस' कायमचंच सोडून बाहेर पडलो.

लंडनमधील हाय-गेट इथं सर्व सोयी असलेली अशी तळघरातील जागा मी लगेच भाड्यानं घेतली आणि कामाला सुरुवात केली. लेखन क्षेत्रातही तीव्र स्पर्धा होती. त्या जगात टिकायचं असेल, तर मला कोणत्या तरी एखाद्या विषयात विशेष प्रावीण्य मिळवलं पाहिजे, असा मी विचार केला.

शीख लोकांचाच विषय मी सर्वप्रथम अभ्यासासाठी घेतला. सुरुवातीलाच शिखांची प्रातःकालीन प्रार्थना 'जपजी' भाषांतरित केली. ही प्रार्थना शीख धर्माचे संस्थापक गुरू नानक यांनी लिहिलेली आहे. त्यानंतर शीख जमातीचा अभ्यास करून इतिहासही लिहून काढला. पुस्तकाला 'द सिखस्' असं शीर्षक दिलं. 'मेसर्स ॲलन ॲन्ड उनविन' या प्रकाशनानं हे पुस्तक प्रसिद्ध केलं. या इतिहासाच्या पुस्तकात विशेष दखल घ्यावी, असं काही नव्हतं; परंतु या पुस्तकात मी एक भाकीत केलं होतं. मी असं म्हटलं होतं की, या शतकाच्या अखेरीस शीख पंथाचे अनुदायी हिंदू धर्मात विलीन होऊन जातील. नेमकं हेच भाकीत अनपेक्षितपणे

वादग्रस्त ठरलं आणि आश्चर्य म्हणजे 'द सिखस्' या पुस्तकाची प्रथम आवृत्ती झपाट्यानं संपली!

अर्थात आत्तापर्यंत प्रसिद्ध झालेल्या तीनही पुस्तकांपैकी कोणत्याही पुस्तकानं मला विशेष आर्थिक लाभ काही मिळवून दिला नाही. पहिल्या दोन पुस्तकांनी झालेली आर्थिक प्राप्ती ५०० पौडांपेक्षा कमीच होती. परराष्ट्र मंत्रालयात राजनैतिक प्रतिनिधी म्हणून मी चार वर्षं काम केलं. चार वर्षांच्या या काळात जेवढी बचत केली होती, ती सर्वच्या सर्व आता संपून गेली आणि म्हणून मुख्यतः भारतात स्वतःच्या घरी परतण्याचं ठरवलं. एकूण परिस्थितीचा बराच विचार केला आणि अखेर १९५१ च्या उन्हाळ्यात एके दिवशी मी दिल्लीला परत आलो. वडिलांच्याच घरात आणि त्यांच्याच प्रेमळ औदार्यावर पुन्हा जगू लागलो. राजनैतिक कारकिर्दीतील चांगली नोकरी सोडून मी थोडासा वेडेपणाच केला, असं बहुतेक सर्वांना वाटत होतं. अभ्यासातील माझी गति-प्रगती सर्वसामान्यच होती आणि त्याची सर्वांना जाणीव होती; त्यामुळे लेखक म्हणून कसं काय यश मिळणार, लेखक होणं तर अधिक अवघड आहे, यावर सर्वांचंच 'एकमत' होतं! त्यामुळे घरात आप्तेष्ट आणि घराबाहेर हितचिंतक मित्र अशा दोन्ही बाजूंनी बोलणी खावी लागत होती, उपदेशाचे डोस घ्यावे लागत होते.

आता मात्र सतत बोलणी आणि उपदेश ऐकूनऐकून मला भयानक कंटाळा आला. अशा मानसिक दबावाच्या वातावरणापासून दूर कुठंतरी लांब पळून जाण्याचं मी ठरवलं आणि त्याप्रमाणे लगेचच भोपाळ इथं पळून गेलोही! भोपाळला वडिलांचा एक आइस्क्रीम कारखाना होता, सुंदर फळबागा होत्या आणि रम्य तळ्याकाठी एक छानसं टुमदार घर होतं.

सुदैवानं भोपाळ येथील घरात मी एकटाच होतो; त्यामुळे एकान्तवासात छान 'मूड' लागला आणि मी मोठ्या उत्साहानं लेखनाच्या कामाला सुरुवात केली. भारताची फाळणी होऊन चार वर्षं झाली होती, तरी त्याच्या आठवणी अजूनही ताज्या होत्या; अस्वस्थ करणाऱ्या होत्या. म्हणून मी फाळणीच्या विषयावरील कादंबरीचं लेखन सुरू केलं.

आता मी माझा दैनंदिन कार्यक्रम ठरवून टाकला. रोज सकाळी लवकर उठून मी कादंबरीच्या लेखनाला बसत असे. त्यानंतर उरलेला वेळ इकडेतिकडे भटकण्यात घालवीत होतो. रम्य तळ्याकाठी विविध प्रकारचे सुंदरसुंदर पक्षी येत असत, बागडत असत. त्यांचं बागडणं, निरीक्षण करणं मला मनापासून आवडत असे. याच रम्य तळ्यात अंघोळ करण्यासाठी नबाबाचा स्त्री नोकरवर्ग अधूनमधून येत असे. तळ्याकाठी निवांत बसून अशा स्त्रियांना पाहणं हे एक 'सुख' होतं. अंघोळीला उतरण्यापूर्वी त्या सुंदरसुंदर स्त्रिया बुरखा आणि कपडे विशिष्ट शैलीनं काढून ठेवीत असत. कपडे

काढण्याच्या शैलीतही एक प्रकारची नजाकत होती, खानदानीपणा होता; मोहकता होती. अशा सुंदरसुंदर नग्न स्त्रियांना चोरून पाहणं हा मला नेहमीच मनापासून आवडणारा एक 'खेळ' आहे.

भोपाळच्या जंगलांतून मी खूप दूरवर, मनसोक्त भटकत होतो. दररोज रात्री झोपताना आवडती रम आणि जीन पीत होतो.

भोपाळच्या घरात मी तीन महिने राहिलो. या वास्तव्यात 'मनो माजरा' या कादंबरीचा पहिला आराखडा पूर्ण लिहून काढला आणि पुन्हा दिल्लीला परतलो. भोपाळला जाताना ठरविल्याप्रमाणे माझ्या हातून थोडं फार लेखनाचं काम झालं होतं; परंतु एकूण परिस्थिती मात्र फारशी आशादायक वाटत नव्हती. आत्मविश्वास अगदी ढासळू लागला. अजूनही म्हणावी तशी समाधानकारक आर्थिक कमाई होत नव्हती. अजूनही वडिलांच्या खात्यातून पैसे काढावे लागत होते. त्यातल्या त्यात एक होतं की, मुलांच्या शिक्षणाचा खर्च माझी बायको करत होती. अशा निराशामय वातावरणात मनस्ताप व्हावा, अशी आणखी एक गोष्ट चालू होती. ती म्हणजे माझी बायको आणि माझा मित्र मंगतराम हे दोघे लक्षात येण्याइतके वारंवार भेटत होते आणि हे प्रतिष्ठेच्या दृष्टीनं चांगलं नव्हतं.

अगदी नाइलाजानं, एकूणच निराश होऊन अखेर मी रेडिओवर नोकरी पत्करली. परदेशात प्रसारित होणाऱ्या इंग्लिश कार्यक्रमांचा प्रमुख म्हणून माझी नेमणूक झाली. तिथं म्हणावं असं फारसं काम नव्हतं आणि खरं तर, तिथलं कामही मला आवडत नव्हतं. रेडिओवरच्या या नोकरीतील एकमेव जमेची बाजू म्हणजे निराद सी. चौधरी यांच्यासारखा विचारवंत मित्र मिळाला. रेडिओसाठी ते लेखन करीत असत. तसेच रूथ प्रवर झाबवाला यांच्यासारखा प्रतिभावंत अधूनमधून भाषणं करीत असे. भाषणांच्या ध्वनिमुद्रणासाठी ते रेडिओ स्टेशनवर येत असत. या दोन्ही दिग्गजांची आणि माझी चांगली मैत्री झाली.

या वेळेपर्यंत माझ्या कादंबरीचं टायपिंग झालेलं नव्हतं. योगायोगानं इंग्लिश परराष्ट्र वकील वॉल्टर बेल यांची अमेरिकन पत्नी टॅटी हिने कादंबरीचं टायपिंग करून देण्याचं स्वखुशीनं मान्य केलं. न्यू यॉर्कमधील प्रसिद्ध ग्रोव्ह प्रेस या प्रकाशन संस्थेला ही कादंबरी पाठवावी, असं मी ठरवलं. भारतातील लेखकांसाठी कादंबरी, लघुकथा, रहस्यकथा अशा ललित साहित्यातील उत्तम कलाकृतीला ग्रोव्ह प्रेसनं एक हजार डॉलर्सचं पारितोषिक जाहीर केलं होतं.

"हे काही फारसं खरं नाही," माझा निर्णय ऐकून टॅटी बेल मला म्हणाली, "पोस्टेजवर तू विनाकारण फार पैसे खर्च करतोस."

तिचं हे मत ऐकून माझा हिरमोड झाला. तरीसुद्धा 'होईल ते होईल', अशा भूमिकेतून ते हस्तलिखित पारितोषिकासाठी मी न्यू यॉर्कला पाठवलं. कादंबरीचं

हस्तलिखित पाठविताना मी हेतूपूर्वक टोपणनाव वापरलं. त्याचं मुख्य कारण म्हणजे, कृष्ण मेनन हे त्या पारितोषिक समितीतील एक परीक्षक होते.

पाहतापाहता रेडिओवरील नोकरीला एक वर्ष पूर्ण झालं. दुसऱ्या वर्षात युनेस्कोचे पॅरिसमधील डायरेक्टर जनरल डॉ. ल्यूथर इव्हान्स यांची मी मोठ्या उत्साहानं मुलाखत घेतली. मुलाखतीच्या निमित्तानं आमच्या दोघांची चांगलीच मैत्री झाली. त्याचा परिणाम म्हणजे, काही आठवड्यांनंतर युनेस्कोच्या 'मास कम्युनिकेशन' विभागात उपप्रमुख हे पद स्वीकाराल का, असं मला विचारलं. अर्थात आरामशीर नोकरीचा मी ताबडतोब राजीनामा देऊन टाकला आणि त्याबद्दल अजिबात वाईट वाटलं नाही. कारण रेडिओत मला दिवसातून फक्त जास्तीतजास्त पंधरा मिनिटं काम करावं लागत होतं. म्हणून नोकरी सोडताना 'हे पद रद्द करावं' अशी स्पष्ट शब्दांत शिफारस करणारं एक टिपण देऊन, मी रेडिआचं ऑफिस मोठ्या समाधानानं सोडलं.

पुन्हा एकदा बायको आणि दोन मुलं असा संसार घेऊन बोटीनं आम्ही युरोपला प्रयाण केलं. प्रवासात बरेच परिचित भेटले. मला एकट्यालाच पुढील आयुष्याच्या कारकिर्दीत धाडस करायला मिळावं, असं त्यांच्यापैकी काहींना वाटत होतं, असं बोलण्यातून, गप्पांतून जाणवलं.

आम्ही पॅरिसमध्ये दोन वर्षं संसार केला. या दोन वर्षांच्या मुक्कामात मुख्य म्हणजे, माझी मुलं चांगल्यापैकी फ्रेंच बोलायला शिकली; आणखी एक म्हणजे, बायकोला फ्रेंच पदार्थ खायला आणि विविध प्रकारची वाइन घ्यायला आवडू लागली. परंतु मला मात्र रंगेल पॅरिस नगरीत म्हणावा असा वेगळा अनुभव मिळाला नाही. या नोकरीतही पत्रव्यवहार करणं, तसेच जगातील माद्रिद, मॉन्ट व्हिडिओ, जिनोवा, लंडन यांसारख्या मोठमोठ्या शहरांमध्ये परिषदा - समारंभांना उपस्थिती लावणं यापलीकडे मला फारसं विशेष काम नव्हतं.

पॅरिसमधील दोन वर्षांच्या वास्तव्यात एक मात्र अत्यंत सुखद आणि उत्साहजनक घटना घडली. ती म्हणजे 'ग्रोव्ह प्रेस'नं मी पाठविलेल्या कादंबरीला एक हजार डॉलर्सचं पारितोषिक दिल्याचं जाहीर केलं. नंतर लंडनमधील 'छाटो अँड विन्डस', फ्रान्समधील 'गलीमार्द' यांसारख्या युरोपमधील नामवंत व प्रतिष्ठित प्रकाशकांनी माझी कादंबरी प्रकाशनासाठी लगेचच स्वीकारली. अल्पावधीतच ही कादंबरी प्रकाशित झाली ती दोन नावांनी : फ्रेंचमध्ये 'मनो माजरा' या नावानं आणि इंग्लिशमध्ये 'ट्रेन

टु पाकिस्तान' या नावानं. एवढंच नव्हे, तर जर्मनमध्येही ती नंतर प्रकाशित झाली. तिचं जर्मन नाव होतं, Dia Brucke am Satledsch. मला फारशी अपेक्षा नव्हती; पण कादंबरीबद्दल सर्वत्रच चांगले, अनुकूल, तरीही योग्य मूल्यमापन करणारे अभिप्राय प्रसिद्ध झाले; त्यामुळे एक समाधान वाटलं.

पहिल्याच कादंबरीला मिळालेलं यश आणि योग्य प्रतिसाद यामुळे मी उत्साही झालो आणि मी पुन्हा एकदा आहे ही नोकरी सोडायची, असा निर्णय घेतला. कित्येक राष्ट्रप्रतिनिधींमध्ये अनेक फालतू कारस्थानं चालू असल्याचं माझं मला त्या वेळी जाणवलं. सर्व आंतरराष्ट्रीय संघटनांमध्ये सामान्यपणे मूर्ख माणसं आढळतात; परंतु युनेस्कोमध्ये त्यांच्यापेक्षाही जास्त मूर्ख माणसं होती, हे सत्य मला कळलं. 'युनेस्को' म्हणजे पृथ्वीवरील सर्व राष्ट्रांची प्रातिनिधिक संस्था, जिथं आंतरराष्ट्रीय प्रश्न आणि त्यावरील उपाययोजना यांबाबत बहुमतानं धोरण ठरवतात; पण अशा 'जागतिक' संस्थेत माझा वरिष्ठ अधिकारी एक नॉर्वेजियन माणूस होता. मला 'सत्य' जाणवल्यामुळे त्यांच्याशी भांडण उकरून काढायला मला अजिबात त्रास पडला नाही! त्याचा अपेक्षित परिणाम म्हणजे मी सहजपणे राजीनामा दिला आणि 'युनेस्को'सारख्या प्रतिष्ठित संस्थेतून बाहेर पडलो.

पूर्वी एकदा मी राजनैतिक नोकरीचा राजीनामा दिला होता, तेव्हा कुटुंबाला भारतात परत पाठवून दिलं होतं, तसेच याही वेळी कुटुंबाला भारतात रवाना केलं. त्यानंतर हुडन येथील शेजारच्या लहान घरात राहायला गेलो. या दुसऱ्या घरात गेलो आणि उगाच वेळ न दवडता लगेच दुसरी कादंबरी लिहायला घेतली. पहिलं प्राथमिक लेखन झपाट्यानं केलं आणि अवघ्या तीन महिन्यांत ते संपविलं. विनाकारण परदेशात राहणं आवश्यक नव्हतं म्हणून बोटीनं भारतात परत आलो. भारतात आल्यावर पुन्हा या वेळीही वडिलांच्या 'प्रेमळ औदार्या'वर विसंबून राहू लागलो. अर्थात मुलांच्या शिक्षणाचा खर्च मात्र पूर्वीप्रमाणे बायकोच करत होती.

दिल्लीतील माझ्या संबंधित समाजाला मी 'निखट्टू' म्हणजे 'बिनकामाचा' नाही, हे दाखवणं जरुरीचं होतं. म्हणून मी पुन्हा एकदा दिल्लीतच एक नोकरी स्वीकारली. दिल्लीतील लोकांच्या दृष्टीनं लेखन हा 'छंद' असू शकतो; पण ते 'पूर्ण' वेळ काम असू शकतं, यावर मात्र त्यांचा विश्वास नव्हता. भारत सरकारच्या प्लॅनिंग कमिशनतर्फे हिंदी-इंग्लिशमध्ये 'योजना' नावाचं एक नवीन साप्ताहिक प्रकाशित होत होतं. या साप्ताहिकाच्या प्रमुख 'संपादक'पदी माझी नेमणूक झाली. संपादकाच्या या नोकरीचा सर्वांत मोठा आणि महत्त्वाचा फायदा झाला, तो म्हणजे टी. एस. नागराजन् या तरुण, उत्साही फोटोग्राफरबरोबर मला सर्व भारतभर मनसोक्त प्रवास करण्याची अमूल्य संधी मिळाली. भारतातील धरणं, कारखाने, खाणी, तसेच, विविध ग्रामीण प्रकल्प असलेल्या छोट्या-मोठ्या अनेक ठिकाणांना आम्ही दोघांनी भेटी दिल्या.

प्रामाणिकपणे सांगायचं तर या भटकंतीतून आणि प्रवासातूनच मला माझा भारत देश अधिक 'समजला'; मुख्य म्हणजे, चांगलाच जाणवला. या प्रवासात पाहिलेल्या प्रत्येक ठिकाणाबद्दल त्याच्या इतिहासविषयक असं भरपूर लेखन केलं. मुख्यतः साप्ताहिकासाठी लिहिताना मी खूप कष्ट घेतले, वाचकांना आवडेल अशा शैलीनं लिहिलं, तरीही साप्ताहिकाचा खप काही म्हणावा तसा वाढला नाही.

'योजना' हे साप्ताहिक म्हणजे सरकारच्या योजनांचा, प्रकल्पांचा प्रचार करणारं साधन आहे, अशी लोकमानसांत सर्वसाधारण समजूत असल्यामुळे माझ्या लेखांचीही विशेष कोणी दखल घेतली नाही. सरकारतर्फे अनेक प्रकारची प्रकाशनं होत असतात; परंतु सर्व सरकारी प्रकाशनांच्या वितरण यंत्रणेत एक प्रकारची भयानक उदासीनता अनुभवाला येते. तशीच 'योजना' साप्ताहिकाच्या वितरणाच्या संदर्भातही सरकारी यंत्रणा भयंकर उदासीन होती. याशिवाय माझे वरिष्ठ अधिकारी आणि संबंधित खात्याचे मंत्री यांच्या एकमेकांतील हेव्या-दाव्यांच्या कात्रीतही मी उगाचच सापडलो. समजा, मी एखाद्याची स्तुती केली तर बाकीची संबंधित सहा माणसं दुखावली जात असत.

याच काळात सुदैवानं 'रॉकफेलर फाउंडेशन'मधील एका प्रतिभावंत विद्वान गृहस्थाशी माझी ओळख झाली, भेट झाली. योगायोगानं त्यांनी माझं 'द सिखस्' हे छोटंसं पुस्तक बारकाईनं वाचलं होतं. 'शीख' या विषयावर अधिक सखोल, अभ्यासपूर्ण काम करण्याची इच्छा आहे का? असं त्यांनी मला विचारलं. अर्थात मी ही सुवर्णसंधी लगेचच स्वीकारली. त्या दृष्टीनं ताबडतोब प्रोजेक्ट रिपोर्ट तयार केला. या प्रोजेक्टबरोबर योग्य शिफारशीची आवश्यकता होती. म्हणून मी अलिगढ मुस्लीम युनिव्हर्सिटीत गेलो. शीख-मुस्लीम यांच्यातील ऐतिहासिक परंपरेनं रूढ केलेला शत्रुत्वाचा सिद्धान्त भ्रामक आहे, चुकीचा आहे हे सिद्ध करावं म्हणून मी हेतुपूर्वक मुस्लीम युनिव्हर्सिटीची निवड केली. 'रॉकफेलर फाउंडेशन'नं माझा प्रोजेक्ट तत्काळ स्वीकारला; त्यामुळे मी 'योजना' साप्ताहिकाच्या संपादकपदाचा राजीनामा देऊन टाकला!

तसा विचार केला, तर 'रॉकफेलर फाउंडेशन'बरोबर झालेला करार आर्थिक दृष्टीनं तोट्याचाच होता. आणखी तीन वर्षं तरी माझ्या खिशात पैसे येणार नाहीत, हे मला लवकरच कळून चुकलं! याच वेळी मुलगा केंब्रिजला किंग्ज कॉलेजमध्ये शिकत होता. (अर्थात हा खर्च बायकोच करत होती!) आणि मुलीला मसुरीमधील एका कॉन्व्हेंट स्कूलमध्ये ठेवलं होतं. महत्त्वाची सर्व कामं मार्गी लावून आम्ही दोघे लंडनला गेलो.

लंडनमध्ये अग्रक्रमानं म्हणजे सर्वप्रथम इंडिया ऑफिसच्या लायब्ररीमध्ये असलेल्या शिखांबद्दलच्या सर्व पुस्तकांचा विशिष्ट पद्धतीनं अभ्यास सुरू करायचा होता.

लंडनमध्ये आम्ही तीन महिने राहिलो. हे तीन महिने लिखाणाच्या दृष्टीनं अतिशय लाभदायक, महत्त्वाचे ठरले. शिखांविषयीचं शक्य तेवढं साहित्य तर जमा केलंच शिवाय त्याच काळात आणखी एक महत्त्वाचं लेखन केलं, ते म्हणजे महाराजा रणजितसिंगांचं चरित्रही मी पूर्ण केलं. रणजितसिंग यांच्या मृत्यूनंतरचा दहा वर्षांचा काळ हा अस्थिरतेचा होता. या अस्थिरतेचा शेवट शीख साम्राज्याचे ब्रिटिशांच्या भारतीय राज्यात विलीनीकरण होण्यात झाला. या परिवर्तनाच्या काळाचं चित्रण मी एका छोट्या पुस्तकात लिहिलं.

लंडनमधील वास्तव्य संपल्यानंतर बायको एकटीच भारतात परत गेली. अमेरिकेच्या पश्चिम किनाऱ्यावर व्हँकुअरपासून दक्षिण कॅलिफोर्नियापर्यंत शिखांनी वेगळी वसाहत केली आहे. अमेरिकेतील शीख समुदायाबद्दल माहिती गोळा करण्यासाठी म्हणून मी अमेरिका आणि कॅनडाला गेलो. या मुक्कामात असं लक्षात आलं की, अमेरिकेतील या शिखांच्या संदर्भातील बरंचसं महत्त्वाचं साहित्य अगदी दुर्लक्षित राहिलं आहे. हे कामही मी तातडीनं पूर्ण केलं. 'शीख' या विषयावरील महत्त्वपूर्ण माहिती, थोडाफार अभ्यास झाल्यावर मी भारतात परत आलो. घरी परत आलो, तेव्हा लिखाणाची नेमकी दिशा आणि स्वरूप याची स्पष्ट कल्पना मनामध्ये तयार झाली होती. युनेस्कोमध्ये मी काम करीत होतो, तेव्हा योन ल रुगतेल (Yvonne Le Rougetel) ही माझी सेक्रेटरी होती. तिनं माझ्याबरोबर भारतात येण्याचं ठरवलं आणि महिना केवळ ५०० रुपये इतक्या कमी पगारावर काम करण्याचं मान्य केलं, हे माझं सुदैवच!

आम्ही कामाची सुरुवात खूप धीमेपणानं पण चिकाटीनं केली. अशा प्रकारच्या कामाला मोठा कालावधी लागतो. आमचं काम कित्येक महिने चालू होतं. लिखाणाचे मी अनेक खर्डे केले. असे लिहिलेले खर्डे तिनं पुन:पुन्हा टाइप केले. अगदी न कंटाळता कामाच्या सर्व धावपळीत माझी शिष्यवृत्ती संपण्याची वेळ आली, म्हणून मी आणखी एक वर्ष मुदत वाढवण्याची विनंती केली; परंतु ती विनंती नाकारण्यात आली.

या एकूण चार वर्षांच्या अभ्यासाच्या कालावधीत मी दोन खंड लिहून पूर्ण केले. लगेचच हे दोन्ही खंड 'प्रिन्स्टन आणि ऑक्सफर्ड विद्यापीठ प्रेस'तर्फे प्रकाशित झाले.

हा दीर्घ काळाचा अभ्यास आणि दोन खंडांचं लेखन यामुळे 'शीख' या विषयामध्ये मी एक तज्ज्ञ म्हणून ओळखला जाऊ लागलो. एवढंच नव्हे, तर एन्सायक्लोपीडिया ब्रिटानिकानं 'सिखिझम' आणि 'शिखांचा इतिहास' या दोन विषयांवर मला लेखन करण्यास सांगितलं. ऑक्सफर्डच्या 'स्पाल्डिंग ट्रस्ट'नं तर 'सिखिझम' या विषयावर सविस्तर व्याख्यानं देण्यासाठी मला खास बोलावलं.

तसेच, 'तुलनात्मक धर्म' (comparative religion) हा विषय शिकविण्यासाठी प्रिन्स्टन युनिव्हर्सिटीनं मला बोलावून घेतलं.

आता विविध विषयांवरील माझ्या अनेक लघुकथा, काही लेख अमेरिकन, ब्रिटिश व भारतीय नियतकालिकांमध्ये प्रकाशित होऊ लागले. 'द न्यू यॉर्क टाइम्स' आणि 'द ऑब्झर्व्हर (लंडन)' यांनी तर विशेष लेखन करण्याची कामगिरी माझ्याकडे सोपविली; त्यामुळे साहजिकच मला अभ्यासपूर्ण पत्रकारितेमध्ये स्थान मिळालं.

प्रिन्स्टन आणि हवाई इथं ठरल्याप्रमाणे मी माझं काम पूर्ण केलं. त्यानंतर काही काळ मी स्वार्थमोर (Swarthmore) या कॉलेजमध्ये 'भारतीय धर्म' आणि 'भारतीय तत्कालीन राजकारण' हे दोन विषय सविस्तर शिकविले. ही माझी व्याख्यानं 'व्हिजन ऑफ इंडिया' या नावानं अल्पावधीतच प्रकाशित झाली.

महत्त्वाची एक गोष्ट मात्र निश्चित की, भारतातील वास्तव्यापेक्षा अमेरिकेतील माझ्या या व्याख्यानांनी मला माझा देश अधिक समजला!

प्रसिद्ध राबाबीने म्हटलं आहे :

'मी शिक्षकांकडून खूप शिकलो, त्याहून अधिक मी सहकाऱ्यांकडून शिकलो; पण या सर्वांहून अधिक मी माझ्या विद्यार्थ्यांकडून शिकलो.'

जेमतेम वार्षिक परीक्षा उत्तीर्ण होऊ शकेन, असा मी विद्यार्थी होतो, तेथपासून मी कुठल्या कुठे मजल मारली! आता मी अनेक पुस्तकं लिहिलेला असा प्राध्यापक झालो होतो. ठिकठिकाणच्या युनिव्हर्सिटीतील वास्तव्यामुळे माझी भावी जीवनाची दिशा निश्चित झाली. आता मी कमी खायला, जास्त प्यायला शिकलो आणि तरीही अतिशय वक्तशीर झालो.

आपण उत्तम शिक्षक किंवा थोर लेखक आहोत, अशा भ्रमात मी कधीच नव्हतो; पण तरीही माझ्या बोलण्यानं, संवादानं नेहमीच हशे निर्माण होत असतात. खरं तर, मी जन्मजात 'नकलाकार' आहे! आणि मी जे काही बरं-वाईट लिहीत होतो, ते लगेचच प्रसिद्ध होत होतं. 'स्वार्थमोर' कॉलेजमध्ये मी शिकवीत होतो, तेव्हाच मला मुंबईतील 'इलस्ट्रेटेड वीकली ऑफ इंडिया'तर्फे बोलावणं आलं. या साप्ताहिकाचं संपादन करण्याचं काम करण्यासाठी मला विचारण्यात आलं. 'वीकली' साप्ताहिकाचे माझ्याआधी शेवटचे इंग्लिश संपादक सी. आर. मंडी हे होते. कंपनीनं स्वतःहून मंडींच्यानंतर 'संपादक'पदावर माझी निवड केली होती. त्याच वेळी

रॉकफेलर फाउंडेशनचंही अनुदान मिळत होतं. 'नैतिक'दृष्ट्या हे योग्य नव्हतं. अर्थातच मी 'वीकली'चं संपादकपद स्वीकारलं नाही; त्यामुळे 'इलस्ट्रेटेड वीकली'चं संपादकपद ए. एस. रामन या भारतीयाकडे गेलं. रामन यांनी 'वीकली'चं मूळ ब्रिटिश वळण बदलून भारतीय स्वरूप दिलं, हे नक्कीच. मात्र, 'वीकली'तील संपादकपदाचा बराच गैरफायदा घेतला. त्यातून त्यांनी अगदी निर्लज्जपणे स्वतःची अमाप प्रसिद्धी केली. रामन आवडीनं भरपूर मद्यपानही करत असत. अखेरीस बेशिस्त वर्तणुकीबद्दल त्यांना संपादकपदावरून काढून टाकण्यात आलं.

तो दिवस १९६९ च्या उन्हाळ्यातील होता. मुंबईतील उन्हाळा म्हणजे असह्य जीवघेणा उकाडा, चिकचिकाट आणि अस्वस्थता. त्यातच सडणाऱ्या माशांच्या दुर्गंधीचं साम्राज्य! अशाच एका दिवशी मी दिल्लीहून रेल्वेनं मुंबईला आलो आणि व्हिक्टोरिया स्टेशनवर पाय ठेवला. स्टेशनवर माझे मित्र गोपी आणि मन्ना गौबा मोठ्या उत्साहानं मला न्यायला आले होते. हे दोन मित्र आणि मुलगा राहुल यांच्याशिवाय मुंबईत माझ्या ओळखीचं कोणीही नव्हतं. श्री. व सौ. जहांगीर या पारशी तरुण जोडप्यानं एका व्यक्तीसाठी एक खानावळ चालविली होती, तिथं राहुलची खोली होती. त्यानं ती नुकतीच रिकामी केली होती. 'टाइम्स ऑफ इंडिया'मधील नोकरीचा त्यानं राजीनामा दिला होता आणि तो 'रीडर्स डायजेस्ट'चा संपादक झाला होता. आपल्या पिताजीबरोबर एकाच संस्थेत काम करायची त्याची इच्छा नव्हती. वास्तविक हा त्याचा शहाणपणाच होता!

गौबांनी मला चर्चगेटजवळील जहांगीरच्या घराजवळ सोडलं. त्या दिवशी संपूर्ण दुपारभर आजूबाजूचा परिसर माहिती करून घेण्यात आणि एखादं चांगलं रेस्टॉरंट शोधण्यात घालवला. जहांगीर यांच्या खानावळीत फक्त ब्रेकफास्टच मिळणार होता; म्हणून जेवणासाठी चांगलं रेस्टॉरंट शोधणं आवश्यकच होतं.

माझ्या खोलीच्या खिडकीतून बघितलं, तर दूरवर हिरवंगार लॉन पसरलेलं दिसत असे. त्या हिरवळीच्या दुसऱ्या टोकाला घड्याळ असलेलं प्रसिद्ध राजाबाई टॉवर, मुंबई विद्यापीठ आणि जवळच हायकोर्ट होतं. एकूण हा सर्वच परिसर अतिशय छान आणि प्रसन्न होता. या भागात भारतीय, तसेच युरोपियन पदार्थ मिळणारी खाद्यपदार्थांची अनेक दुकानं होती. मरीन ड्राइव्ह व नरीमन पॉइंट येथून हाकेच्या अंतरावर मी राहत होतो. थोडक्यात, इतक्या जवळ माझी खोली होती आणि माझं ऑफिस तर जिमखाना क्लबवरून सहज चालत जाण्याच्या अंतरावर होतं. टाइम्स ऑफ इंडियाचं तोंड व्हिक्टोरिया टर्मिनस स्टेशनकडे होतं.

लवकरच ऑफिसमधील कामकाज नियमितपणे सुरू झालं. ऑफिसमध्ये मी सर्वांच्या अगोदर, एक तास आधी जात असे. इतर कोणी स्टाफ यायच्या आधी मी

माझं दिवसभराचं काम पूर्ण करून ठेवलेलं असे. म्हणजे लेख, आगामी अंकातून प्रसिद्ध करावयाची लघुकथा आदी मजकुराचं संपादन, तसेच दर अंकाचं संपादकीय लिहिणं, लेखांना शीर्षके देणं असं सर्व प्रकारचं काम होतं. शिवाय, वाचकांच्या तसेच कामाच्या संदर्भात आलेल्या सर्व पत्रांना उत्तरं देणं हेही एक काम असे. अशी सर्व कामं सकाळीच करून झाली की, मी ऑफिसमधील सहकाऱ्यांशी सल्लामसलत करण्यास मोकळा होत असे. तसं पाहिलं तर काम फार काही कष्टाचं नव्हतं आणि त्यामानानं, माझ्या लायकीपेक्षा जास्तच मानधन मिळत होतं.

अमेरिकेतील स्वार्थमोर कॉलेज आणि त्याआधी प्रिन्स्टन विद्यापीठ येथील वास्तव्याचा काळ अभ्यासाच्या दृष्टीने खूपच फायदेशीर ठरला. तसेच 'भारत आणि भारतीय धर्म' यावर मी दिलेली अभ्यासपूर्ण भाषणं यांचाही मला फार चांगला उपयोग झाला. अमेरिकन विद्यार्थ्यांना शिकवण्यासाठी मला सक्तीनं भारताचा अभ्यास करावा लागला! असा अभ्यास करण्यापूर्वी मला माझ्या देशाबद्दल फारच थोडी माहिती होती, हे लक्षात आलं आणि हीच वस्तुस्थिती इतर बहुसंख्य भारतीयांचीही होती! शेजारच्या प्रांतातील भाईबंद कसे राहतात, काय खातात, त्यांचे देवधर्म कोणते, त्यांचे रीतिरिवाज-धार्मिक विधी कोणते इत्यादी अनेक बाबतींत त्यांना काहीही माहिती नव्हती. म्हणून मी समाजातील वेगवेगळ्या उपजातींविषयी एक लेखमाला 'वीकली'मध्ये सुरू केली. चित्पावन, वक्कलिग, लिंगायत, अय्यर, अय्यंगार, जाट, गुजर, मेमन, खोजा, बोहरा इत्यादी जाती-जमातींविषयी माहितीपूर्ण लेख प्रसिद्ध केले. विशेष म्हणजे, या लेखमालेला आश्चर्यकारक जोरदार प्रतिसाद मिळाला. साप्ताहिकाच्या प्रत्येक अंकाच्या सर्व प्रती विकल्या जाऊ लागल्या. तसेच 'वीकली'चा एकूण खपही अनपेक्षित वेगाने वाढू लागला. मी संपादकपदाची सूत्रे स्वीकारण्यापूर्वी 'टाइम्स ऑफ इंडिया'च्या सर्व प्रकाशनांमध्ये खपाच्या दृष्टीने 'वीकली' हे सर्वांत शेवटच्या नंबराचं प्रकाशन होतं. आता अल्पावधीतच ते सर्वांत वरच्या क्रमांकावर आलं. परिणामी, भारतीय नियतकालिकांच्या पत्रकारितेमध्ये माझं स्वतःचं असं जबरदस्त स्थान निर्माण झालं.

आता माझ्यावर अनेकांकडून स्तुतिसुमनांचा वर्षाव होऊ लागला. याच वर्षावामुळे सहकारी मात्र माझा द्वेष-मत्सर करू लागले! थोड्याच दिवसांत मला 'वीकली'मधून डच्चू मिळाला. माझा अमेरिकेतील शिकण्याचा काळ आणि 'वीकली'तील डच्चूनंतरचं माझं दिल्लीतील आयुष्य आणि मुंबईमधील आयुष्य हे फार वेगळ्या प्रकारचं होतं. मुंबईतील वास्तव्यात माझं सामाजिक जीवन झकेरिया कुटुंबानं प्रभावित झालं होतं. 'वीकली'मध्ये फातिमा झकेरिया ही इतर दोन सहायक संपादकांपेक्षाही कनिष्ठ होती; तरीही खऱ्या अर्थानं तीच माझी 'सहायक' झाली होती. तशी ती स्वतः कमीच

लिहीत असे; परंतु ती उत्तम दर्जाची व्यवस्थापक आणि मदतनीस होती. बची कांगा (नंतरची करकेरिया), आर. जी. के., राजू भारतन्, एम. जे. अकबर, जिगज् कालरा आणि विक्रम व्होरा ही इतर लेखक मंडळी फातिमाला आईच्या जागीच मानत. तिचा माझ्यावरील प्रभाव केवळ कार्यालयापुरताच मर्यादित नव्हता, तर तिच्या दृष्टीनं योग्य असलेल्या लोकांमध्ये मी आवर्जून मिसळावं, असं तिला मनापासून वाटत होतं. मी जेवायला बाहेर जाणार नसलो, तर मला फातिमाच्या कुटुंबाबरोबरच जेवावं लागत असे. एखाद्या संध्याकाळी मला जर एकान्त हवा असेल, तर ती माझं जेवण आठवणीनं पाठवून द्यायची. बहुतेक दर रविवारी आणि सुटीच्या दिवशी मी तिच्या अर्शद आणि फरीद या दोन मुलांबरोबर टेनिस खेळायला किंवा पोहायला जात असे. ते जातील तिथं मला जावं लागत असे. रफिक झकेरिया तेव्हा महाराष्ट्राच्या मंत्रिमंडळात होते. पुणे, माथेरान, औरंगाबाद, नागपूर इत्यादी अनेक ठिकाणी आणि मुंबईतील कित्येक सार्वजनिक समारंभांना मला त्यांच्याबरोबर जायला मिळालं; त्यामुळे फैसल इसा (कुवेतचा वाणिज्य प्रतिनिधी), रजनी पटेल (आर्किटेक्ट), इब्राहिम काद्री, चुडासामा कुटुंबीय या त्यांच्या अनेक मित्रांना मलाही बोलवावं लागत असे. अशा समारंभांतून मी वैयक्तिकदृष्ट्या केलेले मित्र म्हणजे गफूर नूरानी, नानी पालखीवाला आणि सोराबजी आणि हो, काही (चोरून केलेल्या) मैत्रिणी! त्या म्हणजे शरयू जोशी, देवयानी चौबळ, नीना मर्चंट, निर्मला माथन एवढ्याच! याच काळात 'इलस्ट्रेटेड वीकली'मध्ये असताना शेवटची पाच वर्षं मी कुलाब्याच्या सेंटीनेल हाउसमधील फ्लॅटमध्ये राहत होतो. तिथं वरच्या फ्लॅटमध्ये राहणारे त्रिलोचन, बीर साहिनी आणि अडवानी हेही माझे चांगलेच मित्र झाले होते.

आश्चर्य म्हणजे, मुंबईच्या नऊ वर्षांच्या मुक्कामात मला बरी-वाईट प्रसिद्धीही मिळाली. त्या आठवणींनी आज मात्र फारच गंमत वाटते; पण या अपकीर्तीचं श्रेय ऑफिसमध्ये किंवा ऑफिसबाहेर जे काही कर्तृत्व केलं, त्याला नाही. ऑफिसच्या वेळात अनेक विषयांतील लोक भेटण्यास येत असत. मुख्यतः व्यंग्यचित्रकार आर. के. लक्ष्मण, (मला 'बल्ब' लोगोमध्ये कायमचे बंदिवान करणारा) मारिओ मिरांडा हे नियमितपणे भेटण्यास येत असत. मुंबईतील दुष्कीर्तीबाबत एकच स्पष्टीकरण देऊ शकतो, ते म्हणजे मी केलेलं लिखाण. माझ्या लेखनामुळेच मला कीर्ती आणि दुष्कीर्ती दोन्हीही मिळाली. मी स्वतः नास्तिक. रूढ धर्मभोळेपणा आणि बुवाबाजी यांविरुद्ध टीका करणारं भरपूर लिहिलं. तसा स्वच्छंदी, मुक्त विचार करणारा असल्यामुळे अर्धनग्न मुलींचे फोटोही मी 'वीकली'मधून छापले. (अर्थात त्यामागची भूमिका, सयुक्तिक कारणं नेहमी लिहून!) परिणामी, काही जागृत पालकांनी आणि शैक्षणिक संस्थांनी चिडून असे फोटो छापण्यास तीव्र विरोध केला. त्यांचं मत असं होतं की, 'वीकली' हे पूर्वीपासून एक आदरणीय, कौटुंबिक असं नियतकालिक

आहे. मात्र, आता ते शाळेच्या ग्रंथालयात किंवा बैठकीच्या खोलीमध्ये ठेवण्याच्या लायकीचं राहिलेलं नाही. अशा मतांमुळे, धर्मावरील व बुवांवरील टीकेमुळे आणि अर्धनग्न फोटो अशा एकूण प्रमुख कारणांमुळे 'वीकली'च्या वर्गणीदारांवर परिणाम झाला. काही वर्गणीदार कमी झाले; परंतु तसं पाहिलं, तर वर्गणीदार हा 'वीकली'च्या खपाचा अगदी छोटासाच हिस्सा होता. 'वीकली' हे मुख्यतः स्टॉलवर होणाऱ्या खपावरच अवलंबून होतं. स्टॉलवरच्या खपावर मात्र उलट परिणाम झाला. 'वीकली'चा खप एकदम दुप्पट-तिप्पट-चौपट वाढला

मी जेव्हा संपादकपद स्वीकारलं, तेव्हा 'वीकली'चा खप साधारण ८० हजारांपेक्षा कमी होता आणि ज्या वेळी मला संपादकपदावरून काढून टाकलं, तेव्हा खप चार लाखांवर गेला होता. 'वीकली'च्या संपादकपदाच्या या माझ्या नऊ वर्षांच्या काळात मी सर्वाधिक वाचला जाणारा पत्रकार, भरपूर प्रसिद्धी मिळालेल्या नियतकालिकाचा संपादक एवढंच नव्हे, तर खोडसाळ प्रतिमाभंजक आणि तरीही एक प्रकारचा 'गुंडा-स्कॉलर' झालो! तसे माझ्याबरोबर राजकारणी, कारखानदार आणि समाजातील अनेक प्रतिष्ठित लोक होते. त्यांच्यामुळेच अनेक प्रकारची दुष्कीर्ती असूनही, वादग्रस्त संपादक असूनही १९७५ मध्ये मला सरकारने पद्मभूषण देऊन माझा गौरवच केला. पंजाब सरकारनेही साहित्य आणि पत्रकारितेतील माझ्या उल्लेखनीय योगदानाबद्दल मला विशेष सन्मान दिला.

'वीकली'चा खपही वाढत होता, प्रसिद्धीही चांगली होत होती; तरीही 'संपादक'पदावरून मला का काढून टाकलं, हे मालक अशोक जैन आणि समीर जैन यांनाच माहिती! खरं तर, यापूर्वी दोन वेळा माझ्या कर्तृत्वामुळे मला मुदतवाढ मिळाली होती आणि तिसऱ्यांदाही मुदतवाढ मिळेल, अशी माझी साहजिकच अपेक्षा होती; परंतु अशोक जैन यांनी 'या वेळी मुदतवाढ देणं शक्य नाही' असं सांगितलं. वास्तविक माझ्या दृष्टीनं त्याचं कारण असं होतं की, मी इंदिरा गांधी, संजय गांधी यांना वेळोवेळी पाठिंबा देत होतो आणि त्यामुळे तत्कालीन पंतप्रधान मोरारजी देसाई हे व्यवस्थापनावर नाराज झाले होते!'

मी स्वतःहूनच काम सोडण्याची तारीख नक्की केली आणि माझ्या जागेवर एम. व्ही. कामथ यांची नियुक्ती मान्य केली. वादग्रस्त असली, तरीही एकूण चांगली कामगिरी केल्यामुळे 'वीकली'तर्फे मला समारंभपूर्वक निरोप देण्यात येईल, त्यामध्ये माझ्याविषयी कौतुकाची भाषणं होतील, अशी मला अपेक्षा होती; त्याऐवजी मला जी मिळाली, ती अत्यंत संतापजनक वागणूक होती; तेव्हापासून अजूनही ते दुःख मला मनातून डाचतं आहे.

माझ्या कामाची मुदत संपायला अजून एक आठवडा होता. मी नेहमीप्रमाणे ऑफिसमध्ये गेलो, तेव्हा ताबडतोब काम सोडून जाण्याविषयीचं पत्र मला देण्यात

आलं. मी छत्री उचलली, फातिमा झकेरिया आणि इतर सहकाऱ्यांशी बोललो, काय घडलं, ते त्यांना सांगितलं आणि 'वीकली'च्या ऑफिसबाहेर पडलो.

मी नोकरीतून बाहेर पडल्यावर काही दिवसांनी या प्रकरणाचा एकदम गौप्यस्फोट झाला. 'वीकली'मधील शेवटचा सहभाग म्हणून मी व्यवस्थापनावर टीका करणारा, खोडसाळ मजकूर लिहिणारा होतो, अशी अफवा कोणीतरी : बहुधा माझ्या सहकाऱ्यांपैकीच कुणीतरी उठविली. खरं तर, याउलट अगदी भावपूर्ण आठवणी लिहून सर्वांचा साश्रु नयनांनी निरोप घेणारा असा मजकूर मी लिहिला होता.

'वीकली'तून बाहेर पडल्यानंतर तो मजकूर अनेक वृत्तपत्रांतून प्रकाशित झाला. तो वाचूनही जैन किंवा त्यांचे 'विश्वासू चमचे' यांनी स्वतःची चूक मान्य करण्याचं साधं सौजन्यही दाखवलं नाही. संपत्ती आणि सत्ता माणसाला उद्धट बनवते, असभ्य करते, हेच खरं!

माझ्या स्वभावानुसार अशा धक्कादायक अनुभवांमुळे मी फार काळ उदास राहू शकत नाही. ऑफिसमधून कुलाब्यातील घरी परतलो आणि थोड्या वेळातच मी 'दिल्ली' कादंबरीच्या लेखनाला सुरुवात केली.

त्यानंतर काही महिन्यांनी मी मुंबई कायमची सोडली!

'वीकली'मधील इतक्या वर्षांच्या अनुभवामुळे 'एक प्रतिष्ठित व्यक्ती' अशीच माझी जनमानसात प्रतिमा तयार झाली होती. अनेक वृत्तपत्रं आणि नियतकालिकांच्या मालकांकडून मला मोह वाटाव्यात, अशा ऑफर येऊ लागल्या; परंतु श्रीमती गांधींच्या 'नॅशनल हेरॉल्ड'च बिनपगारी संपादकत्व मी निवडलं. खरं म्हणजे, ते काम पूर्णपणे नुकसानकारकच होतं. तेथील कामगारांना महिनोंमहिने पगार मिळत नसल्यामुळे ते नेहमी संपावरच असत. संकटात भर म्हणजे पोलिसांनी 'नॅशनल हेरॉल्ड'च्या ऑफिसवर दोन वेळा छापा घातला आणि तेथील व्यवस्थापकाला गैरव्यवहारी कृत्यांमध्ये अडकविण्यासाठी कागदपत्रं घेऊन गेले.

अखेर सहा महिन्यांच्या अनुभवानंतर मी माझा 'पराभव' मान्य केला आणि 'बिनपगारी संपादक'पदाचा राजीनामा देऊन टाकला!

कलकत्त्याच्या 'आनंद बझार पत्रिके'ने 'न्यू दिल्ली' हे एक नवीन पाक्षिक सुरू केलं होतं, योगायोगानं मी त्याचं 'संपादक'पद स्वीकारलं. हे पाक्षिक कलकत्त्यामध्ये छापलं जायचं आणि ते क्वचितच वेळेवर प्रसिद्ध व्हायचं; त्यामुळे या प्रयत्नातही मी अयशस्वी ठरलो!

याच सुमारास श्रीमती गांधी पुन्हा सत्तेवर आल्या आणि पंतप्रधान झाल्या. सत्तेवर नसूनही त्यांना आणि संजयला गेल्या काही वर्षांपासून मी अगदी खंबीरपणे पाठिंबा देत होतो. त्या दोघांना माझ्याबद्दल कृतज्ञता वाटत होती; त्यामुळे लंडनमधील

उच्चायुक्तपदाची (राजकीय कामगिरी) किंवा राज्यसभेचं सभासदत्व आणि 'हिंदुस्थान टाइम्स'चं संपादकपद या दोन्हींपैकी एका पर्यायाची निवड करा, असं इंदिराबाईंनी मला सांगितलं. मी अर्थातच दुसऱ्या पर्यायाची निवड केली. १९८० मध्ये मला राज्यसभेचे सभासद नेमले आणि दिल्लीतील 'हिंदुस्थान टाइम्स' या सर्वाधिक खपाच्या वर्तमानपत्राचा संपादकही झालो.

संसदेतील माझी ६ वर्षांची कारकीर्द अनेकविध घटनांची होती. नेमक्या या काळातच पंजाबमध्ये जनजीवन विस्कळीत करणाऱ्या अनेक कटकटी निर्माण झाल्या. संसदेमधील विरोधी पक्षांतील शीख सभासदांनी अशा घटनांना विरोध दर्शविण्यासाठी क्वचितच तोंड उघडलं आणि विशेष काही न करता अखेरीस त्यांनी संसदेतील सदस्यत्वाचा राजीनामा दिला. परिणामी, शीख दृष्टिकोन मांडण्याची जबाबदारी अपरिहार्यपणे माझ्यावरच आली. अतिरेक्यांना बाहेर काढण्यासाठी सुवर्णमंदिरातील लष्करी कारवाई आणि त्याचा बदला म्हणून १९८४ मध्ये इंदिरा गांधी यांचा खून त्यांच्याच शीख बॉडीगार्डस्नी केला. इंदिरा गांधींच्या खुनानंतर निर्माण झालेली भीषण दंगल आणि झालेली अमानुष कत्तल यांसारख्या अनेक महत्त्वाच्या प्रश्नांवर मला एकट्यानंच सातत्याने मतभेद व्यक्त करावे लागले. वास्तविक नियुक्त केलेल्या राज्यसभेतील सभासदानं सरकारला पाठिंबा देणं अपेक्षित असतं; परंतु परिस्थितीच अशी होती की, मी नेहमीच सरकारविरुद्ध बोललो, योग्य ती टीका केली. एवढंच नव्हे तर सरकारविरोधी मतदानही केलं.

श्रीमती गांधी माझ्या स्पष्ट भूमिकेमुळे अस्वस्थ होत असत. 'हिंदुस्थान टाइम्स'मध्ये संपादकपदावर काम करण्याचा माझा तीन वर्षांचा करार होता. माझ्या सरकारविरोधी परखड मतप्रदर्शनामुळे या कराराचं नूतनीकरण होऊ नये; परिणामी, मी संपादकपदावर राहू नये, याबाबत श्रीमती गांधींनी अनेक प्रयत्न केले. त्या वृत्तपत्राचे मालक के. के. बिर्ला यांनीही श्रीमती गांधींच्या प्रयत्नाला मान्यता दिली. तरीसुद्धा या साप्ताहिकातील माझा 'विथ मॅलिस टोवर्डस् वन अँड ऑल' हा स्तंभ लिहिणं चालू ठेवावं, असं बिर्ला यांनी मला सांगितलं. योगायोगानं ही व्यवस्था मला खूप फायदेशीर ठरली. कारण इतर ५० वृत्तपत्रांनीही या स्तंभातील माझं लेखन पुनर्मुद्रित करण्याची परवानगी घेतली. 'हिंदुस्तान टाइम्स'मधील माझ्यानंतरचे संपादक एन. सी. मेनन यांनी माझं स्तंभलेखन बंद करण्याचा बराच प्रयत्न केला; परंतु मालक बिर्ला यांचीच संमती असल्यामुळे माझं स्तंभलेखन चालूच राहिलं आणि मेनन यांना ते सहन करणं भाग पडलं. याच काळात दुसऱ्या एका संपादकाचा 'सहायक' म्हणून मेनन यांनाच वॉशिंग्टनला पाठविण्यात आलं!

संसदेमध्ये मला आणखी एक सत्र काम करण्यास मिळेल, असा माझा थोडासा भ्रम होता. तत्कालीन राष्ट्रपती झैलसिंग यांनी शिफारसवजा प्रयत्न केला; परंतु नंतर सत्तेवर आलेल्या पंतप्रधान राजीव गांधींनी ते मान्य केलं नाही. १९८६ मध्ये मुक्त पत्रकारिता करावी आणि पूर्ण वेळ लेखनाला वाहून घ्यावं, यासाठी मी सर्व बंधनांतून पूर्णपणे निवृत्त झालो.

सध्या तर मी 'पेंग्विन इंडिया' या प्रकाशन संस्थेच्या 'सल्लागार संपादक' या पदावरसुद्धा आहे.

माझं वय आता ७७ आहे. आता माझ्या आयुष्याचं संध्यागीत चालू झालं आहे. मागे वळून, गत काळाकडे पाहतो, तेव्हा मला फक्त एकाच गोष्टीचा पश्चात्ताप होतो. मी शिक्षण घेण्यात, वकिलीचा व्यवसाय करण्यात, तसेच अनावश्यक सामाजिक कार्यक्रमांत फार वेळ वाया घालवला; या गोष्टींचा मनापासून पश्चात्ताप वाटतो. त्यामध्ये वेळ घालविला नसता तर मी आणखी खूप लिहू शकलो असतो. इतकंच नव्हे, तर अजून पुढची पन्नास वर्षे वाचक वाचतील, अशी पुस्तकं मी नक्कीच लिहिली असती, असा आत्मविश्वास वाटतो.

मी एकूण किती पुस्तकं लिहिली, हे खरोखरच माझ्या लक्षात नाही. हे मी खोट्या नम्रतेनं सांगत नाही. खरोखरच मला पुस्तकांची संख्या माहीत नाही. ही घटना आहे १९८९ मधली. तेव्हा मी वॉशिंग्टन येथील स्मिथसोनियनच्या विल्सन सेंटरमध्ये 'हिस्टरी ऑफ सिखस्' हे दोन खंड अद्ययावत करण्याचं काम करीत होतो. लायब्ररी ऑफ काँग्रेस इथं एक पाकिस्तानी नागरिक काम करीत होता. मला आवश्यक असलेली विविध पुस्तकं, नियतकालिकं तो न कंटाळता आणून देत होता. त्यानं एकदा माझ्या एकूण प्रकाशनांविषयी विचारलं. 'मलाही माहिती नाही' असं मी त्याला सांगितलं. त्यावर तो म्हणाला,

'मी संगणकावर काम करतो आणि त्यातून तुम्हाला सर्व माहिती शोधून देतो.'

त्याप्रमाणे त्यानं संगणकावर काम केलं आणि दुसऱ्या दिवशी त्यानं एक मोठा कागद मला दाखवला. त्यामध्ये माझ्या नावावर ५८ पुस्तकांची यादी होती. अर्थात या पुस्तकांत काही भाषांतरांचाही समावेश होता. उदा., रुस्वाचं 'उमरावजान अदा' (हे मी मेहदी हुसेनीबरोबर केलं), अमृता प्रीतमचं 'पिंजर' (द स्केलेटन) हे पुस्तक मी मुंबई-लंडन या एकवीस दिवसांच्या बोटीवरील प्रवासात भाषांतरित केलं होतं. तसेच, राजेंद्रसिंग बेदीचं 'एक चादर मैलीसी' (आय टेक धिस वुमन), इक्बालचं

'शिकवा' आणि 'जवाब-इ-शिकवा' (कम्प्लेंट ॲन्ड आन्सर). 'जवाब'च्या भाषांतराला दीड वर्षाचा कालावधी लागला. कारण त्याच काळात मी 'हिंदुस्तान टाइम्स'चा संपादक व संसदेच्या राज्यसभेचा सभासदही होतो. या दोन्हींतून मोकळा झाल्यावर मात्र माझी डझनभर पुस्तकं प्रसिद्ध झाली. त्यात मुख्यतः 'दिल्ली' ही कादंबरी आहे. वीस वर्षांच्या कालावधीत घडलेल्या घटनांवर आधारित 'दिल्ली' कादंबरी आहे. ही कादंबरी १९९० मध्ये प्रकाशित झाली. (ती मी जवळजवळ २० वर्षं लिहीत होतो.) शाळेची किंवा कॉलेजचीही परीक्षा मी जेमतेम उत्तीर्ण झालो होतो, त्यामानानं माझ्यासारख्या विद्यार्थ्याचं एवढं कर्तृत्व फार काही वाईट नाही!

१९९० नंतरच्या काळात मी खूप कामं केली. अनेक वेळा जगभर प्रवास केला. जगातील उत्तमोत्तम हॉटेलमध्ये चैनीत राहिलो आणि विशेष म्हणजे, प्रवासासाठी किंवा हॉटेलमधील चैनीसाठी मला स्वतःला एक पैसासुद्धा खर्च करावा लागला नाही! कारण प्रत्येक वेळी मी एक प्रतिष्ठित पाहुणा होतो! पोहण्याचे अनेक तलाव भरतील, एवढी दारू आणि वाइन आत्तापर्यंत मी प्यायलो आहे. निरनिराळ्या देशांतील किमान डझनावारी स्त्रियांचा लाभही मला मिळाला. एवढंच नव्हे, तर आजसुद्धा विविध शहरांतील अतिसुंदर तरुणी माझ्याभोवती वावरत असतात. मात्र, त्यांच्यापैकी बहुतेकजणी माझ्या मुलांपेक्षाही लहान आहेत! आजही मी पूर्वी कधी केलं नव्हतं, एवढे तास काम करतो. मी जेव्हा संपादक होतो, तेव्हा देशातील सर्वाधिक पगार मिळविणारा संपादक होतो; पण खरं तर, त्यापेक्षाही आज मी जास्त पैसा मिळवतो आहे. भारतातील कोणत्याही पत्रकारापेक्षा माझं लेखन सर्वाधिक वाचलं जातं, असा माझा विश्वास आहे आणि तो योग्यच आहे. भारतात जिथं जिथं जातो, तिथं तिथं लोक मला ओळखतात, माझे चाहते माझ्या मागे मागे येतात आणि अनेकजण स्वाक्षरी घेण्यासाठीही पुढं येतात. अर्थात अशा अनुभवांमुळे माझा अहंकार सुखावतो.

हा सर्व उदोउदो फार काळ काही चालणार नाही याचीही मला पूर्ण कल्पना आहे; पुरेशी जाणीव आहे. हल्ली माझ्या पेनमधील शाई जलद गतीनं वाळत चालली आहे. तसेच अनेक वाचकांना माझं लेखनही दिवसेंदिवस कंटाळवाणं वाटत आहे, हेही माझ्यापर्यंत आलं आहे. आता या वयात आणखी एखादी कादंबरी लिहिण्याचं बळ काही माझ्यात नाही. माझ्या अनेक लघुकथा अर्धवट लिहून झाल्या आहेत; त्याही पूर्ण करण्याची शक्ती आता माझ्यात नाही. आता म्हातारपणाच्या काही स्पष्ट खुणा माझ्यात दिसू लागल्या आहेत. माझे केस पांढरे झाले आहेत. (पण मी दाढी मात्र रंगवतो!) माझ्या तोंडात चार खोटे दात आहेत आणि उरलेल्या

दातांच्या जागी लवकरच कवळी बसवावी लागेल, अशी चिन्हं दिसत आहेत.

एके काळी माझी स्मरणशक्ती अतिशय जबरदस्त होती आणि मला तिचा फार फार अभिमान होता; परंतु आता तशी स्मरणशक्ती राहिलेली नाही. त्याचं एक उदाहरण सांगतो. दिल्ली, लंडन, पॅरिस किंवा न्यू यॉर्क येथील मित्रांना फोन करताना पूर्वी मी क्वचितच डिरेक्टरी वापरत होतो. हल्ली मात्र मी बरेचदा स्वतःचासुद्धा टेलिफोन नंबर विसरतो! यापुढील काळात म्हातारपणामुळे स्मरणशक्ती आणखी कमीकमी होत जाईल

माझ्या दोन्ही डोळ्यांना मोतीबिंदू झालेला असून, दिवसेंदिवस तो वाढतोय, कधीकधी मला डोकेदुखीचा भयंकर त्रास होतो. मला थोडासा मधुमेहही आहे. माझ्या प्रोस्टेट ग्रंथीला सूज आली आहे. सूज आल्यामुळे काही वेळा ताठरता येते आणि परिणामी, कधीकधी मला तारुण्याचा भास होतो! कधीकधी तर बाथरूमला जाताना पँटची बटणं काढायलासुद्धा वेळ मिळत नाही. मला यातून जास्तीतजास्त लवकर बरं होणं आवश्यक वाटतं; त्यामुळेच 'प्रासंगिक ताठरपणा' आणि तारुण्याचा कल्पनाविलासही कमी होईल, हे माझ्या लक्षात आलं आहे.

सध्या मी दररोज अनेक आकारांच्या आणि विविध रंगांच्या डझनभर तरी गोळ्या गिळत असतो. मला हेही माहीत आहे की, टेनिस कोर्टवर पडणं, जोरदार थंडी वाजणं किंवा बाथरूममध्ये फरशीवरून घसरून पडणं यांपैकी कोणत्याही घटनेनं अशा या जर्जर म्हातारपणातून मी कायमचाच जाईन!

आता अजून माझी अशी किती वर्षं राहिली आहेत? तसं पाहायला गेलं, तर आई-वडील दीर्घायुषी होतं. स्कॉचचा पेग घेतला आणि त्यानंतर काही मिनिटांतच वयाच्या ९० व्या वडील वर्षी वारले. वडिलांच्या नंतर ८ वर्षांनी वयाच्या ९४ व्या वर्षी माझी आई वारली. आई शेवटी 'कोमा'त गेली. कोमात जाण्यापूर्वी मात्र तिनं एक शेवटची इच्छा व्यक्त केली. अतिशय क्षीण आणि जेमतेम ऐकू जाईल अशा बारीक आवाजात ती कुजबुजली, 'व्हिस्की'! तिला लगेच व्हिस्की दिली; पण तिनं व्हिस्की फेकून दिली आणि नंतर मात्र ती काहीही बोललीच नाही. मलाही अशी खात्री वाटते की, जेव्हा माझी वेळ येईल, तेव्हा मीसुद्धा हातातला दारूचा ग्लास उंचावून सर्वांचा निरोप घेईन आणि त्यानंतर शेवटचे घोट पितापिता अखेरचं जाता येईल!

सध्या मी आत्मचरित्र लिहीत आहे. अजून फार तर चार-पाच वर्षं माझ्या हातून निर्मितीचं म्हणजे लिखाणाचं काम होईल, असं वाटतं. भूतकाळ जेवढा जास्तीतजास्त आठवेल, तेवढा सर्व तपशिलाने लिहिण्याचं मी ठरवलं आहे. इतिहासात विशेष नोंद करून ठेवावी, असं कोणतंही फार मोठं काम काही मी केलेलं नाही; पण अनेक

क्षेत्रांतील ऐतिहासिक घटनांचा मी साक्षीदार आहे. एक पत्रकार या नात्यानं मी अनेक नाट्यमय घटना पाहिल्या आहेत; मला माहिती आहेत. अशा घटनांमध्ये निर्णायक भूमिका घेणाऱ्या व्यक्तींना मी आवर्जून भेटलो आहे, काहींशी बोललो आहे; काहींच्या मुलाखती घेतल्या आहेत. माझं समर्थनच करायचं म्हटलं, तर मी असं म्हणेन की, घटना आणि त्या जिथं घडल्या, त्या जागा यांच्याबाबत जास्तीतजास्त वस्तुनिष्ठपणे आणि खरेपणानं मी लिहिलं आहे. कोणत्याही मोठ्या लोकांची विनाकारण स्तुती मी करत नाही, ज्या लोकांच्या अगदी जवळ जायला मिळालं आणि जे अनुभव आले, त्यांतून ते तद्दन खोटे आढळले. एवढंच नव्हे, तर अशी सर्व माणसं अत्यंत ढोंगी, विचारशून्य, भयंकर खोटारडी आणि अतिसामान्य पातळीवरची होती.

वाङ्मयनिर्मिती करणारा मी कोणी 'कारागीर' आहे, असं ढोंग मी कधीही करीत नाही. लिहिताना मला नेहमीच विशिष्ट वेळेचं बंधन पाळणं भाग होतं; त्यामुळे प्रेरणा, चातुर्यदर्शक विधानं लिहिणं किंवा लिहून झालेलं अधिक सफाईदार करणं यासाठी मला कधीच वेळ असा मिळाला नाही. नेहमीच वेळेचं बंधन पाळणं आवश्यक असल्यामुळे जे काही थोडं फार चांगलं चमकदार, प्रभावी गद्य लेखन मी करू शकत होतो, तेही वेळेच्या बंधनामुळे घालवून बसलो.

माझं आत्मचरित्र म्हणजे काहीही झालं, तरी एखाद्या वयोवृद्ध, म्हाताऱ्या सिंहाचं 'मूल' असेल, त्याची निर्मिती असेल म्हणून त्याच्याकडून फार मोठ्या अपेक्षा ठेवू नका. माझं जे काही उत्तम लेखन आहे, ते काही अफवांवर आधारित आहे. काही लेखन मनात कारुण्य निर्माण करणारं आहे तर काही लेखन हे नामवंत व्यक्तींचा बुरखा फाडणारं, त्यांचं वास्तविक व्यक्तिमत्त्व दाखवणारं आहे आणि काही लेखन मात्र थोडी फार करमणूक करणारंही आहे, असं मला वाटतं. माझ्या लेखनाचा आनंद घ्या किंवा ते विसरून गेलात तरी चालेल. आत्मचरित्राचं पुस्तक म्हणजे अपरिहार्यपणे ते मी लिहिलेलं शेवटचं पुस्तक असेल.

मी गेल्यानंतर माझी किती आणि कोणती पुस्तकं किमान पन्नास वर्षं तरी वाचली जातील, याची मला अजिबात कल्पना करता येत नाही आणि प्रामाणिकपणे सांगायचं झालं, तर मला त्याच्याशी काही कर्तव्यही नाही!

◆

जीवनातील सत्यं

भारत हा देश समजावून घ्यायचा असेल, तर सोपा आणि चांगला मार्ग म्हणजे, भारताकडे एक 'हिऱ्यांचा हार' या दृष्टिकोनातून पाहावं. या देशातील विविध जाती व भाषा, धर्म आणि संस्कृती हे एखाद्या माळेत एकत्र गुंफलेल्या मौल्यवान हिऱ्यांच्या खड्याप्रमाणे आहेत. हिऱ्याच्या प्रत्येक खड्याला स्वतःची अशी चमक आहे; परंतु भारतीयत्वाच्या धाग्यानं ते एकमेकांना बांधले गेले आहेत. जोपर्यंत भारतीयत्वाचा हा धागा मजबूत राहील तोपर्यंतच हा हार सुरक्षित राहील. भारतीयत्वाच्या धाग्याला जर कोणी तडाखा दिला, तर त्यातील 'मौल्यवान हिरे' वेगवेगळे होऊन गळून पडतील.

भारतीय जीवनातील काम (सूत्र)

त्या घटनेला अनेक हिवाळे होऊन गेले. म्हणजे अनेक वर्षे होऊन गेली. मी दिल्ली-भोपाळ रेल्वेनं रात्री प्रवास करीत होतो. ती एक्सप्रेस गाडी होती; त्यामुळे ती मुख्य स्टेशनांवरच थांबत होती. मी पाच बर्थच्या डब्यामध्ये बसलो होतो. त्यांपैकी तीन बर्थ रिकामे होते आणि दोन बर्थ वरच्या बाजूला होते. मी खालच्या बर्थवर होतो. माझ्या आधी आलेले दोन प्रवासी खालच्या बर्थवर होते. वरचे बर्थ प्रो. सक्सेना आणि सौ. सक्सेना यांच्या नावानं राखीव होते. गाडी सुटायला अजून पंधरा मिनिटे वेळ होता. तेवढ्यात एक स्त्री-पुरुषांचा घोळका एका नववधूला घेऊन येताना दिसला. नववधूने अगदी श्रीमंती-आलंकारिक साडी नेसली होती. एकूणच भरपूर शृंगार केला होता आणि तरीही तिने चेहऱ्यावर पदर ओढून घेतला होता. हस्तिदंती बांगड्यांनी भरलेले तिचे हात तेवढे दिसत होतं.

माणसांचा तो घोळका आमच्या डब्यापाशी थांबला. त्यांनी डब्याच्या दाराशेजारी लावलेली नावांची यादी वाचली. घोळक्यापैकी काहीजण नव-दांपत्याला घेऊन आत आले. आरक्षित केलेले बर्थ त्यांनी पाहिले. बर्थमधील पंधरा फुटांचे अंतर पाहून ते गोंधळले. त्यांच्यापैकी एक इसम माझ्याकडे आला आणि त्यानं मला विचारलं,

'या नव-दांपत्याला जागा द्याल का? तुम्ही वरच्या बर्थवर जायला तयार आहात का?'

अर्थात मी लगेच होकार दिला आणि माझा बाड-बिस्तरा वरच्या बर्थवर हलविला. त्या नवविवाहित दांपत्याला शेजारीशेजारी जागा मिळावी, म्हणून मधल्या बर्थवरील प्रवासी वरच्या बर्थवर गेला. एका विशिष्ट जंक्शनवर रात्री ३ वाजता गाडी तीन मिनिटं थांबते, त्या वेळी या नवदांपत्याला उठवा, असं त्या घोळक्यातील एकानं कंडक्टर गार्डला सांगितल्याचं मी ऐकलं.

कंडक्टर गार्डनं शिट्टी वाजविली आणि हातातील हिरवा झेंडा हलविला. त्या घोळक्यातील अनेकांनी एकमेकांना बऱ्याच मिठ्या मारल्या आणि ओक्साबोक्शी रडून त्या नवदांपत्याचा अखेर निरोप घेतला.

गाडीनं जेमतेम फलाट सोडला असेल, तोच त्या नववधूनं हातरुमालात नाक शिंकरलं आणि तोंडावरील पदर बाजूला केला. नववधू पंचविशीतील बाई वाटत

होती. गव्हाळ रंगाची, गोल चेहऱ्याची आणि जाड भिंगाचा चश्मा घातलेली. तिची शरीरयष्टी मात्र नीट दिसत नव्हती; परंतु मी माझा अंदाज केला की, तिला लठ्ठपणाशी सततच लढा द्यावा लागत असावा. वधूचा नवरा तिच्यापेक्षा काही वर्षांनी मोठा दिसत होता. कनिष्ठ व्याख्यात्याला आदरानं 'प्रोफेसर' म्हटलं जायचं. वधूप्रमाणेच तो प्रोफेसरदेखील गव्हाळ रंगाचा, स्थूल आणि चश्मेवाला होता. ते एकमेकांशी बोलू लागले. त्यातील काही शब्द अधूनमधून मला ऐकू येऊ लागले. (तसा मी त्यांच्यावर फक्त चार फूट होतो.) माझ्या लक्षात आलं की, ते दोघे एकमेकांना अगदी पूर्णपणे अपरिचित होते. त्यांचं लग्न नातेवाइकांनी ठरवून आणि 'हिंदुस्थान टाइम्स'मधील वधू-वर सूचक स्तंभातील स्थळांमधून झालेलं होतं. त्यांच्या बोलण्यात आई-वडिलांचा विषय होता. थोड्या वेळानं ते त्यांच्या कॉलेजमधील दिवसांबद्दल (म्हणजे बहुतेक भारतीयांच्या दृष्टीनं बिनधास्त, आरामाचे रम्य दिवस) आणि आपापल्या मित्र-मैत्रिणींबद्दल बोलू लागले. मित्र म्हणजे मला भावासारखा होता किंवा मैत्रीण म्हणजे माझ्या सख्ख्या बहिणीपेक्षा अधिक होती वगैरे वगैरे.

काही वेळानंतर त्यांच्यातील संवाद कमीकमी होऊ लागला. त्या पुरुषानं आपला हात बाईच्या खिडकीवर ठेवलेल्या हातावर ठेवलेला मी पाहिला.

आणखी थोड्या वेळानं आमच्या डब्यातील सर्व दिवे बंद केले गेले आणि फक्त नाईट लँप (दिवा) तेवढा चालू राहिला. त्या पिवळसर रंगात डबा न्हाऊन निघाला. आता वाटेवरील स्टेशनच्या फलाटावरील भरपूर उजेडात जेवढं दिसत असे, तेवढंच मी पाहू शकत होतो.

त्या नवदांपत्यानं दुसऱ्या प्रवाशाने रिकामा केलेला बर्थ मात्र वापरला नाही. कारण त्यांनी एका बर्थच्या चार फूट रुंद फळीवर शक्य तितक्या आरामशीरपणे झोपायचं, असं ठरवलं असावं. त्यांनी डब्यातील इतर प्रवाशांकडे दुर्लक्ष केलं आणि ते पूर्णपणे एकमेकांना 'समजून' घेण्यात मश्गुल झाले. त्यासाठी ते इतके घाईवर आले होते की, अधिक मोकळे, सुटसुटीत कपडे घालायचंही भान त्यांना राहिलं नाही. त्यांनी आपल्या अंगावर एक गोधडी ओढून घेतली आणि आजूबाजूच्या जगाला ते पूर्णपणे विसरून गेले!

साडी हा आलंकारिक आणि खास समारंभयोग्य असा पोशाख आहे. ती नीटसपणे, व्यवस्थित नेसली असता स्त्रीची शारीरिक गोलाई, सौंदर्य अधिक खुलून दिसतं. त्यातल्या त्यात नितंबांची गोलाई, विशेष जाणवते! साडीबरोबर चांगला शिवलेला ब्लाउज घातला की, स्तनांना मोहक उठाव येतो आणि बेंबीखालील पोटाचा भाग (आकर्षकपणे) उघडा राहतो. खरं तर, साडी हा स्त्रियांचा एकच असा पोशाख आहे की, त्यामुळे काही शारीरिक कमतरता असल्या, तरी त्या झाकल्या जातात. म्हणजे असं की, एखादी लठ्ठ बाई ड्रेसपेक्षा साडीमध्ये कमी लठ्ठ दिसते,

तर एखादी बारीक बाई जरा जाड दिसते. साडी तशी सर्वाथानंच उपयुक्त असते. स्त्रीला बाथरूम-संडासला जायचं असेल तर, साडी फक्त कमरेपर्यंत उचलावी लागते. तसेच झटपट संभोग करावयाचा असेल तर तिने फक्त साडी थोडी वर करून पाय फाकवले की, काम झालं! आणि बहुधा असंच नेमकं सौ. सक्सेनांना करायला सांगितलेलं असावं. तिच्या तोंडातून 'हे राम' असे दबलेले उद्‌गार ऐकले आणि त्यांच्या विवाहाची सार्थकता, पूर्तता झाली हे माझ्या लक्षात आलं!

सक्सेना पती-पत्नी स्वच्छतेसाठी बाथरूममध्ये जायला काही उठले नाहीत. त्यानंतर त्यांनी वारंवार तो 'प्रयोग' करण्यास सुरुवात केली. या वेळी मात्र ते काहीसे कमी उतावीळ वाटत होते आणि सहजतेनं, विनासायास सुखानं ते उपभोग घेत होते. काही वेळा त्यांच्या अंगावरची गोधडी बाजूला व्हायची, तेव्हा प्राध्यापक महाशयांचे खाली-वर हलणारे कुल्ले आणि वधूच्या चोळीतून बाहेर आलेले स्तन अस्पष्टपणे दिसायचे. भरधाव वेगानं जाणाऱ्या गाडीच्या खडखडाटाच्या आवाजातून आणि धक्क्यांतूनही त्या नव-वधूचं कुजबुजणं आणि नव-वराचा आनंदित झालेला आवाज ऐकू आला.

त्यांनी तिसऱ्यांदा तो आनंदोपभोग घेतला, त्या वेळी डब्याच्या त्या भागात अचानक शांतता निर्माण झाली.

आता मध्यरात्र उलटून बराच वेळ झाला होता. रात्रीचा अंधार फाडणारा इंजिनाचा आक्रोश आणि डब्यातील प्रौढ प्रवाशांचे मोठमोठ्या आवाजातील घोरणे यामुळे अधूनमधून माझी मात्र झोपमोड होत होती.

इतक्यात कोणीतरी दुष्टपणे डब्याबाहेरून आमची पूर्ण झोपमोड केली. कोणी तरी दरवाज्यावर आणि खिडकीच्या तावदानावर जोराजोरानं थपडा मारीत होते आणि ओरडत होते :

'उठाऽउठाऽऽ सेहोर आलंय, गाडी आणखी एका मिनिटातच सुटेल उठाऽऽ!'

खडबडून उठून मी दिव्याचं बटण लावलं आणि डब्यामध्ये लख्ख उजेड पडला. अगदी अनपेक्षितपणे एक अविस्मरणीय दृश्य दिसलं.

प्रो. सक्सेना गाढ झोपला होता. त्याचे कुल्ले सताड उघडे पडले होते! सौ. सक्सेनाही गाढ झोपली होती. तिनं तोंडाचा 'आ' वासला होता! एखाद्या फलकावर फुलपाखराला टाचणीनं टोचल्यामुळे त्याचे निश्चेष्ट झालेले पंख पसरलेले असावेत, त्याप्रमाणे सौ. सक्सेनाची छाती उघडी पडली होती. केस उशीवर विखुरले होते आणि त्या नवदांपत्याचे चश्मेसुद्धा अंथरुणावर पडलेले होते! दिव्याचा उजेड जाणवताच, खरं म्हणजे त्यांची अगदी पंचाईत झाली होती; परंतु डब्यातून उतरण्याच्या गडबडीत झालेली पंचाईत ते अगदी विसरून गेले. आम्ही त्यांचा बिछाना, बॅगा झटपट उचलल्या आणि बाहेर त्यांच्याकडे फेकल्या. प्रोफेसरमहाराज गारठलेल्या

फलाटावर पँटची बटणं सावरत सावरत धडपडले. त्याच्या पाठोपाठ लगबगीनं उघडे स्तन पदरानं झाकीत ती नववधू उतरली! वेळ संपताच गाडी सुरू झाली; तेवढ्यात ती नववधू किंचाळली,

"माझ्या कानातलं हरवलं आहे!"

सहृदय गार्डने गाडी थांबविली.

सर्व प्रवाशांनी अक्षरश: गुडघ्यावर बसून डब्याचा कोपरान्‌कोपरा शोधला. नशीब! हरवलेला डूल सीटच्या एका फटीमध्ये अडकलेला सापडला आणि आम्ही सुटकेचा निःश्वास टाकला. पुन्हा एकदा आमचा प्रवास सुरू झाला!

'याला म्हणतात प्रेम!' एक प्रवासी मोठ्या समंजसपणाचा आव आणून म्हणाला, 'ते जोडपं नवविवाहित असल्यामुळे त्यांची ही मधुचंद्राचीच रात्र होती म्हणा ना! आणि हो, प्रेमात सर्व गुन्हे माफ असतात!'

"पण हे असलं कसलं, प्रेम?" मी मुद्दाम त्या समंजस सदगृहस्थांना चेष्टेच्या स्वरात विचारलं.

"काही तासांपूर्वी तर त्यांची एकमेकांशी अजिबात ओळखही नसावी आणि तरी घरी जाईपर्यंतही त्यांना धीर नव्हता. त्यांचा उतावीळपणा एवढा की, एकमेकांशी आपुलकीचा एक साधा शब्दही न बोलता त्यांनी लैंगिक अनुभवाला सुरुवात केली. याला तुम्ही प्रेम म्हणता?"

"ठीक आहेऽ ठीक आहेऽऽ..." काही विचार करण्याचा आव आणीत तो समंजस गृहस्थ म्हणाला, 'कदाचित आणखी काही दिवस त्यांना अशी संधी मिळणार नसेल किंवा त्यांच्या घरी कदाचित त्यांचे नातेवाईक असू शकतील; आई, बहीण, भाऊ वगैरे. शिवाय विवाहानंतरचे धार्मिक समारंभही असू शकतील! तारुण्य हेच मुळी उतावळं असतं आणि शरीराची म्हणूनसुद्धा काही एक गरज असतेच ना! ही एका अर्थानं प्रेमाची सुरुवात आहे, असं म्हणू फार तर!'

'ही एका नव्या जीवनाची सुरुवात असेल; पण यात प्रेम कुठं आलं, ते मला कळत नाही.' मी मल्लिनाथी केली. "अशिक्षित शेतकऱ्यानं जनावराप्रमाणे संभोग केला, तर मी समजू शकतो; पण दोन सुशिक्षित माणसं : कॉलेजमधील एक व्याख्याता आणि शाळेतील एक शिक्षिका यांच्यात सभ्यतेचा पूर्ण अभाव असावा किंवा त्यांना एकान्ताची गरजच वाटू नये आणि तीन अपरिचितांसमोर त्यांनी संभोगास सुरुवात करावी, हे मला समजू शकत नाही."

'तुमच्या या सगळ्या कल्पना परकीय आहेत,' तिसरा माणूस माझं बोलणं अमान्य करीत म्हणाला, 'जाऊ दे ते सगळं! पहाटेचे साडेतीन वाजले आहेत. आपण आता थोडी झोप घेऊ या.' असं म्हणून त्यानं दिवा आणि चर्चाही बंद केली.

बहुसंख्य भारतीयांमध्ये स्त्री-पुरुष नातेसंबंध अशाच प्रकारे व्यक्त होत असतात; त्यामुळे ही घटना माझ्या मनात राहून गेली. 'लव' (Love प्रेम) हा शब्द पाश्चात्त्य देशांत विशिष्ट अर्थानं रूढ आहे. भारतातील काही मोठ्या शहरांत पाश्चात्त्य पद्धतीनं जगणाऱ्या छोट्या वर्गालाच हा शब्द समजतो. हे लोक भारतीय भाषांपेक्षा इंग्लिशमध्ये बोलण्याला प्राधान्य देतात, फक्त इंग्लिश पुस्तकं वाचतात, फक्त पाश्चिमात्य चित्रपट पाहतात आणि स्वप्नंही इंग्लिशमध्ये पाहतात. सामान्य माणसांच्या दृष्टीनं हे सर्व कवितेत वाचल्यासारखं किंवा चित्रपटात पाहिल्यासारखं असतं. फार क्वचित हा एक वैयक्तिक अनुभव असतो. विवाह ठरवून करणं ही सर्वसामान्यपणे स्वीकारलेली पद्धत आहे. प्रेमविवाह हा अपवाद असतो. ठरवलेल्या विवाहामध्ये नवरा-बायको नग्न शरीराच्या शोधातूनच प्रथम एकमेकांची ओळख करून घेतात. एकदा त्यांच्या शारीरिक वासनेचा निचरा झाला की, नंतर एकमेकांच्या मनाचा आणि व्यक्तिमत्त्वाचा शोध घेण्याची संधी त्यांना मिळते. वासनेची शक्ती कमी झाल्यावर आणि दोघांच्या स्वभावांमध्ये संघर्ष नसेल, तर नंतरच्या काळात त्यांच्यात मैत्रीसंबंध तयार होऊ शकतात; परंतु असं फार क्वचित घडतं. एरवी मात्र ते दोघे शेवटपर्यंत एकमेकांना छळत राहतात, ही वस्तुस्थिती आहे.

ज्यांच्या लग्नाच्या पूर्ततेचा मी साक्षीदार होतो, त्या सक्सेनाचं पुढे काय झालं, मला माहीत नाही. कदाचित आत्तापर्यंत त्यांनी मुलांची पिलावळ जन्मास घातली असावी. एव्हाना मि. सक्सेना प्रेमकविता शिकविणारा पूर्ण वेळ प्राध्यापक झाला असावा. अधूनमधून एखाद्या तरुण प्राध्यापिकेवर ('मला बहिणीसारखी') किंवा 'पोनीटेल' घातलेल्या विद्यार्थिनीवर ('मला मुलीसारखी') दोन-चार ओळींचं काव्य तो लिहीत असेल. कुत्र्यासारखी निष्ठा; प्रार्थना आणि साधुसंतांकडून आणलेले गंडेदोरे यांमधून सौ. सक्सेना आपल्या नवऱ्याची आवड जपण्याचा प्रयत्न करीत असेल. क्वचित प्रसंगी प्रोफेसर तिला चेतवीत असेल. संभोगाच्या भावनोत्कट प्रसंगी शहारताना आणि त्याच वेळी देवाचं 'हे राम' असं नाव ओठांवर येण्यापूर्वी तिला तिच्या एखाद्या तरुण सहकाऱ्याची आठवण येत असेल! ('अगदी सख्ख्या भावासारखा')

बहुसंख्य भारतीय दांपत्यांपेक्षा सक्सेना नशीबवान आहेत, असं म्हटलं पाहिजे, कारण ते त्यांच्या कुटुंबापासून दूर राहतात; त्यामुळे त्यांना काही प्रमाणात तरी एकान्त मिळतो. बहुतेक नवविवाहित दांपत्यांना प्रेमाइतकीच एकान्ताची कल्पनाही परकीय वाटते. त्यांना क्वचितच स्वतंत्र खोली मिळते. नवविवाहित पत्नी नवऱ्याच्या कुटुंबातील इतर स्त्रियांबरोबर झोपते. चारपाईवर वडील आणि भाऊ यांच्याबरोबर नवरा झोपतो. अधूनमधून नातू होण्याची उत्सुकता असलेली सासू, मुलगा व त्याची बायको यांची भेट घडवून आणते. सर्वसामान्य तंत्र म्हणजे घरातील इतर पुरुष घराबाहेर असताना दुधाचा पेला घेऊन सुनेला मुलाकडे जाण्यास सांगणं. तो मुलगा

तत्काळ ती संधी घेतो. अर्थातच दांपत्याला अगदी कमी वेळ मिळतो. पुरेसा आणि समाधानकारक संभोग करण्यासाठी त्यांना क्वचितच पुरेसा वेळ मिळतो. स्त्रियांनासुद्धा भावनोत्कटता असते, याची बहुतेक भारतीय पुरुषांना कल्पनाच नसते. एकापाठोपाठ एक बाळंतपणं होत असली, तरी बहुसंख्य भारतीय स्त्रियाही संभोगाबाबत अज्ञानी असतात. संभोग हा आनंददायक असतो, याची त्यांना कल्पनाच नसते. संभोगकला या विषयावरील कामसूत्रासारखा मोठ्या प्रमाणात वाचला जाणारा ग्रंथ आणि मंदिरावरील शिल्पकलेतून कामक्रीडेला आध्यात्मिक पातळी ज्या देशात आहे, त्या देशातील लोकांची ही शोकांतिका आहे!

भारतीय जीवनातील विनोद

आम्हा भारतीयांना विनोदाची समज आहे काय? या प्रश्नाचं उत्तर मी एका शब्दात देईन : नाही. त्यांना मजेची समज आहे; हसण्याची आहे; कधीकधी नर्म विनोद त्यांना समजतो; उपरोध, विरोधाभास हा त्यांना नेहमीचाच आहे; पण विनोदाची समज मात्र नाही. भारतीयांच्या विनोद समजण्याबाबत जे काही घडतं, ती काही हसण्यावारी नेण्याची गोष्ट नाही. काही प्रसंगांत त्यांच्या चेहऱ्यावर स्मितहास्य येईल; पण बहुतेक वेळा विनोदाच्या बाबतीत त्यांचं वागणं तिरस्करणीय असतं.

तुम्ही असं विचाराल की, हसणं, नर्म विनोद, उपहास, विरोधाभास एकीकडे आणि विनोदाची समज दुसरीकडे, यांत तुम्ही फरक कसा काय करणार? मी उत्तर देईन,

"मला व्याख्या विचारू नका; कारण जास्तीतजास्त मी काय करू शकेन, तर निरनिराळ्या शब्दकोशांचे संदर्भ देईन; परंतु त्यामुळे काही हेतू साध्य होणार नाही."

अमेरिकेचा प्रसिद्ध विनोदवीर जेम्स थर्बर याने विनोदाची व्याख्या अशी केली आहे :

गतगोष्टींबद्दल शांतपणे व संथपणे सांगितलेला एक प्रकारचा भावनिक गोंधळ. अगदी मोकळेपणानं सांगायचं, तर थर्बर कशाबद्दल सांगतोय ते मला समजत नाही. मी मुख्यतः 'घाणेरड्या गोष्टी न सांगणारा नट' असे विनोदवीराचे वर्णन करेन; पण हेसुद्धा पुरेसं नाही. कारण मी भारतीय विनोदी लेखक मानला जातो! आणि मी विनोदी नट असूनही खूप घाणेरड्या गोष्टी सांगतो.

विनोद हा काहीसा सूक्ष्म असतो, म्हणून त्याची थोडक्यात व्याख्या करता येत नाही. मला आठवत नाही कोण म्हणालं, ते- पण ते असं, विनोद म्हणजे एखाद्याला प्रेमानं अशा तऱ्हेनं लाथ मारणं आहे की, त्याला वाटतं की, दुसऱ्या व्यक्तीला लाथ मारली आहे आणि त्याला त्याबद्दल आनंद वाटतो. एखाद्या गोष्टीबद्दल तुम्हाला हसू येतं; पण तीच गोष्ट तुमच्या बाबतीत घडली, तर तुम्हाला वेड लागायचीच पाळी येईल. विनोदी लेखक म्हणता येईल, असा हंट हा विनोदी लेखक होता. त्यानं विनोदी लेखकाचं वर्णन असं केलंय : जो मनुष्य स्वभावातील दोष अशा तऱ्हेनं दाखवितो की, आपण आपलेही दोष ओळखतो आणि हसतो, आपल्या शेजाऱ्याचेही दोष ओळखतो आणि हसतो. विनोद हा दुखावणारा नसतो. विनोद तिरस्करणीय

नसतो. उलट तिरस्कारावर ते प्रतिजैविकासारखं (अँटीबायोटिक) औषध आहे. विनोदाची व्याख्या करण्याचा हा माझा एक प्रयत्न आहे.

आपल्या देशाचा विचार करता आपण विनोदात का कमी पडतो, याचं विश्लेषण करण्याचा आता मी प्रयत्न करतो. पहिली गोष्ट म्हणजे, ज्या अटीशिवाय विनोद होऊच शकत नाही, ती म्हणजे आपली स्वतःला हसण्याची कुवत नाही. आपण स्वतःकडे फार गंभीरपणे पाहतो आणि कोणी आदर केला नाही, तर आपण दुखावले जातो. कधी ना कधी तरी आपल्यापैकी प्रत्येकजण स्वतःला गाढव बनवून घेत असतो; पण भारतीय 'आपण मूर्ख ठरलो', असा स्वतःबद्दलचा विनोद क्वचितच सांगतात. आपण स्वतःकडे किती गंभीरपणे पाहतो, याची काही उदाहरणं मी तुम्हाला सांगतो. आपले बहुसंख्य मंत्री कसे आहेत, हे तुम्हाला माहीत आहेच. सत्तेवर येताच त्यांचा तोल जातो आणि स्वतःबद्दलच्या आदरभावनेने ते फुगतात.

आता मी ज्याच्याबद्दल सांगणार आहे, तो मंत्री नेहमीच्या नियमांना अपवाद होता. म्हणजे तो उद्धट किंवा स्वतःला अवास्तव महत्त्व देणारा नव्हता. मी त्याला रेस्टॉरंटमध्ये एका कोपऱ्यात एकटाच बसलेला पाहिला. मी त्याच्याकडे गेलो आणि माझ्या मित्रांसमवेत बसण्यासाठी त्याला बोलावलं. त्याने आपलेपणानं ते मान्य केलं. मी त्यांची ओळख करून दिली आणि म्हणालो,

''माझे मित्र म्हणतात की, आपल्या देशातील सर्व महत्त्वाच्या व्यक्तींमध्ये डोकं न गमावलेले फक्त तुम्हीच आहात. म्हणजे तुम्ही अजूनही विनम्र आहात!'' मंत्रिमहाशयांची दाढी करड्या रंगाची होती तरी खुशीनं लालबुंद होत ते म्हणाले,

''हांऽजी- सर्वजण म्हणतात, मी फार नम्र आहे. शाळा-कॉलेजात माझा नंबर कधीही दुसरा नव्हता. (आपण सर्वांत प्रथम होतो हे सांगण्याची ही भारतीय पद्धत आहे, हे तुम्हाला माहीत आहे काय?) परंतु नम्रता मी कधीच सोडली नाही. जिल्ह्यामध्ये माझी वकिली सर्वांत मोठी होती, तरीही मी माझी नम्रता सोडली नाही. आता मी सर्वांत तरुण मंत्री आहे, तरीही अजून मी पूर्वीइतकाच नम्र आहे.''

अगदी मोठ्या कष्टानं मी माझं प्रचंड हसू दाबलं; परंतु आपलं राष्ट्रीय व्यक्तिमत्त्व दाखवणारी ही दुर्मिळ घटना मी पोटात फार काळ ठेवू शकलो नाही. मी हा किस्सा अनेक मेजवान्यांमध्ये सांगितला. शिवाय असं लिहिलं की, राष्ट्र म्हणून आपण यश पचवू शकत नाही. अगदी नम्र भारतीयालासुद्धा 'जगातील सर्वांत नम्र' असं सिद्ध केल्याशिवाय समाधान वाटत नाही. हे सर्व अर्थातच त्या मंत्र्याला समजलं. त्याला 'गाढव' केल्याबद्दल त्यानं मला कधी माफ केलं नाही. मी एकदा माझं काम करून घ्यायला त्यांच्याकडे गेलो, तेव्हा त्यांनी मला कठोरपणे कटवलं,

''आप मेरा मजाक उडाते रहते हैं।''

दुसरी एक छोटी गोष्ट- आणि खरीसुद्धा :

ही एका तरुण आणि अतिशय बुद्धिमान विद्यार्थ्याची गोष्ट आहे. त्यानं दिलेल्या प्रत्येक परीक्षेत तो पहिला आला होता. अखेरीस त्याला ऑक्सफर्ड विद्यापीठाची शिष्यवृत्ती मिळाली. तिथंही तो पहिल्या वर्गात पहिला आला. पुढं तो एक प्रकारचा गुरू झाला आणि वेदान्तावर प्रवचनं देऊ लागला. तो शिकवत असलेल्या प्रमुख विषयाचा संदेश असा होता की, सर्व हौमाहैन (Haumahain) म्हणजे मी अहंकार. उद्धटपणे फुगलेल्या 'स्व'मध्ये सर्व वाईटाचा उगम आहे. या 'स्व'ला जिंकून घेतल्याशिवाय स्वतःच्या उन्नतीची अपेक्षा ठेवता येणार नाही.

एक दिवस त्याच्या एका शिष्याने विचारले :

"महाराज, तुमच्या सर्व मतांशी मी सहमत आहे; परंतु एखाद्यानं स्वतःचा 'स्व' नेमका कसा काय जिंकायचा?"

"फार चांगला प्रश्न आहे," आपल्या तत्त्वज्ञानं उत्तर दिलं. 'मला याबद्दल थोडंफार माहिती आहे. माझ्या अनेक कर्तृत्वांमुळे स्वतःचा अहं जिंकणं तुम्हा कोणाहीपेक्षा मला अधिक अवघड आहे. मी असं सुचवेन की, तुमच्यापैकी प्रत्येकानं आपला स्वतःचा मार्ग शोधावा. मी काय करतो? मी पद्मासन घालून बसतो आणि दररोज सकाळ-संध्याकाळ स्वतःशी घोकतो. दिलेल्या सर्व परीक्षांत पहिला आलेला तो मी नाही. विद्यापीठातील परीक्षेतील उच्चांक मोडणारा तो मी नाही. विद्यार्थी संघटनेचा अध्यक्ष झालेला तो मी नाही. पूर्वेकडील सर्वांत बुद्धिमान तत्त्वज्ञ असा अमुकतमुक मी नाही. मी दैवी शक्तीचा एक अंश आहे.'

अर्थातच ज्यांनी 'स्व' जिंकण्याच्या सूत्राची ही गोष्ट पसरविली.

त्यांना या दैवी शक्तीचा अंश असलेल्या माणसानं अगदी निर्दयपणे खडसावलं, हे सांगण्याची काही गरज नाही.

आपल्याला विनोद न समजण्याचं दुसरं एक कारण म्हणजे, आपण अनेक विषयांबद्दल अतिशय संवेदनक्षम आहोत. आपण कोणाबद्दल विनोद करावेत आणि करू नयेत, हेसुद्धा ठरलेलं आहे. आपण देव किंवा धर्म यांबद्दल विनोद करता कामा नये. आपल्यापेक्षा मोठे असलेल्यांबद्दल आपण विनोद करता कामा नये, परंपरेनं ज्यांना परवानगी दिली आहे, उदा., अकबर-बिरबल, महाराजा रणजितसिंग आणि अकाली फुलासिंग अशा व्यक्ती सोडून इतर ऐतिहासिक व्यक्तींवर आपण विनोद करता कामा नये. महाराष्ट्रीयन माणसाच्या कानाजवळ छत्रपती शिवाजीबद्दल विनोद करण्याचा प्रयत्न करा म्हणजे मी काय म्हणतो, ते तुम्हाला समजेल.

समाजविषयक विनोदांबद्दलही आपण तितकेच संवेदनक्षम आहोत. इतर देशांत या विषयात विनोदाचं भांडार सापडतं. जुलाहा, नाइज, जाट, बनिया, मारवाडी आणि

इतर अशा जाती-जमातींबद्दल आपल्याकडे अनेक म्हणी प्रचलित आहेत; परंतु त्या लोकांच्या उपस्थितीत अशा म्हणी सांगणं किंवा त्यांच्या वैशिष्ट्यावर विनोद करणं आपण योग्य मानत नाही. सध्या सरदारजींबद्दल सर्वाधिक विनोद प्रचलित आहेत. या विनोदाच्या प्रकाराबद्दल आश्चर्य असं की, त्यांतील, बहुतेक विनोद सरदारजीनं स्वतः केलेले असतात. मोठ्या आवडीनं ते हे विनोद स्वतःच सांगतात आणि प्रचंड हास्य निर्माण करतात; परंतु सरदाजींव्यतिरिक्त इतर कोणी जर त्यांच्या समोर हे स्वातंत्र्य घेण्याचा मूर्खपणा केला, तर एक देवच त्यांना वाचवू शकेल. सरदारजी म्हणजे हे असं अनोखं मिश्रण आहे. हे लोक स्वतःला हसू शकतात; पण लोकांनी त्यांना हसलेलं चालत नाही. शिखांप्रमाणेच धर्मछळ आणि सापत्नभाव याचा दीर्घ इतिहास अनुभवलेल्या ज्यूंच्या बाबतीत मात्र हा प्रकार अगदी उलट आहे. ज्यू केवळ स्वतःवरच विनोद करत नाहीत, तर इतरांनी त्यांच्याबद्दल केलेल्या विनोदातही सहभागी होतात.

विनोदाबाबत इतक्या सर्व बंधनांतून आपल्याजवळ काय उरतं? मौल्यवान असं थोडंसंच काही. आपल्या कोणत्याही नियतकालिकाचं पान उलटून पाहा. बहुतेक नियतकालिकांमध्ये विनोदी वाटणाऱ्या मजकुरासाठी एखाद-दुसरं पान दिलेलं असतं. सर्वांत लोकप्रिय प्रकार म्हणजे 'तुमच्या प्रश्नांना उत्तरं' असे शीर्षक असलेलं सदर. त्यातील प्रश्नोत्तरं, नेमलेल्या विनोदी लेखकानं किंवा संपादकानं स्वतः दिलेली असतात. मी जेव्हा ते सदर वाचतो, तेव्हा त्याला हसावं की रडावं, तेच मला कळत नाही. इतर विनोदी सदरांना मूर्खासारखी काही शीर्षकं असतात. उदा., थोडं हसा, हसण्यासारखी गोष्ट इत्यादी. अशा शीर्षकांखाली छापलेले बहुसंख्य विनोद पुष्कळ वेळा कोणत्या तरी आंतरराष्ट्रीय सिंडिकेट किंवा परकीय नियतकालिकांमधून घेतलेले असतात. काही वेळा त्यांची वाक्यरचना बदलून, ते भारतीय असल्याचा भास निर्माण केला जातो. तसेच, बहुतेक सर्व हास्यचित्र-मालिका आणि विनोद यांचं मूळ परकीयच असतं. माझ्याकडे विनोदांवरच्या पुस्तकांचा भरपूर साठा आहे. वाङ्मयचौर्य अजिबात नसलेलं, पूर्णपणे भारतीय विनोदांचं पुस्तक मला अजून आढळलेलं नाही.

सर्व देशांमध्ये राज्य विधानसभा आणि लोकसभा ही विनोदाची समृद्ध उगमस्थाने आहेत. त्यातील विशिष्ट प्रकारच्या विनोदाला मनाचा हजरजबाबीपणा आवश्यक असतो. तरच मल्लिनाथी केल्याबरोबर फारसा विचार करावा न लागता जोरदार प्रतिटोला मारता येतो. यालाच फ्रेंचमध्ये 'स्टेअरकेस विट' (Staircase Wit) असं म्हणतात - म्हणजे पार्टी संपल्यावर जिन्यावरून उतरताना तुम्हाला जे म्हणावंसं वाटतं, ते. काही लोकसभासदस्य हजरजबाबी होते; परंतु माझ्या कारकिर्दीत अविस्मरणीय

असं काही आठवत नाही. माझ्या स्मरणात राहिलेले काही किस्से मी तुम्हाला सांगतो.

माझ्या आवडत्या आठवणींपैकी एक हरयाना विधानसभेतील आहे. विरोधी पक्षातील एक स्त्री-सदस्य मुख्यमंत्री आणि सरकार यांच्यावर जोरदार हल्ला करीत होती.

मुख्यमंत्र्यांचा रागानं तोल गेला आणि त्यांनी त्या स्त्री-सदस्याला 'चरित्रहीन' म्हणजे भ्रष्ट चारित्र्याची स्त्री असं म्हटलं.

साहजिकच ती स्त्री सदस्य संतापली आणि तिनं निक्षून मंत्र्याची आई, बायको, बहीण, मुलगी या सर्वांना 'चरित्रहीन' असं म्हणून शिव्या दिल्या.

सभागृहात हास्याची लाट उमटली. सभापतीनं ती शिव्यांची अदलाबदल नोंदवहीतून काढून टाकली आणि त्यांना एकमेकांची क्षमा मागण्यास सांगितले.

मुख्यमंत्र्यांनी चुकीची दुरुस्ती केली आणि त्या स्त्री-सदस्याची क्षमा मगितली. ते पुढं म्हणाले :

''मी तुम्हाला माझ्या बहिणीसारखी मानतो.''

त्या स्त्री-सदस्याची क्षमा मागण्याची पाळी आली, तेव्हा ती म्हणाली :

'तुमची बहीण चरित्रहीन नाही, हे मी मान्य करते; परंतु तुमच्या कुटुंबातील इतर नातेवाईक माहीत नसल्यामुळे त्यांच्याबद्दल मी काही सांगू शकत नाही.'

इंदिरा गांधींचा नवरा कै. फिरोज गांधी हा मार्मिक उत्तरांबद्दल प्रसिद्ध होता. त्याच्या मार्मिक उत्तरांपैकी एक उत्तर माझ्या विशेष लक्षात राहिलं आहे. त्या उत्तरासाठी फिरोज गांधीनं आधी खूप विचार करून ठेवला असावा, असं वाटतं. फिरोज गांधीचा 'काटेरी दंडुका' अत्यंत दुःखानं स्वीकारणारी व्यक्ती म्हणजे त्या वेळचे अर्थमंत्री टी. टी. कृष्णमाचारी. वृद्ध कृष्णमाचारींची 'जहाल जिभेचा' अशी कीर्ती होती. फिरोज गांधीचा उल्लेख ते पंतप्रधान नेहरूंच्या मांडीवरचा कुत्रा असा करीत असत. टीटीकेचं नाव त्या वेळी मुंदडा लफड्यात गुंतलं होतं. या लफड्याच्या चर्चेच्या सुरुवातीलाच फिरोजला हवी ती संधी मिळाली. सभागृहात आल्यावर मंत्रिमंडळ बसते, त्या जागेकडे तो गेला आणि अर्थमंत्र्यांना उद्देशून म्हणाला,

''तुम्ही माझं वर्णन मांडीवरचा कुत्रा असं करता, असं मला समजलं आहे. तुम्ही स्वतःला राष्ट्राचे आधारस्तंभ समजता. मांडीवरचा कुत्रा स्तंभावर- म्हणजे खांबावर जे करतो, ते आज मी तुमच्या बाबतीत करणार आहे.''

ब्रिटिश संसदेत ए. पी. हर्बर्ट, अन्युरान बीव्हन आणि सर्वांत वरचढ म्हणजे विन्स्टन चर्चिल यांनी केलेले मार्मिक हल्ले आणि विनोद यांच्या तुलनेनं आपल्याकडचा

विनोदांचा संग्रह अगदीच मामुली आहे. मी काही ते विनोद सांगत नाही. कारण तुमच्यापैकी बहुतेकांनी ते पूर्वी ऐकले असतील.

सर्व देशांतील संसदेपैकी उरुग्वेच्या संसदेत घडलेला एक अस्सल नमुनेदार किस्सा मी तुम्हाला सांगतो

विरोधी पक्षाचा सदस्य मंत्र्यावर हल्ला करीत होता. त्याच्या बोलण्यात अडथळा आणण्यासाठी मंत्री उभा राहिला.

तेव्हा तो सदस्य ओरडला,

"माझं अजून संपलेलं नाही."

असं पुन:पुन्हा घडलं. प्रत्येक वेळी मंत्री विरोध करायला उठला, त्या त्या वेळी विरोधी सदस्य ओरडला,

"खाली बसा. माझं अजून संपलेलं नाही."

अखेर एकदाचं त्या सदस्याचं बोलणं संपलं; तेव्हा मंत्र्याने विचारलं,

"आता तुमचं झालं ना?"

"होय,"

तो सदस्य जागेवर बसत म्हणाला.

"मग साखळी ओढा" मंत्र्यानं फटकारलं आणि सभागृहात 'हास्याचा स्फोट' झाला.

◆

भारतातील गरिबी

त्या दुपारी कलकत्त्यात अतिशय उष्ण आणि दमट हवा होती. इंग्लंडमध्ये कॉलेजात असताना माझी एका इंग्लिश स्त्रीशी ओळख झाली होती. ती भारतात आली होती. तिला जेवण देऊन मी तिचं आदरातिथ्य करीत होतो. ती पूर्वी कधी कलकत्त्याला आली नव्हती; परंतु तिनं लुई मालची डॉक्युमेंटरी पाहिलेली होती आणि मदर तेरेसाच्या गरिबांमधील कामाबाबत वाचलं होतं. तिनं आफ्रिका आणि आशियामध्ये खूप मोठा प्रवास केला होता. लेबानन आणि सीरियामधील अरब निर्वासितांच्या छावण्या पाहिल्या होत्या आणि मलेशियातील 'बोट पीपल' यांना ती भेटली होती.

"समाजशास्त्रज्ञ ज्या सांस्कृतिक धक्क्याबद्दल बोलतात, ते मी अनुभवलेले आहेत," ती हसत म्हणाली, "मी अगदी शॉकप्रूफ आहे."

खाद्यपदार्थांसाठी प्रसिद्ध असलेल्या 'फिरपोस' या कलकत्त्याच्या हॉटेलमधील पहिल्या मजल्यावरील प्रशस्त, चकचकीत व्हरांड्यात आम्ही बसलो होतो. हे हॉटेल कलकत्त्याच्या 'चौरंगी' या अत्यंत घाईगर्दीच्या रस्त्यावर होतं. रविवार असल्यामुळे फारशी रहदारी नव्हती. रस्त्याच्या कडेला ओळीनं टॅक्सी उभ्या होत्या. टॅक्सीत झोपलेल्या ड्रायव्हरचे पाय उघड्या दारातून लोंबकळत होते. टॅक्सी स्थानकापलीकडे पाचूच्या हिरव्यागार गवताचं मोठं मैदान होतं. मैदानामध्ये जंगलासारखी प्रचंड झाडं होती. त्या झाडांच्या सावलीत लोक अस्ताव्यस्त पसरले होते. ते वातावरण अगदी थंड आणि शांत वाटत होतं. थंडगार बिअरमुळे मला गुंगी येत होती. माझ्या मैत्रिणीच्या उत्साहपूर्ण बडबडीकडे लक्ष देणं मला अगदी जड जात होतं.

अचानक खालच्या रस्त्यावर गडबड सुरू झाली. निरनिराळ्या दिशांनी माणसं टॅक्सी स्टँडकडे धावू लागली. सुमारे डझनभर माणसं एका दारू पिऊन झोकांड्या खाणाऱ्या माणसाला थपडा, बुक्क्या आणि लाथा मारताहेत, असं दिसलं. हॉटेलच्या पायऱ्या उतरून मी खाली गेलो. माझी मैत्रीणही मागोमाग आली. आम्ही गर्दीतून ढकलत पुढं गेलो. दोन दांडगट शिखांनी एका लहानशा बंगाली माणसाचे केस धरले होते. तो केविलवाणे आणि करुण रडत होता.

"काय झालं?" मी विचारलं, "या माणसानं काय केलंय?"

“तो चोर आहे!” एका शिखानं उत्तर दिलं. “हा मादरचोद माझ्या टॅक्सीवरचं कव्हर काढत होता, तेव्हाच मला जाग आली.”

‘त्यांच्या ढुंगणात वंगण लावलेला दांडू घातल्याशिवाय ही माणसं धडा शिकणार नाहीत.’ आपल्या म्हणण्याला पुष्टी देण्यासाठी त्यानं उघड्या पायाची एक जोरदार लाथ त्या माणसाला मारली.

“त्याला मारू नका.” मी विनवू लागलो, “त्याला पोलिसांकडे द्या.”

“नकोऽ नको! रामाऽ रे, पण पोलीस नको!” आपल्या दोन्ही हातांनी माझे पाय गच्च धरत तो माणूस केविलवाणे रडू लागला. “त्यांचं समाधान होईपर्यंत त्यांना मला मारू दे; पण मला जाऊ दे. पोलिसांनी मला नेलं, तर बायका-मुलांना मी कोठे आहे, ते कळणार नाही. त्यांना वाटेल की, मी मेलो. कृपा करून मला वाचवा.” तो मोठ्यांदा गळा काढून, पोटावर हात मारून रडू लागला. “मला भूक लागलीय, मला खूप दिवस काही खायला मिळालेलं नाही.”

त्याच्या डोळ्यांतून पाणी येत होतं, नाका-तोंडांतून रक्त येत होतं.

टॅक्सी-कव्हरची किंमत देण्याची मी तयारी दाखविली.

टॅक्सी ड्रायव्हरनं तुच्छतेनं ती नाकारली.

“त्याला आता पुरेशी शिक्षा मिळाली आहे, तेव्हा त्याला सोडून द्या.” अशी मी त्यांना विनंती केली.

पोलिस आले. चोराला हातकड्या घातल्या आणि त्याला त्यांच्या काळ्या गाडीत ढकललं. मात्र, या गडबडीत त्या माणसाचं नाव आणि त्याचं कुटुंब कुठं राहतं, याची माहिती आणि माझ्या शार्कस्किनच्या पॅंटवर रक्ताचे पडलेले डाग हीच माझी कमाई झाली!

आम्ही त्या चोराच्या कुटुंबाचा ठावठिकाणा शोधला. उपनगरी रेल्वेपुलाखालून त्यांना हाकलून दिलं होतं. रेल्वेलगत जेमतेम हातपाय पसरण्याइतपत पोत्याच्या छपराखाली ते पावसाळ्यात राहत होते. तेथील हवेत धूळ आणि धूर तरंगत होते. वातावरणात विष्ठा आणि मलमूत्र यांची दुर्गंधी पसरली होती. तिथेच महापालिकेने ओतलेल्या कचऱ्याचे पर्वतमय ढीग पडले होते. त्याच्या आसपास डुकरं, भटकी कुत्री आणि डबड्यांमध्ये चिकटलेलं अन्न किंवा अन्नाचा ओशटपणा चाटणारी नागडी मुलं हिंडत होती. ती बाई उघड्यावर भाताची पेज शिजवत होती. (याचा अर्थ तिचा नवरा खोटं बोलला होता.) मी तिला नवऱ्याच्या अटकेबद्दल सांगितलं. तिनं खांदे उडविले आणि म्हणाली,

“त्याला काम मिळत नसेल, तर त्यांनी तरी काय करायचं? आम्हाला आमची पोटं भरावी लागतात.”

माझ्या मैत्रिणीनं दिलेली दहा रुपयांची नोट तिनं आभार न मानता स्वीकारली.

‘आभार’ हा शब्द भारतीय गरिबांच्या भाषेत नाही.

माझी इंग्लिश मैत्रीण त्या दुपारी मजेत गप्पा मारत होती. संपूर्ण संध्याकाळ ती विलक्षण शांत होती. रात्रीचं जेवण ती घेऊ शकली नाही आणि तिनं ते बाथरूममध्ये टाकून दिलं, असं मला नंतर सांगितलं.

गलिच्छपणा, दारिद्र्याची दृश्यं आणि माणसाचं अधःपतन या बाबतींत जगातील कोणतंही शहर कलकत्त्याची बरोबरी करू शकणार नाही. तरीही अशीच दृश्यं इतर शहरांत पाहावयास मिळतात. त्यामध्ये श्रीमंत मुंबई आणि राजधानी दिल्ली यांचा समावेश आहे. शहरातील नुसत्या झोपडपट्ट्या पाहिल्या, तरी महात्मा गांधींनी त्यांचं ‘गटार इन्स्पेक्टरचा अहवाल’ असं केलेलं वर्णन किती यथार्थ आहे, ते जाणवेल. स्वातंत्र्यानंतर बऱ्याच गोष्टींत बदल झालेले आहेत. गरिबांची परिस्थिती सुधारण्याच्या दृष्टीनं भारत गोगलगाईच्या गतीनं इंचभर पुढे सरकला आहे. अर्थात डोळ्यांना हे स्पष्टपणे दिसत नाही. सरकारी आकडेवारी पूर्ण विश्वासार्ह नसते. तरी सरकार ठासून सांगत असलेल्या सर्वच गोष्टी आपल्याला खोट्या मानता येणार नाहीत.

साध्य आणि अपयश यांचा साधारण ताळमेळ हा पुढीलप्रमाणे असेल :

स्वातंत्र्यप्राप्तीनंतर भारतात मोठ्या प्रमाणावर अन्नाचा दुष्काळ किंवा साथीचे रोग झालेले नाहीत. मोठी तूट असलेलं अन्नधान्याचं उत्पादन स्वयंपूर्णतेकडे चाललं आहे. साक्षरता १६ टक्क्यांहून कमी होती, ती ४० टक्क्यांवर गेली आहे. याच काळात भारताची लोकसंख्या ३२ कोटींची ८० कोटींवर गेली, म्हणजेच दुपटीपेक्षा अधिक वाढली. तसेच सर्वसाधारण आयुर्मर्यादा ३२ होती, ती ५२ हून अधिक झाली. लोकसंख्यावाढीच्या प्रमाणात किंचित घट झाली. लोकसंख्यावाढीच्या विस्फोटामुळे प्रगतीचा परिणाम दुर्लक्षित झाला. राज्यांना लोकसंख्यावाढीशी मेळ साधता आला नाही. आवश्यक तेवढ्या शाळा, हॉस्पिटल, वाहतूक सोयी आणि समाज केंद्र यांची उभारणी करता आली नाही. सरकारी किंवा खासगी मालकीच्या कारखानदारीनं अपेक्षित प्रगती होऊ शकली नाही. या सर्व कारणांमुळे आपल्याकडे विरोधाभासाची परिस्थिती निर्माण झाली आहे. भारत हा जगातील अत्यंत गरीब देशांपैकी एक आहे. दारिद्र्यानं पछाडलेल्या देशांच्या यादीमध्ये, त्याचा शेवटून दहावा नंबर लागतो. भारताखालील नऊ देश असे आहेत - अप्पर व्होल्टा, इथिओपिया, माली, छाड, अफगाणिस्तान, नेपाळ, भूतान, बांगलादेश, बर्मा. औद्योगिक उत्पादक देशांच्या जगात तो ७ वा मोठा उत्पादक देश आहे. शास्त्र आणि तंत्रज्ञान यांतील मानवी शक्तीच्या गुंतवणुकीबाबत अमेरिका आणि रशियानंतर भारताचा तिसरा क्रमांक लागतो. भारत आज गरजेच्या आवश्यक त्या सर्व वस्तू निर्माण करतो- सुईपासून

संगणकापर्यंत, ऑटोमोबाईल्स, ट्रॅक्टर्स, विमानं आणि जहाजं. तसेच भारतानं अवकाशात उपग्रह सोडले आहेत. त्यानं अणुस्फोट केला आहे आणि त्याच्याकडे अणुशक्ती निर्मिती केंद्रांची साखळी आहे

तरीही सिंदबादच्या पाठीवरील म्हाताऱ्या माणसाप्रमाणे ही गरिबी भारताच्या पाठीवर इतकं ओझं बनून का राहिली आहे?

◆

लोकांविषयी 'थोडं खोडसाळपणे'

नाव मोठं असणाऱ्या माणसांची खिल्ली उडवणं आणि त्यांना तोंडावर खोटारडे म्हणणं मला आवरताच येत नाही. उद्धटांना शिवीगाळ करायला मला आवडतं. बहुतेक मोठ्या नावाची, आत्मस्तुतिपाठक आणि उद्धट माणसं यशापाठोपाठ यश मिळवतात, मंत्री, राज्यपाल होतात किंवा योग्यता नसताना पारितोषिकं मिळवतात; त्यामुळे या माझ्या रागाचा विस्फोट नेहमीच लेखनातून होतो.

ग्यानी झैलसिंग

आपल्या प्रजासत्ताकाचे ७ वे राष्ट्रपती म्हणून ग्यानी झैलसिंग यांचा २५ जुलै, १९८० रोजी शपथविधी झाला. त्यांचं शिक्षण मर्यादित होतं, इंग्लिश बोलण्याची असमर्थता होती. तरीही सभ्य राजेंद्रप्रसाद, अभ्यासू राधाकृष्णन् आणि झाकिर हुसेन, वाचाळ व्ही. व्ही. गिरी आणि नीलम संजीव रेड्डी आणि सर्वांत लवचीक फकरुद्दीन अली अहमद या सर्वांना मागे टाकून झैलसिंग सर्वांत लोकप्रिय राष्ट्रपती होतील, असं भविष्य वर्तवण्यात मी उतावळेपणा केला, असं मला वाटतं; परंतु त्यांनी सुरुवात तर जोरदार केली होती.

८ जुलै, १९८० रोजी संसद सहकाऱ्यांचा निरोप घेण्यासाठी ते संसदेच्या मध्यवर्ती सभागृहात आले. काँग्रेस पक्षाशी दीर्घकाळ असलेले संबंध संपल्याचं त्यांनी जाहीर केलं. ते आले, तेव्हा संसदेत पंतप्रधान इंदिरा गांधींनी भाषणास सुरुवात केली होती. उशीर झाल्यामुळे ते संकोचल्यासारखे दिसत होते. 'ते पाहा कसे नववधूसारखे लाजून गुलाबी होताहेत!' असं बोलून इंदिरा गांधींनी त्यांचं स्वागत केल्यामुळे ते अधिकच संकोचले.

तुकतुकीत रंगवलेल्या काळ्या दाढीतून ग्यानी लाजले. ग्यानींचं संसदेतील निरोपाचं भाषण म्हणजे भावपूर्ण असं वक्तृत्व होतं. असं भाषण सध्याच्या दिवसांत क्वचित ऐकायला मिळतं. त्यांच्या लाजण्याविषयी इंदिरा गांधींच्या औपरोधिक बोलण्याचा संदर्भ देऊन त्यांनी भाषण संपविलं. ग्यानीजींनी आता भारतीय नववधूप्रमाणे वाटत आहे, 'हे' मान्य केलं. ही नववधू आपल्या आई-वडिलांना, भावा-बहिणींना सोडून जात आहे आणि कुटुंबातील प्रत्येकजण साश्रु नयनांनी निरोप घेत आहे, असं ते म्हणाले.

"तुम्ही मला राजकारणातून निवृत्त करण्याचा निर्णय केला आहे; परंतु माझी ही निवृत्ती राजेशाही असेल..." असं त्यांनी शेवटी सांगितलं.

राष्ट्रपतिपदावरचे त्यांचे पहिले काही महिने खूप आनंदात गेले. ते जिथं जिथं गेले, तिथे त्यांचं प्रचंड जनसमुदायानं स्वागत केलं. त्यांनी मजेदार- ग्रामीण गोष्टी, उर्दू शेर, पर्शियन व पंजाबी काव्य, पवित्र संस्कृत ग्रंथ, कुराण आणि ग्रंथसाहिब यांतील अवतरणं सांगून लोकांची करमणूक केली. जणू त्यांच्या रूपानं या मातीतला, या संस्कृतीतला राष्ट्रपती मिळाला. हा राष्ट्रपती शेतकरी आणि कलाकार यांच्याशी

बोलू शकत होता; तसेच पंडित, मौलवी आणि ग्रंथी यांच्याशीही संवाद करू शकत होता.

पाश्चिमात्यांचं अनुकरण करणाऱ्या वर्गाशी मात्र त्यांनी कधी संवाद साधण्याचा प्रयत्न केला नाही किंवा तसं करणं त्यांना शक्य नव्हतं. असे लोक मेजवान्यांच्या वेळी झैलसिंगांवरून सरदारजीचे विनोद करीत असत. कधीकधी ग्यानीजी स्वतःच त्यांच्या होणाऱ्या उपहासाचा विषय होत. उदाहरणच द्यायचं झालं, तर डार्विनच्या सिद्धान्ताप्रमाणे माकडापासून माणसाचा जन्म झाला, यावर टिप्पणी करताना त्यांनी निरागसपणे विचारलं,

"बुद्ध हा माकडांचा वंशज कसा होऊ शकेल?"

फार थोडी माणसं त्यांच्याशी चारचौघांत बोलण्याचं धाडस करीत, कारण झैलसिंगांच्या हजरजबाबीपणाला ते तोंड देऊ शकणार नाहीत, हे त्यांना माहीत असे. झैलसिंग अशा लोकांच्या उपस्थितीकडे दुर्लक्ष करीत.

झैलसिंगांच्या 'राजघराण्या'बद्दल वाटणाऱ्या अवास्तव आदराचा समाजातील प्रतिष्ठित वर्गाला कंटाळा आला होता. 'इंदिरा गांधींची इच्छा असेल, तर मी जमीन झाडायलासुद्धा तयार आहे', असे ते म्हणत असत. त्या वेळेस इंदिरा गांधींचा निश्चित वारस असलेल्या संजयला ते 'मार्गदर्शक' समजत असत. 'फरीदकोट राज'च्या दरबारी वातावरणात हांऽजी, हांऽजी करणं आणि कावेबाजपणा यामुळेच टिकाव लागू शकत होता. अशा वातावरणात झैलसिंगांचा जन्म आणि प्रगती झाली होती; त्यामुळे दरबारी शिष्टाचार आणि खुशामत त्यांच्या वृत्तीत भिनलेली होती, हे फारच थोड्याजणांना माहीत होतं.

काही महिन्यांतच घटना चुकीच्या मार्गानं जाऊ लागल्या. पहिले शीख राष्ट्रपती म्हणून सुरुवातीपासून ज्या समाजानं त्यांची स्तुती केली आणि त्यांना उच्च स्थान दिलं, तेच आता त्यांची टर उडवू लागले. अकालींनी 'धर्मयुद्ध मोर्चा'ला सुरुवात केली होती. 'अकाली, अक्कलके खाली- ' 'अकाली हे रिकाम्या डोक्याचे आहेत,' असं ग्यानी उपहासानं म्हणत असत. 'सरकारी शीख' आणि 'पंतप्रधानांचा रबरी शिक्का' असं म्हणून अकाली त्याची परतफेड करीत असत. ९व्या एशियाडविरुद्ध अकालींची निदर्शने होणार होती, त्या वेळी रेल्वेनं आणि रस्त्यानं अनेक शीख दिल्लीकडे जात होते. त्यांच्याविरुद्ध हरयानाचं पोलिसदल वापरून भजनलाल यांनी शिखांना त्रास दिला. स्वतंत्र भारतात प्रथमच शिखांबद्दल भेदभाव करण्यात आला. एक शीख राष्ट्रपती असताना असं घडावं, हे उपरोधात्मक आहे. शीख समाजातील त्यांची पुण्याई उतरणीला लागली. नंतरच्या एकापाठोपाठ घडलेल्या घटनांनी तर

त्यांच्यावर कुरघोडी केली.

'ऑपरेशन ब्लू स्टार'नंतर 'ऑपरेशन वुड रोज' ही मोहीम पंजाबच्या ग्रामीण भागातील दहशतवादी शोधून काढण्यासाठी होती. 'ब्लू स्टार' मोहिमेबद्दल ग्यानींना अंधारात ठेवलं होतं; परंतु शिखांनी मात्र त्यांनाच जबाबदार धरलं. ग्यानींना 'तनखैय्या' असं ठरवावं किंवा नाही, याबद्दल त्यांनी स्पष्टीकरण द्यावं, असं तख्ताच्या उच्च धर्मगुरूंनी फर्मान सोडलं. अनेक गुरुद्वारांच्या प्रवेशद्वारापाशी त्यांच्या फोटोची पोस्टर्स टाकली होती. हेतू हा की, येणाऱ्या-जाणाऱ्यांनी ती तुडवावीत. शिखांच्या कत्तलीनंतर त्यांनी हरिमंदिर साहेबला भेट दिली होती. त्या वेळी त्यांनी शेरवानीत गुलाबाचं फूल अडकवलं होतं. टीव्हीवरील हे दृश्य पाहून शिखांमध्ये त्यांच्याबद्दल तिरस्काराची एक लाटच निर्माण झाली. शीख समाजानं त्यांना अक्षरश: मनातून काढून टाकलं. त्यानंतर इंदिरा गांधींची हत्या झाली. त्यापाठोपाठ उत्तर भारतातील शहरं आणि गावांतून शिखांची कत्तल झाली. हिंदूंनी शिखांकडे तिरस्काराने पाहण्यास सुरुवात केली आणि तोच तिरस्कार ग्यानींनाही शीख असल्यामुळे सहन करावा लागला.

देश जेमतेम सावरला होता आणि ग्यानीजींनीही पुन्हा ताबा मिळविला होता. तोच राजीवसारख्या तरुण माणसानं ग्यानींच्या बाबतीत अशोभनीय वर्तन करण्यास सुरुवात केली. वास्तविक राजीव गांधींना पंतप्रधानपदावर आणण्यात ग्यानींसारख्या वडीलमाणसाचा हातभार होता. ग्यानींना एकाकी आणि दुर्लक्षित वाटू लागलं. मला अगदी खात्री होती की, ते ज्या दिमाखानं राष्ट्रपतिभवनात आले, त्याच दिमाखात राजीनामा देऊन बाहेर पडण्यासाठी योग्य संधीची वाट पाहत होते; पण माझा अंदाज चुकला. ते त्यांच्या प्रासादाबाहेर पडले; पण कसे? लोकप्रियतेच्या लाटेवरही नाही किंवा मुसमुसत - रडतही नाही.

ग्यानीजींनी शेवटच्या सहा महिन्यांत राजीव गांधी आणि त्यांचे सहकारी यांना 'जशास तसं' वागवून त्यांची झोप उडवून दिली होती. आणखी असं झालं की, राष्ट्रपतिभवनातून ग्यानीजी गेल्यानंतर गेलेल्या झोपेची भरपाई करता येईल, असा त्यांना भ्रम होता; परंतु त्यांना एका तिरस्करणीय आश्चर्याला सामोरं जावं लागलं. निवृत्तीनंतर इतर राष्ट्रपती आपापल्या पूर्वाश्रमीच्या जीवनाकडे वळतात आणि लोक त्यांना विसरून जातात. ग्यानीजींच्या बाबतीत तसं घडलं नाही. राजधानीतच राहून पंतप्रधानांचा सूड घेण्याचा त्यांनी निश्चय केला. मला माणसाच्या व्यक्तिमत्त्वाचा काही अंदाज करता येतो. त्याप्रमाणे ग्यानीजी शासकीय प्रतिमा उतरलेल्यांचे आश्रयदाते होऊ लागल्याचं मला जाणवलं. प्रजासत्ताकाचे ते सर्वांत लोकप्रिय

राष्ट्रपती होतील, असं माझं भाकीत त्यांनी पूर्ण केलं नाही. तरी सर्वांत अधिक बोलबाला झालेले भारतीय प्रजासत्ताकाचे राष्ट्रपती अशी त्यांची इतिहासामध्ये निश्चित नोंद होईल!

नम्र वृत्ती आणि कमी शिक्षण असूनही हा माणूस यशाच्या मार्गावरून एकापाठोपाठ एक अडथळे पार करत चालू लागला, आकांक्षेच्या शिखरावर जाऊन पोहोचला आणि देशाचा प्रमुख झाला. या माणसामध्ये असं काय होतं? त्यांच्या आयुष्यातील काही बोलके प्रसंग मी तुम्हाला सांगतो.

एके काळी फरीदकोटच्या 'प्रजा मंडळाचे झैलसिंग सक्रिय कार्यकर्ते होते. तेथील राजानं त्यांना कैद करून एकान्तवासाची शिक्षा फर्मावली होती. भारत स्वतंत्र झाला, फरीदकोट पेप्सू (PEPSU) मध्ये विलीन झालं. त्या वेळचं केंद्रीय सरकार नवीन राज्याचा कारभार चालविण्यासाठी योग्य माणसांच्या शोधात होतं. सरदार पटेलांनी झैलसिंग यांना आमंत्रित केलं. झैलसिंगांकडे फरीदकोट ते दिल्ली असं परतीचं तिसऱ्या वर्गाचं तिकीट काढण्यापुरते देखील पैसे नव्हते, म्हणून त्यांनी मित्राकडून कर्ज घेतलं. दिल्लीमधील 'सिस-गंज' येथील गुरुद्वारात ते राहिले. सरदार पटेलांच्या घरी भाड्याचा टांगा करून जाण्याइतकेही पैसे त्यांच्याजवळ नव्हते. म्हणून पहाटे ५ वाजता ते पूर्ण ४ मैल चालत गेले आणि ठरलेल्या वेळेपेक्षा उशिरा पोहोचले. सरदार पटेलांच्या मुलीनं कसलीही भीडभाड न बाळगता त्यांना परत पाठवलं. व्ही. शंकर या सहृदय चिटणिसानं त्यांना उपपंतप्रधानांना भेटू दिलं. त्या वेळी 'तुम्ही पेप्सू राज्याचे मंत्री झाला आहात', असं झैलसिंगांना सांगण्यात आलं. फरीदकोटला परत जाण्यासाठी स्टेशनवर ते चालत गेले. त्यानंतर मात्र त्यांनी कधीही मागे वळून पाहिलं नाही. या माणसाबद्दल विशेष गोष्ट अशी की, ते आपला नम्र स्वभाव कधीही विसरले नाहीत. सत्ता कधीही त्यांच्या डोक्यात गेली नाही. यश ही आपल्या स्वतःच्या सद्‌गुणांच्या कुवतीवर मिळविलेली गोष्ट नव्हती, तर सद्‌गुरूंनी त्यांना दिलेली ती भेट होती, असं ते मानत

जिन में हो जाता है अंदाज-ए-खुदाई पैदा
हमने देखा है, वो बुत टूट जाते हैं... ।

आत्यंतिक गर्व नसानसांत मुरला,
की तो कसा धोकादायक असतो, हे सांगताना ते आपला
आवडता शेर नेहमी उद्‌धृत करतात.
अशा या माणसात उद्धटपणा किंवा स्वतःविषयीचा गैरसमज असल्याची

जराशी शंकासुद्धा मनात येत नाही. त्यांच्या धर्मावरील श्रद्धेनं त्यांना नम्र होण्याव्यतिरिक्त प्रामाणिक आणि सत्यप्रिय होण्यास शिकविलं. मोठमोठ्या रकमा हाताळूनसुद्धा त्यांनी स्वतःचं किंवा नातेवाइकाचं घर कधी भरलं नाही. आता जवळजवळ नाहीशा झालेल्या अशा राजकारण्यांच्या पिढीपैकी ते एक होते. वंशपरंपरेनं आलेल्या छोट्या जमिनीव्यतिरिक्त घर, फ्लॅट किंवा जमीन त्यांच्याकडे नव्हती. खोटं बोलण्याबद्दल त्यांना कोणीही कधीही दोषी ठरवलं नाही.

कनिष्ठ मंत्री म्हणून झैलसिंग यांनी समाजातील खालच्या आणि उपेक्षित जातींचा पाठिंबा मिळविण्यासाठी खूप मेहनत घेण्यास सुरुवात केली. 'ते रामगरहिया (सुतार) होते. जातीयवादाचा प्रभाव असलेल्या जाट व शीख राजकारणानं पंजाबवर कायमचं वर्चस्व गाजविलं आहे. झैलसिंग यांनी राज्यातील जाटांची सत्ता मोडून काढली आणि खालसा पथांचे 'ठेकेदार' असल्याचा अकालींच्या दाव्यातील फोलपणा दाखवला. अकाली पुढाऱ्यांपैकी आपण चांगले शीख आहोत, असं शिखांना ते पटवून देऊ शकले. त्यांच्या भाषणात गुरुवाणीतील वचनं आणि शिखांच्या इतिहासातील कथा नेहमीच भरपूर असत. अकाली पक्ष किंवा काँग्रेस यापैकी कोणताही राजकारणी ग्यानींप्रमाणे 'गुरुसीख' अशी स्वतःची प्रतिमा निर्माण करू शकला नाही. झैलसिंग यांचं अस्तित्व राज्यात जाणवू लागलं होतं, त्या काळात पंजाबचा मुख्यमंत्री शीख असावा, अशी परंपरा निर्माण झाली होती. त्या पदासाठी ग्यानी झैलसिंग यांच्याशिवाय दुसरा चांगला शीख नव्हता.

झैलसिंगांची मुख्यमंत्रिपदाची मुदत सहा वर्षं होती. या काळात राज्यात कधीही नव्हती अशी शांतता आणि समृद्धी होती. ती हरितक्रांतीची वर्षं होती. त्या काळात मोर्चा, बंद आणि संप झाले नाहीत.

ग्यानीजींनी पंजाबमध्ये पुन्हा स्वाभिमान निर्माण केला. कर्झन विली याच्या खुनाबद्दल फाशी गेलेला मदनलाल धिंग्रा आणि जालियनवाला बाग घटनेत पंजाबचा गव्हर्नर असलेल्या सर मिशेल ओडवायर याच्या खुनाबद्दल फाशी गेलेला उधमसिंग यांची रक्षा त्यांनी इंग्लंडमधून मिळविली आणि त्यांची हुतात्मा स्मारके बांधली. ग्यानीजींनी विस्मृतीत गेलेल्या आणि आजारी असलेल्या भगतसिंगांच्या आईला शोधून काढलं, तिला भरपूर अनुदान दिलं आणि 'पंजाब-माता' असा तिचा गौरव केला. आनंदपूर ते फतेहगढ या रस्त्याला गुरू गोविंदसिंग मार्ग असं नाव दिलं; सर्वसामान्य लोकांना दर्शनासाठी आणि आनंद वाटावा, म्हणून गुरूंच्या घोड्यांचे वंशज मानले जाणारे घोडे या रस्त्यावरून नेले. नवीन शहराला 'बाबा अजितसिंगनगर' (गुरूंच्या मोठ्या मुलाचं) असं नाव दिलं. संपूर्ण राज्यात त्यांनी मोठ्या प्रमाणावर कीर्तन-दरबार आयोजित केले. खालसा पंथाच्या कारभारातील अकालींचं वर्चस्व

काढून टाकण्याच्या उत्साहाच्या भरात त्यांनी नकळत शीख पुनरुज्जीवनाला सुरुवात केली. भिंद्रनवालेंच्या काळात त्याचं रूपांतर धर्म मूलतत्त्वांत झालं. असं परिवर्तन ग्यानीजींना अपेक्षित नव्हतं किंवा तशी त्यांची इच्छाही नव्हती. पंजाबी हिंदूंशी त्यांचे संबंध अतिशय मैत्रीपूर्ण होते. शिखांच्या काहीशा विरोधी असलेल्या 'महाशा' प्रेसचासुद्धा त्यात समावेश होता. त्यांच्या मुस्लीम समाजाशी असलेल्या संबंधांबाबत काही अफवा होत्या. त्या अफवांवर आपण विश्वास ठेवला नाही, तर आपल्या असं लक्षात येईल की, छोट्याशा मुस्लीम समाजाशीही त्यांचे मैत्रीहून अधिक संबंध होते, अविश्वास वाटावा, अशी गोष्ट त्यांनी साध्य केली होती, ती म्हणजे त्यांना शत्रू नव्हते. 'दोस्ताना-दा-दोस्त' या पंजाबी नामरूपावलीप्रमाणे ते मित्रांमध्येही परममित्र होतेच; पण अपमान करणाऱ्यांना जिंकण्याची कलाही त्यांच्यात होती. ते मुख्यमंत्री आणि गृहमंत्री होते, तरी त्यांनी त्यांना छळणाऱ्यांना किंवा अपमानित करणाऱ्यांना कधीही जशास तसं वागवलं नाही. ग्यानीजींनी त्यांना मदत करूनच जिंकलं. एखाद्यासाठी काही करणं त्यांना शक्य असलं, तर ते मागं - पुढं पाहत नसत. नावं आणि चेहरे यांबाबत त्यांची स्मरणशक्ती कौतुकास्पद होती. अगदी अल्प भेटीनंतरसुद्धा ते लोकांना ओळखू शकत आणि त्यांची मैत्री संपादन करू शकत.

आणीबाणीच्या काळात त्यांनी अनेक लोकांना तुरुंगात ठेवलं होतं आणि तरीसुद्धा ते त्यांना भेटायला जात असत. बादल तुरुंगात असताना त्यांच्या मुलीच्या लग्नात झैलसिंगांनी भेट पाठविली होती. दुसरा एक मित्र तुरुंगात असताना त्याच्या मुलीच्या लग्नाच्या वरातीचं स्वागत करण्यासाठी ते कालका इथं गेले होते. एखादा मित्र आजारी असल्याचं कळताच ते भेटायला हॉस्पिटलमध्ये जात व त्याच्या उशाखाली नोटांचं बंडल ठेवीत असत. त्यांच्यानंतर दरबारासिंग पंजाबचे मुख्यमंत्री झाले; झैलसिंगांना त्यांना मात्र जिंकता आलं नाही.

दूरदर्शी मुत्सद्दी असं झैलसिंगांचं वर्णन केलं, तर ती अतिशयोक्ती होईल. त्यांना 'धूर्त राजकारणी' म्हटलं, तर फारच अन्यायकारक होईल. कारण धूर्त राजकारण्यांचं भांडवल 'निर्लज्जपणे खोटं बोलण्याची कुवत' हे असतं आणि ग्यानीजींना कोणीही एका गोष्टीबद्दल दोष देऊ शकणार नाही, ती म्हणजे खोटारडेपणा. खरं तर, चतुर न्यायाधीश असं त्यांचं सर्वांत उत्तम वर्णन करता येईल. इंदिरा गांधींच्या खुनानंतर पंतप्रधानपदासाठी अनेकजण इच्छुक होते. विचित्र गोष्ट अशी की, त्या वेळचा वरिष्ठ सनदी नोकर आणि पंतप्रधानांच्या विश्वासातील एका माणसानं ग्यानीजींनी पंतप्रधानपद आपल्याकडं घ्यावं, असंसुद्धा सुचवलं. त्या वेळचं शीखविरोधी वातावरण जाणून ती मूर्खपणाची कल्पना ग्यानीजींनी बाजूला ठेवली

आणि पंतप्रधानपद राजीव गांधींना बहाल करण्याचं ठरवलं. नेहरू आणि इंदिरा गांधींचा वारस असल्यामुळे राजीव गांधी हेच हा देश एकत्र ठेवण्यास योग्य होते.

अशातच विरोधी पक्षांनी दुसऱ्या मुदतवाढीसाठी त्यांचं नाव सुचवलं आणि मतभेद असणाऱ्या काँग्रेसजनांनीही त्यांना पुरेशा मतांची खात्री दिली. ग्यानीजींनी परिस्थिती काळजीपूर्वक तपासली आणि सूचना नाकारली. ते काही जुगारी नव्हते, जिंकण्यासाठीच खेळणारे. पंतप्रधानांना हाकलून देण्यासाठी त्यांच्यावर दडपण आणलं जात होतं, तेव्हा किंवा भ्रष्टाचाराबद्दल पंतप्रधानांवर खटला भरण्याची परवानगी मागितली, तेव्हा अशीच अवघड परिस्थिती निर्माण झाली होती. तसं ग्यानीजींचं काहीच नुकसान नव्हतं. राजीव गांधींच्या दृष्टीनं ते तापदायक स्थिती निर्माण करू शकले असते; पण राजीव गांधींना वाईट वागण्याबद्दल धडा शिकविण्याच्या मोहात ते पडले नाहीत. कारण देशाचं भवितव्य त्यांच्या दृष्टीनं सर्वश्रेष्ठ होतं. भारत देश हा राजीव गांधी किंवा झैलसिंग यांच्यापेक्षा महत्त्वाचा आहे, असं ग्यानीजींना वाटत होतं.

ग्यानीजी नेहमी दोन ओळी उद्‌धृत करीत असत. त्यांनी राजीव गांधींच्या हातात गुलाब ठेवला, राजीवनी मात्र त्यांना दुखावलं. निवृत्तीच्या काळात चिंतन कराव्यात, अशाच त्या दोन ओळी आहेत :

'माझ्या ओठांवरच्या जखमांमुळे मला जाणवलं,
गुलाबाचे चुंबन घेण्यात मी किती अविचार केला ते.'

'जखमी हुए जो होंट, तो महसूस ये हुआ
चूमा था मैंने फूल को दीवानगी के साथ'

◆

एम. हिदायतुल्ला

पश्चिम जर्मनीच्या राजदूतानं एका रात्री छोटी मेजवानी दिली. तिथं मी त्यांना प्रथम भेटलो. त्यांनी स्वतःची ओळख करून दिली, तेव्हा त्यांचं नाव माझ्या लक्षात आलं नाही. उदरनिर्वाहासाठी आपण काय करतो, हे त्यांनी न सांगितल्यामुळे ते कोण आहेत, हे मला समजलं नाही. डी. एच. लॉरेन्सची 'लेडी चॅटर्लीज् लव्हर' ही कादंबरी सकाळी वाचताना अश्लील वाटली होती, असं त्यांनी बोलण्याच्या ओघात सहजपणे मला सांगितलं. स्वतः भारताचे मुख्य न्यायाधीश असल्याचं त्यांनी जाहीर केलं नव्हतं.

या त्यांच्या नम्रतेमुळे मी भारावून गेलो. मात्र, त्यांच्या साहित्यिक मतांनी मी प्रभावित झालो नाही. मी त्यांना तसं सांगितलं.

'लॉरेन्सचं ते काही उत्तम लेखन नाही. आधुनिक कादंबरीकार हेन्री मिलर, सॉल बेलो, फिलीप रॉथ आणि नॉर्मन मेलर यांच्याशी तुलना केली, तर ते अगदी बालवर्गातील लेखन वाटतं.'

शाब्दिक मतभेद नकोत, म्हणून त्यांनी पटकन विषय उर्दू काव्याकडे वळविला.

माझी-त्यांची पुढची भेट ही वृत्तपत्रांतून झाली. त्यांच्या जुन्या आठवणींच्या दोन ग्रंथांचं समीक्षण मी वृत्तपत्रातून केलं. नैतिकतेच्या व्हिक्टोरियन कल्पना ग्रंथांतून स्पष्टपणे जाणवल्या. लॅटिन, पर्शियन, फ्रेंच, उर्दू आणि इंग्लिश या भाषांमधील अभिजात वाङ्मयाशी असलेला त्यांचा परिचय लक्षात आला.

त्यानंतर राज्यसभेच्या आत-बाहेर मी त्यांना अनेक वेळा भेटलो. त्यांची स्मरणशक्ती उत्तम होती. त्यांचं भाषण नेहमीच समर्पक सुविचार आणि गोष्टी यांनी सजविलेलं असे. भारतातील वरिष्ठ मुत्सद्द्यांपैकी सी. राजगोपालाचारी, पंडित नेहरू, राधाकृष्णन आणि हिदायतुल्ला यांनीच प्लेटोची 'फिलॉसफर किंग' ही संकल्पना पूर्ण केली होती.

अत्यंत नम्र असूनसुद्धा हिदायतुल्लांना आपल्या साहित्यिक ज्ञानाबद्दल 'हवा' निर्माण करण्यास आवडत असे.

एकदा माझ्याविरुद्ध काँग्रेस आयच्या एका गटानं विशेष हक्कासंदर्भात ठराव आणला होता. हिदायतुल्लांना अनुकूल वातावरण होतं. त्यांनी मला सोडवलं. या

काँग्रेस आयच्या सभासदांचं इंग्लिशचं ज्ञान आणि विनोदाची समज अत्यंत केविलवाणी होती. कोणतीही पर्वा न करता हिदायतुल्लांनी त्या सभासदांच्या स्वाभिमानाचे फुगे फोडले. त्याच वेळी माझ्या 'अर्धवट' लॅटिनवरही टोमणे मारले.

अध्यक्ष या नात्यानं ते जेव्हा राज्यसभेमध्ये आले, तेव्हा अपेक्षेप्रमाणे बहुतेक सर्व वक्त्यांनी त्यांच्याविषयी आदर व्यक्त केला. अमीर खुस्रो, शेक्सपिअर, लाँगफेलो, थॅकरे आणि इक्बाल यांच्या अभिजात वाङ्मयातील भरपूर अवतरणं भाषणात वापरून आदर व्यक्त केला. हिदायतुल्लांनी सभासदांचे केवळ आभार मानले नाहीत, तर चुकीच्या अवतरणांबद्दल त्यांना ताकीद दिली. हजरत निजामउद्दीन यांच्या लिखाणाचा संबंध गुलाम रसूल माटूंनी खुस्रोशी लावला होता. स्मरणशक्तीनं एकदाच हिदायतुल्लांना दगा दिला. 'वय होतं, तेव्हा हजरजबाबीपणा जातो' हे शेक्सपिअरचं वाक्य हिदायतुल्लांनी खोटं ठरविलं आहे, असं मुखर्जी म्हणाले. 'जेव्हा मद्य घेतले जाते, तेव्हा हजरजबाबीपणा जातो', असं मूळ वाक्य आहे, अशी दुरुस्ती हिदायतुल्लांनी केली. त्यावर मोठा हशा आणि टाळ्या पडल्या. घरी आल्यावर मी ते अवतरण तपासलं. 'मच अॅडो अबाऊट नथिंग' या पुस्तकातील ते होतं. A Good old man, Sir, he will be talking, as they say : 'When the age is in, wit is out.'

प्रणव मुखर्जींचं बरोबर होतं, हिदायतुल्लांचं चुकीचं होतं. हिदायतुल्ला खूप वाइन पितात की नाही, याची मला खात्री नव्हती; परंतु वाइन किंवा वय या दोन्ही कारणांनी त्यांचा हजरजबाबीपणा कमी झाला नाही. फक्त स्मरणशक्तीनं त्यांना दगा दिला होता.

आमचे हॅन्सार्ड (Hansard) राज्यसभेतील सदस्यांच्या वक्तव्यांची लेखी नोंद करणाऱ्या शासकीय नोकरीतील बातमीदारांनी हिदायतुल्लांबद्दलचा आदर अबोलपणे व्यक्त केला. नेहमी भोंगळ (अजागळ) कपड्यांत असणारा नोकरवर्ग आज ऐटबाज पोशाखात आला होता, हे फारच थोड्या सभासदांच्या आणि बातमीदारांच्या लक्षात आलं. उच्चशिक्षित; परंतु दुर्लक्षित अशा स्टेनोग्राफरच्या गटाला हिदायतुल्लांनी दिलेला हा पोशाख म्हणजे भेट होती.

त्याच वेळी मला काही ओळी उद्धृत करायच्या होत्या; परंतु स्मृतीनं मला चकविले. माझीसुद्धा स्मरणशक्ती (हिदायतुल्लांसारखी) कमी होतेय, असं मला जाणवलं.

देवरूपी सज्जन माणसाला ही माझी आदरांजली.

राह-ए-मंजिलमें कुछ ऐसे निशान पाँव के छोडे हैं
के जिन्हें देख कर उनकी हमेशा याद आती है ।

◆

बलवन्त गार्गी

गार्गींना प्रथम कधी भेटलो, ते मला आठवत नाही. आठवतं ते एवढंच की, ते एका सुंदर स्त्रीचं घर होतं. विवाहाच्या सरळ आणि संकुचित मार्गापासून तिची दिशाभूल करण्यात त्यांना यश मिळालं होतं. गार्गी हा एक ठेंगणा-ठुसका माणूस होता. शब्दांवर जोर देऊन तो बायकीपणे वागत असे. त्याची चाल इतकी नाजूक होती की, जणू काही त्याला पडायची भीती वाटत असावी. असं म्हणत की, तो पंजाबीमध्ये उत्तम नाटक लिहिणारा होता. रंगभूमीवर त्याचं नाटक क्वचितच आलं होतं; त्यामुळे फारच थोड्या लोकांना त्याची लायकी माहिती होती. त्याच्या बोलण्यात लोक गुंतून जात असत. सभोवताली सुंदर स्त्रियांना घोळवत ठेवण्याची कलाही त्याला अवगत होती. त्यांच्यापैकी काहीजणींना झोपविण्यासाठी डनलॉप पिलोची गादी आणि जागेचीसुद्धा गरज वाटत नसे. त्याचं कोणतंही नाटक वाचलं किंवा पाहिलं नाही; परंतु त्याचा निवडक चरित्रात्मक लेखांचा संग्रह मात्र मी वाचला आहे. पंजाबी साहित्यामध्ये ते सर्वांत नर्म-विनोदी लेखन होतं. तसं ते लेखन टीका करणारं होतं आणि त्यातून त्याचा हेतू सफल होत होता. त्यानंतर गार्गीनं जेव्हा जेव्हा पुस्तक लिहिलं, त्या प्रत्येक वेळी जवळचे डझनभर मित्र गमावले; परंतु हे नुकसान नवीन प्रशंसक गोळा करून त्यानं भरून काढलं. तरुण वयात त्याने (आम्ही सर्वांनीच) उघडपणे कम्युनिझम स्वीकारला. नंतर त्यानं (आणि आम्हीही) त्याग केला आणि त्यानं सिआटल युनिव्हर्सिटीमध्ये भारतीय नाटक शिकविण्यासाठी मोठ्या प्रयत्नानं नोकरी मिळविली. भारतीय रंगभूमीविषयक एक उत्तम पुस्तक त्यानं तयार केलं. अस्तित्वात नसलेल्या विषयावर तीनशे पानं लिहिण्याबद्दल मी त्याचं अभिनंदन केलं. सुंदर सोनेरी केसांच्या जीनी नावाच्या अमेरिकन बायकोला घेऊन तो परत आला. गार्गीचे सर्व मित्र त्या दोघांच्या प्रेमात पडले; परंतु त्याची सोयरीक चुकीची होती.

बलवन्त गार्गीचा आहार म्हणजे फक्त सरसूचा साग- सरसू तेलातील एक प्रकारची भाजी. जीनीचा आहार म्हणजे सफरचंदाचं अमेरिकन पद्धतीचं पक्वान्नं. आपल्या लिखाणाचं जीनीने कौतुक करावं, असं त्याला वाटे. मात्र, जीनीनं पंजाबी शिकण्याचा कधी प्रयत्न केला नाही; त्यामुळे नवऱ्याच्या निरर्थक बडबडीमध्ये ती कधीही रस घेऊ शकली नाही. गार्गी समाजप्रिय आणि आदरातिथ्यामध्ये मोकळ्या

मनाचा होता; परंतु त्याच्याकडे पैसा नव्हता. जीनी एकान्तप्रिय होती आणि लोकांनी कधीही येणं तिला आवडत नसे. ती खादाड होती. घरी तिला कमी खायला देतो, असं मित्रांना वाटेल की काय, म्हणून बलवन्तला संकोच वाटत असे. अखेर बलवन्तनं व्यभिचार केला आणि जीनीपासून घटस्फोट घेतला.

व्यभिचाराला कारणीभूत ठरलेली घटना गार्गी मोठ्या उत्साहानं सांगत असे :

ज्या गॅरेजच्या खिडकीतून त्याला आपली बायको-मुलं दिसत, त्याच गॅरेजमध्ये त्याला एक विद्यार्थिनी भेटली. त्या भेटीत वासना अनावर झाली आणि शरीरसंबंध घडले.

राजीबरोबर प्रेम करताना पाप करण्याचं क्रूर कृत्यही मी करत होतो. मी तेवीस वर्षांचा आणि ती सतरा वर्षांची, तिच्याबरोबर मी कसा काय झोपलो?

तिच्या आईनं एकदा आम्हाला पकडलं. ती संतापली.

मी हतबल झालो, तेव्हा तिनंच मला शांत केलं. ती म्हणाली,

'बाळ, तुला माहीत नाही का? लवकरच तिचं लग्न होणार आहे. ती निरागस आहे. मी तुला असं करू देणार नाही- हे पाप आहे.'

तिच्या आईनं मला कुरवाळलं. माझं डोकं मिठीत घेतलं. तेव्हा मला पूर्वी न अनुभवलेली आपुलकी आणि प्रेम जाणवलं.

रात्री तिनं एखाद्या आईप्रमाणेच मुके घेतले. नंतर अचानक त्या भावना नग्न वासनेत बदलल्या. 'बाळऽऽ, माझ्या बाळा,' असं सारखं म्हणत तिनं मला शरीरसंबंधाला प्रवृत्त केलं. त्यानंतर मुलीबरोबर संबंध ठेवण्याची अनुमती आईनं दिली.

आता आई आणि मुलगी- मी त्या दोघींबरोबर झोपायला लागलो.

राजी हसली.

'मी तुझी आई असते, तर मीसुद्धा तुला समागमाला उद्युक्त केलं असतं!'

तो म्हणे :

राजीच्या स्तनांवर अफूचं फूल आहे.

अतिशय वाईट पद्धतीनं हे प्रकरण संपलं.

जीनीनंसुद्धा दुसऱ्याशी शरीरसंबंध चालू केले होते. बलवन्तचा अहंकार दुखावला गेला. जीनीच्या वागणुकीबाबत तो कडवट बोलला. ते ऐकणंही त्रासदायक होतं.

बलवन्त गार्गी हा कॅक्टसच्या फुलासारखा आहे. ज्याला तो स्पर्श करतो, त्याला तो दुखावतो. 'द नेकेड ट्रँगल' या नावाचं आत्मचरित्र त्यानं लिहिलं आहे. त्यामध्ये ज्यांच्याबद्दल लिहिलं आहे, त्या लोकांची ओळख तो लपवीत नाही. काहींचा उल्लेख नावानं केला आहे. उदा., लेखक आणि चित्रपट-निर्माता राजेंद्रसिंग बेदी यानं आपली एक भानगड सांगितली आहे. आपल्या पहिल्याच भेटीत एका

एकोणीस वर्षांच्या मुलीनं त्यांच्यासमोर छाती उघडी केली. वासनामय प्रेमाची ही चांगली घटना आहे. या घटनेतील स्त्री म्हणजे सौ. बेदी होत्या. तेव्हा त्यांची मुलं, नातवंडं या घटनेवर कोणती प्रतिक्रिया व्यक्त करतील? त्यासाठी कल्पनाशक्तीची फारशी आवश्यकता नाही

बलवन्त गार्गीच्या या पुस्तकाचा चंडिगढमध्ये चांगलाच बोलबाला झाला. पंजाब विद्यापीठातील प्राध्यापक-विद्यार्थी गट त्याच्याविरुद्ध अगदी दंड थोपटून उभा राहिला. 'शर्ट वर, पँट आणि सलवार खाली' असं त्या गटाचं चित्रण बलवन्तनं केलं होतं.

आता बलवन्त गार्गीला दिल्लीमध्ये नवीन मित्र शोधावे लागतील.

माझ्याविषयी तो लिहीत नाही, तोपर्यंत मी त्याच्या मित्रांपैकी एक असेन.

◆

देव पाहिलेला माणूस

माझ्या मित्रांचं एक छोटं वर्तुळ आहे. त्यात झालेली नवीन भर तुम्हाला सांगायला आवडेल. आत्तापर्यंतच्या मित्रांपेक्षा तो वेगळा आहे. काही वेळा असं वाटतं की, तो मित्रापेक्षाही एक चांगली व्यक्ती आहे. आम्हा दोघांत फारच थोडं साम्य आहे. भरपूर पैसे कमावण्याची त्याची महत्त्वाकांक्षा आहे आणि त्यानं ते साध्यही केलं! तर माझी प्रसिद्ध लेखक होण्याची. मी काही प्रसिद्धी मिळविण्याची शक्यता नाही. रूढ अर्थानं त्याला फारच थोडं शिक्षण मिळालं आहे. थोडंसं उर्दू आणि इंग्लिश मात्र तो ऐकून शिकला आहे. सुशिक्षित माणसांबद्दल मला फार आदर आहे. देवावर त्याचा विश्वास आहे आणि देवानं त्याचं भलं केलं आहे. देव किंवा प्रार्थना यांपासून काही मिळतं, यावर माझा विश्वास नाही. तरीसुद्धा मी त्याची वाट पाहतो. तो कोण आहे, हे त्याच्या आयुष्याची सत्यकथा ऐकून झाल्यावर मी तुम्हाला सांगेन.

१९८६ च्या दिवाळीमध्ये तो आला, तेव्हा प्रथम त्याला पाहिलं. शुभेच्छा देण्यासाठी तो आला होता; परंतु आधी भेट ठरली नव्हता म्हणून मी त्याला भेटण्यास नकार दिला. त्यानं मला शेजारच्या घरातून फोन केला : मला फक्त शुभचिंतन करायचंय,

मी त्याची क्षमा मागितली. त्याला घरी यायला सांगितलं. तो नाराज होता. बसण्याचं नाकारून तो म्हणाला,

"तुमच्याशी खूप बोलायचं होतं; पण आता नाही- 'मेरा मूड खराब कर दिया'।"

मी पुन्हा क्षमा मागितली आणि भेटण्याचं कारण विचारलं.

"या वेळी नाही." तो म्हणाला, "मी प्रत्यक्ष देवाला पाहिलंय."

"खरंच देव पाहिलाय? असं तुला म्हणायचंय?" मोठ्या आत्मविश्वासानं मी त्याला विचारलं, "कुठे? केव्हा?"

"तुम्हाला मी जितक्या जवळून पाहतोय, तितक्या जवळून... परंतु अधिक काही सांगणार नाही... मेरा मूड खराब कर दिया।" तो पुन्हा म्हणाला.

गेल्या दिवाळीत तो पुन्हा अवतरला. या वेळेस तो भेट ठरवून आला. देव दर्शनाबद्दल सांगेपर्यंत मी त्याला पकडून ठेवलं.

"१९४७ च्या ऑगस्टमध्ये विधवा आई आणि लहान भावांबरोबर पाकिस्तानातून मी आलो. आम्ही अर्ध हिंदू-अर्ध शीख कुटुंबातील होतो. मी सर्वांत मोठा होतो. शीख म्हणून वाढलो, माझे भाऊ हिंदू राहिले. शंभर रुपयांची एक नोट आणि आईची सोन्याची बांगडी एवढंच आमच्याकडे होतं..." तो सांगू लागला, 'सहरंगपूरच्या निर्वासित छावणीमध्ये आम्हाला पाठवलं. मी फक्त पंधरा वर्षांचा होतो. सर्व कुटुंबाकडे लक्ष देण्याची जबाबदारी माझ्यावरच आली. हलवायाच्या दुकानात भांडी घासण्याच्या कामावर एका भावाला लावलं. त्याला पगार होता सात रुपये. दुसऱ्या भावाला सायकल रिक्षा ओढण्याच्या कामावर लावलं. बांगडी विकून त्यावर धंदा करण्यासाठी मी आईचं मन वळविलं.' 'तुझा डोळा बांगडीवर आहे; पण तुझ्या बायकोसाठीच ती ठेवली होती, म्हणून तू काहीही कर' असं म्हणून आईनं बांगडी माझ्याकडे फेकली.

"यात देव कुठं आला?" मी उत्सुकतेनं विचारलं.

"धीर धर!" त्यानं सल्ला दिला. 'मी त्या विषयाकडे येतोय. बांगडीचे ७०० रुपये मिळाले. त्यानंतर कोणीही कोणत्याही सुचवलेल्या गोष्टीवर मी व्यापार करण्यास सुरुवात केली. सुक्या फळांचा व्यापार केला आणि नुकसान झालं. मग काळ्या मिरीची पोती मी कलकत्त्यात घेतली, ती दिल्लीत विकण्यासाठी.'

'काळी मिरी देवानं विकत घ्यायला लावली?' मी उपहासानं विचारलं.

'एका अर्थानं होय!' माझ्या औपरोधिक बोलण्याकडे दुर्लक्ष करीत तो सांगू लागला, 'पाटणा स्टेशनवर मिरीच्या किमतीची चौकशी करीत होतो, तेवढ्यात माझी गाडी चुकली. आता खलास झालो, असं वाटून मी मदतीसाठी ओरडू लागलो. पुढचं स्टेशन धानापूर होतं. तिथं जायला मला टॅक्सी मिळाली. गाडी दोन तासांपूर्वीच धानापूरहून गेली होती. मी घाबरलो. मिरीची पोती पुढच्या स्टेशनवर उतरवून घ्यावीत, असा निरोप देण्याविषयी मी स्टेशनमास्तरला विनंती केली. त्यानं नकार दिला. उलट, विनातिकीट प्रवास केला, म्हणून अटक करण्याची धमकीच त्यानं मला दिली. मी कधीच तिकीट काढीत नसे. तिकीट तपासनिसाला टाळायचं किंवा लाच द्यायची! मी त्याला म्हणालो, माझं सामान उतरवून घेतलं नाहीस, तर मी गाडीपुढं उडी टाकेन. 'हे स्टेशन सोडून कुठेही मरायला जा' असं त्याने निर्विकारपणे सांगितलं. नंतर मी 'सुखमानी' (गुरू अर्जनची शांततेची प्रार्थना) आळवलं. मिरीची पोती मिळण्यासाठी देवाची करुणा भाकली. पुढच्या स्टेशनला बसमधून गेलो. गाडी सिग्नलपाशी थांबलेली होती. मी पळत गेलो. गाडी तिथं किती वेळ होती, हे कोणालाच माहीत नव्हतं; पण मला माहीत होतं. 'सुखमानी साहेबानं' ते केलं होतं. दिल्लीमध्ये मी काळी मिरी विकली. भरपूर फायदा झाला. हजारो रुपये मी आईच्या पदरात टाकले. मी बँक लुटली, असं तिला वाटलं. त्यानंतर मी कधीच मागे वळून

पाहिलं नाही.''

"या सर्व घटनेत देव कुठं आला?''

तो गोंधळला.

"दुसरी कुठलीही ट्रेन जाणार नव्हती आणि रेल्वे ट्रॅक्स मोकळे असताना ती ट्रेन सिग्नलपाशी कोणी थांबविली? एवढ्यावरून तुम्हाला पटणार नसेल, तर देवाचं अस्तित्व आणखी कसं पटवून देऊ?''

"तो योगायोग असू शकेल. तुझ्या काळ्या मिरीशिवाय दुसरा कोणता पुरावा आहे? परत कधी त्याला पाहिलंस?''

"ते मी पुढच्या भेटीत सांगेन आणि तेव्हा जर पटलं नाही, तर कधीच पटणार नाही.''

बकरी ईदचा दिवस होता. एका गल्लीतून एक खाटीक गाईला नेत होता. एका चौदा वर्षांच्या मुलानं ते पाहिलं

"अरे फकिरा, या चांगल्या गाईला घेऊन तू कुठं चालला आहेस?''

"कत्तलखान्याकडे बळी द्यायला. आज बकरी ईद आहे ना!''

"किंमत काय तिची?''

"सत्तर रुपये...''

"मी शंभर देतो...'' खिशात एक पैसाही नसताना तो मुलगा म्हणाला.

फकिरा काऽकू करू लागला. बळी द्यायची गाय विकली, असं जर मुस्लीम खेडुतांना कळलं, तर त्याची पंचाईत होईल. तरीही व्यवहार पक्का केला. त्या मुलानं शेजाऱ्यांकडून पैसे उसने घेतले आणि गाईला पांजरपोळात नेलं. फकिराला वाटलं, हा विषय इथं संपला; परंतु खेड्यात फार काळ गोष्टी गुप्त राहत नाहीत. फकिरा आणि त्या मुलाला मुस्लीम पंचायतीसमोर नेलं. या दुष्कृत्याबद्दल लंबरदारानं त्या मुलाला कठोरपणे विचारलं. मुलानं अपराध मान्य केला.

'बकरी ईद किंवा बळी याची मला काहीही माहिती नाही. ते सुंदर, लहान जनावर आहे, एवढंच मला जाणवलं आणि माझ्या हृदयात दया निर्माण झाली. जनावर वाचावं, म्हणून व्याजानं पैसे आणले. आता तुम्ही मला शिक्षा करू शकता.

'मुलाच्या प्रामाणिकपणानं लंबरदार हेलावला आणि मुलाला ताकीद देऊन जाऊ दिलं. काही दिवसांनी तो मंडईत गेला, तेव्हा तापानं फणफणला आणि कुडकुडत येऊन चौपाईवर झोपला. तापाच्या वातामध्ये ती वाचवलेली गाय त्याच्या स्वप्नात आली.

"तुला आता ताप नाही.'' गाय त्याला म्हणाली, "तुला पुन्हा कधीही ताप येणार नाही. ऊठ आणि घरी जा.''

तो मुलगा उठला, तेव्हा त्याचा ताप गेलेला होता.

"मला ताप आलेली ती शेवटचीच वेळ होती." अभिमानानं सांगत तो अखेरीस म्हणाला, "मी तेव्हा चौदा वर्षांचा होतो आणि आज पासष्ट वर्षांचा आहे. हा काय देवाच्या अस्तित्वाचा स्पष्ट पुरावा नाही?"

"नाही..." मी उत्तर दिलं. "मी तुझ्यापेक्षा किमान दहा वर्षांनी मोठा आहे. मला कधीही ताप आल्याचं आठवत नाही. माझ्या माहितीत ऐंशी वर्षांचे अनेक लोक आहेत की, जे कधीही आजारी पडलेले नाहीत."

हे ऐकून तो दुःखी झाला. तरीसुद्धा त्यानं त्याचं कथन चालू ठेवलं,

"तुम्ही त्याला योगायोग म्हणा किंवा हवं ते म्हणू शकता. ज्या गाईनं मला वाचवलं, त्याच गाईनं मला दुधाचा धंदा करण्यास प्रवृत्त केलं, असा माझा पक्का विश्वास आहे. मी अगदी लहान प्रमाणात सुरुवात केली. माणसाला वापरण्यास अयोग्य असलेलं दूध विकत घेऊन त्याचं रूपांतर 'ग्लू'मध्ये (सरस : चिकट पदार्थ) करण्यास सुरुवात केली. नंतर धंद्याचा विस्तार डेअरीमध्ये केला. आज माझ्याकडे दूध-टँकर्सचा ताफा आहे आणि या प्रदेशात तो इकडून तिकडे धावत असतो. सैन्यातील आपले जवान असतील- तिथं चांगलं, थंडगार, ताजं दूध पाठवीत असतो. बांगला देशाचं स्वातंत्र्ययुद्ध जोरात चालू होतं, तेव्हा मी स्वतः दूध टँकर पाकिस्तानी पलटणींमधून आपल्या पलटणींकडे नेला होता. या सर्व प्रसंगांत देवाशिवाय कोणी मला वाचवलं असतं?"

मी उत्तर दिलं नाही.

देवावर फक्त विश्वास असल्यामुळेच लोक दारिद्र्यातून श्रीमंतीकडे जातात, असं मला वाटत नाही. अपार मेहनत, एकाग्रता आणि नशिबाचं मुक्त पाठबळ यामुळे हा माणूस यशस्वी झाला होता. त्यानं अगदी पूर्ण दारिद्र्य अनुभवलं होतं. आज तो दूध पुरवतो, देशी दारू तयार करतो आणि स्थावर मालमत्तेचा धंदा करतो. संगमरवरी घरामध्ये तो राहतो, परदेशी मोटारींचा ताफा त्याच्याकडे आहे. त्यानं एक पुस्तिका छापली आहे. त्यामध्ये इंग्लिश आणि उर्दू कवींची भरपूर अवतरणं आहेत. त्यातील अलामा इक्बालचं अवतरण स्वतःला लागू आहे, असं त्याला वाटतं :

"यकीन महकम, अमल पैहाम, मोहब्बत फतह-ह-अलम
जिहाद-ए-जिंदगानी में हैं ये मर्दों के शमशीरें"

आयुष्याच्या लढाईत माणसाची तीन शस्त्रं असतात. आपल्या न्याय्य ध्येयावरचा दृढ विश्वास, अखेरपर्यंत धडपड करण्याचं धैर्य आणि मानवजातीबद्दल सहानुभूती.

देवावरची आणि प्रार्थनेवरची श्रद्धा यामुळेच त्या माणसाला तारलं (जगण्याचं

बळ मिळालं) हे मला मान्य करावं लागलं. आयुष्याच्या या कथेपासून जर तात्पर्यच काढायचं असेल, तर ते पुढील म्हणीत व्यक्त झालं आहे. हिम्मते मर्दा मदद-ए-खुदा. God helps those who help themselves.

ही सत्यकथा आहे नानकसिंग याची.
तो हे करू शकतो, तर तुम्ही का नाही?

◆

के. एल. गौबा

के. एल. (K. L.) ही आद्याक्षरं दोन नावांची आहेत. कन्हैया लाल आणि खलीद लतीफ ही दोन्ही नावं एकाच माणसाची आहेत. ही दोन्ही नावं त्याला योग्य आहेत, हे कोणालाही माहीत नाही. आता ती कोणाला माहितीही होणार नाहीत, कारण गेल्या आठवड्यात स्वतःच्या मृत्यूबरोबर ती दोन्ही नावं त्यानं नेली.

पन्नास वर्षांपूर्वी के. एल. गौबा यांचं नाव सामान्यज्ञान परीक्षेच्या प्रश्नपत्रिकेत आलं असतं, तर प्रत्येक उमेदवारानं त्याचं उत्तर बरोबर दिलं असतं. बँक चालविणारे लक्षाधीश आणि पंजाबचे पहिले हिंदू मंत्री लाला हरिकृष्ण लाल गौबा यांचा तो मोठा मुलगा. बॅरिस्टर, लेखक, राजकीय मुत्सद्दी असा तो होता. स्वतःला योग्य वाटणारा धर्म आणि मानवणाऱ्या स्त्रिया स्वीकारणारा असा तो होता. तो जे काही करत असे, त्याबद्दल कडक निंदा आणि शिवीगाळ करणाराही होता. 'बदनाम अगर होंगे तो क्या नाम ना होगा' याचे तो अगदी जिवंत उदाहरण होता. जगाने के. एल. गौबाची कधी किंमत केली नाही. के. एल. गौबानं जगाची कधी किंमत केली नाही. तो निघून गेला तेव्हा त्याच्याविषयी स्तुतिस्तोत्रं गायली गेली नाहीत किंवा आदरही व्यक्त झाला नाही. तो त्या लायकीचा नव्हता; त्यामुळे त्यालाही ते आवडलं असेल.

के. एल. गौबानं 'अंकल शाम'चा लेखक म्हणून भारतात पदार्पण केलं. कॅथरीन मेयोच्या 'मदर इंडिया'ला ते उत्तर होतं. मेयोनं भारताची जशी निंदा-नालस्ती केली होती, तशीच गौबानं मेयोची मातृभूमी युनायटेड स्टेट्स ऑफ अमेरिकेची निंदा-नालस्ती केली. अंकल शाम हा बिनदिक्कतपणे दुसऱ्याची अवतरणं घ्यायचा. मुख्यतः तो तडाखेबंद अहवाल लिहिणारा होता. हे अहवाल कीटक, तरुणांचा वेश्याव्यवसाय, अफू आणि मद्य, अमेरिकन जीवनातलं दारिद्र्य-गुन्हेगारी यांविषयीचे अधिकतर असत. त्यापाठोपाठ त्यानं भारतीय संस्थानिकांच्या राजपुत्रांच्या जीवनावरील 'हिज हायनेस' या नावाचं उत्कृष्ट खपाचं (Best seller) दुसरं पुस्तकं लिहिलं. या पुस्तकाची सुरुवात एका अविस्मरणीय अवतरणानं होते. 'काहीजण सकाळची सुरुवात एका कपाबरोबर करतात, काही वृत्तपत्रांबरोबर, राजपुत्र मात्र कुमारिका अधिक पसंत करतात.' असं साधारणपणे ते अवतरण होतं. आपले राजपुत्र करीत असलेल्या रानटी लैंगिकतेचा तो एक लाजिरवाणा जमा-खर्च होता.

कन्हैया लाल गौबासारखा विचित्र माणूस प्रत्येक समाजातून बाहेर का फेकला जातो, याचा अंदाज करणं फार कठीण नाही. त्याचे वडील अत्यंत प्रसिद्ध आणि

आदरणीय पंजाबी होते, त्या काळातच तो के. एल. नावानं लोकप्रिय होता. सामाजिक रीतीरिवाजांना तो तुच्छ मानायचा. खूप प्रसिद्धी मिळवून त्यानं धर्मान्तर केलं आणि इस्लाममध्ये गेला; त्यामुळे त्याचे वडील अत्यंत दुखावले होते. महात्मा गांधींच्या मुलानंही असंच धर्मान्तर केलं होतं. स्वतःचं मूळ व्यक्तिमत्त्व मात्र त्यानं जपून ठेवलं होतं. म्हणून आपलं नवं नाव 'खलीद लतीफ' त्यानं कधीही वापरलं नाही. एक धर्मान्तरित म्हणून त्यानं पंजाबी मुस्लिमांची हृदयं जिंकली. या लोकप्रियतेचा त्यानं फायदाही घेतला. पंजाबमधील कडव्या मुस्लीम मतदारसंघातून त्यानं विधानसभा निवडणूकही जिंकली! या मतदारसंघात लाहोरमधील कुप्रसिद्ध हिरा मंडी जिल्हा (वेश्या वस्ती) हा भाग होता. तिथं तो धर्मान्तर करण्याअगोदरपासून सर्वपरिचित होता. त्यानं प्रेषित महंमदाच्या जीवनावर पुस्तकही लिहिलं होतं; परंतु त्याचं धर्मान्तर हे 'नाम के वास्ते' आणि 'काम के वास्ते' होतं, हेही सर्वांना माहिती होतं.

१९४८ मध्ये कधीतरी लाहोरमध्ये मी के. एल. गौबाला भेटलो होतो. त्या वेळी त्यानं एका मुस्लीम बाईशी लग्न केलं होतं. (आमचे व्यंग्यचित्रकार अन्वर अहमद यांची ती बहीण होती.) कालव्याकाठी असलेल्या एका आलिशान बंगल्यात तो रुबाबानं राहत होता. तो सहानुभूती दाखविण्याच्या लायकीचा मात्र नव्हता. तरीही अनेक प्रसंगांत मी त्याच्याशी न्यायपूर्ण वागलो.

त्यानंतर मुख्य न्यायाधीश सर डग्लस यंग यांच्यावर त्यानं अत्यंत अश्लील भाषेत एक पुस्तक लिहिलं. त्यामध्ये त्यांचा स्त्रैणपणा आणि लाचखोरी यांबद्दल शिव्या देणारं लिहिलं होतं. के. एल.नं केवळ वडिलांपासून सुटका व्हावी, म्हणून हिंदुइझमचा त्याग केला होता, हे विचित्रच होतं. यंगच्या निंदानालस्तीबद्दल त्याच्या वडिलांना तुरुंगात टाकलं गेलं, मोठा अपमान केल्याबद्दल कोर्टात खेचून त्यालाही तुरुंगात डांबलं होतं. एवढं होऊनही डग्लस यंग यांच्या तोंडाला काळं फासण्यात तो यशस्वी झाला. लाहोरच्या वकील मंडळाकडून यंगला अत्यंत थंडपणे निरोप देण्यात आला. दक्षिण आफ्रिकेत डग्लस उपेक्षेनं मेला.

देशाची फाळणी झाल्यावर खलीद लतीफ गौबा मुस्लीम पाकिस्तानात राहिला नाही. तो हिंदू आणि शीख यांच्याबरोबर भारतात आला. काही महिन्यांनंतर मी त्याला सिमल्यामध्ये भेटलो. एक अतिशय सुंदर, तरुण, बुरखावाली अशी हैदराबादची मुलगी : बेगम त्यानं मिळविली होती. काही दिवसांनंतर तिच्या जागी एक बाई आली आणि तिच्यानंतर आणखी एक बाई आली! के. एल. मुंबईत स्थायिक झाला; परंतु त्याची वकिली मात्र कधी चालली नाही. तो मोठ्या घरातून छोट्या जागेत आणि नंतर लॉजमध्ये राहण्यास गेला. त्या वेळी त्याने लेखन करून आणि पुस्तकं लिहून मिळकत वाढविण्याचा प्रयत्न केला.

त्यानंतर त्यानं आणखी एक प्रक्षुब्ध पुस्तक लिहिलं. भारतीय मुस्लिमांवर

झालेल्या अत्याचारांचं वर्णन त्यात होतं. तसं ते अविश्वसनीयच होतं; परंतु पाकिस्तानला मात्र प्रचार करायला त्यातून भरपूर खाद्य मिळालं.

के. एल. हळूहळू दरिद्री झाला. शेवटची काही वर्षं आपला सावत्र भाऊ एम. एल. गौबा आणि त्याची उदार सिंधी बायको गोपी यांच्या दयेवरच तो जगला.

त्यानंतरच्या दिवसांत विनोदी टोपी आणि फाटके कपडे घालून फ्लोरा फाउंटनपासून एशियाटिक सोसायटीच्या बाजूला निष्काळजीपणे हिंडताना के. एल. दिसत असे. एशियाटिक सोसायटीत मासिकं वाचत आणि आरामखुर्चीत झोपा काढत त्यानं उरलेले दिवस घालविले. मी त्याला शेवटचं पाहिलं, ते पारशी देवळाच्या (अग्यारी) फूटपाथवर बसून पुड्यातले चणे चघळताना! ते दृश्य अगदी केविलवाणं होतं. लाकडी केबिन ते व्हाइट हाउस, राजवाड्यासारखा भव्य पंजाब वाडा ते फिरोजशहा मेहता रस्त्यावरील फूटपाथ : सर्वच्या सर्व अगदी बदललेलं होतं.

के. एल. गौबाच्या अंत्ययात्रेला ५० वर्षांपूर्वी निम्मं लाहोर शहर आलं असतं.

गेल्या आठवड्यात मात्र त्याच्या निधनाचं दुःख व्यक्त करायला अर्धा डझन लोकसुद्धा नव्हते!

◆

राजकारण

'मी अनेक विषयांवरील अनेक गोष्टी बोललो आहे, विशेषत: पंजाबविषयी आणि त्याबाबत नेहमीच गैरसमज करून घेतले... मला महत्त्वाचं सांगू द्या आणि शेवटी का होईना, त्याची दखल घ्या : या देशाच्या राज्यघटनेचा ज्यांनी अपमान केला आहे, त्यांच्याशी मी कधीच तडजोड केलेली नाही, करीत नाही आणि करणारही नाही. या देशाच्या वातावरणात ज्यांनी परदेशी झेंडे फडकविण्याचा प्रमाद केला आहे (ते झेंडे इथं तयार केलेले असोत अगर बाहेरच्या देशांत), त्यांच्यापैकी कोणाबरोबरही मी कधीही खोटा करार केलेला नाही, करत नाही किंवा कधीही करणार नाही. या देशापासून स्वतंत्र होण्याचे जे बोलतात, त्यांच्याशी मी कधीही तडजोड केलेली नाही, करत नाही आणि करणार नाही.
हे सर्व एकदा कायमचं नोंदवून ठेवा.'

(खुशवंतसिंग यांचं लोकसभेतील निरोपाचं भाषण;
१८ मार्च, १९८६)

लोकसभेतील माझी कारकीर्द

आनंद बझार समूहापैकी 'न्यू दिल्ली' या पाक्षिकाचा मी संपादक होतो. एप्रिल १९८० मध्ये एके दिवशी दुपारनंतर ग्यानी झैलसिंग यांचा निरोप आला. त्या वेळी ग्यानी इंदिरा गांधींच्या मंत्रिमंडळात गृहमंत्री होते.

"अभिनंदन! राज्यसभेतील नेमणुकीसाठी तुमच्या नावाची शिफारस केली आहे," ते म्हणाले आणि चेष्टेनं पुन्हा म्हणाले, "ती स्वीकारण्यात तुम्हाला काही अडचण नसावी, असा मला विश्वास वाटतो. मात्र, मला अजून राष्ट्रपतींची संमती मिळवायची आहे."

काही दिवसांतच बोलावणं येईल, याची मी अपेक्षा करीत होतो. इंदिरा गांधींना मला महाराष्ट्रातून निवडून आणायचं होतं; परंतु महाराष्ट्राच्या मतदार याद्यांत माझं नाव नसल्यामुळे ती संधी मी गमावली. या वेळी संजय गांधीने माझ्या नेमणुकीची खात्री दिली होती. त्यानं स्वतःचा शब्द कधी मोडला नाही.

मी एक प्रतिष्ठित लेखक किंवा संपादक आहे, असा भ्रम मला कधीच नव्हता. माझ्यापेक्षा अधिक प्रतिष्ठित असे लेखक आणि कवी अनेक आहेत. मी 'इलस्ट्रेटेड वीकली ऑफ इंडिया'चा बदनाम संपादक होतो आणि इतर अनेक पत्रकार मात्र 'लोकप्रियता' अनुभवत होते. तरीही नेमणुकीच्या बातमीनं मी आनंदी झालो. एखाद्या 'बालकाला' वाढदिवसाची किमती भेट मिळाल्यावर जसा आनंद होतो, तसा!

मी बायकोला फोनवरून कळवलं. तिनं माझ्या मुलाला आणि मुलीला फोन केला. ऑफिसमधील सहकाऱ्यांना ही बातमी मी ओरडून सांगितली आणि सर्वांबरोबर शेक हँडस (हस्तांदोलन) केले. पीटीआय बिल्डिंगमधील व्हरांड्यामध्ये व्यवस्थापक, कारकून, लिफ्टमन आणि शिपाईसुद्धा; जे जे भेटले, त्या सर्वांना मी सांगितलं. मी ९० वर्षांच्या म्हाताऱ्या आईकडे गेलो. तिला दुपारच्या झोपेतून उठवलं आणि ही बातमी सांगितली.

"हे ऐकून तुझ्या वडिलांना खूप आनंद वाटला असता..." ती म्हणाली. तिच्या गालांवरून आनंदाश्रू ओघळत होते.

सुमारे ५० वर्षांपूर्वी माझे वडील वरिष्ठ सभागृहाचे सदस्य होते.

ऑल इंडिया रेडिओवरून नवीन सदस्यांची नावं जाहीर झाली. त्या दिवशी संध्याकाळी टेलिफोनची घंटा सतत वाजत होती. अभिनंदनाच्या टेलिग्राम्सचा वर्षाव

सतत होत होता. आणखी काही दिवस शांतता मिळणार नाही, हे माझ्या लक्षात आलं. दुसऱ्या दिवशी भल्या सकाळी मोटारीतून मी दिल्लीबाहेर पडलो आणि कासौली येथील घरी गेलो. तिथं माझं उन्हाळी वास्तव्य असतं.

शपथविधी समारंभ महिन्यानं झाला. माझ्याबाबत एक गोष्ट वेगळी घडली. इतर संसद सदस्यांनी देवाला स्मरून शपथ घेतली, तर मी मात्र नास्तिक असल्यामुळे गंभीरपणे शपथ घेतली. मला मोठा आनंद झाला, कारण माझ्या लक्षात आलं की, कॉलेजच्या दिवसांतील 'हृदयाची धडकन' नर्गिस दत्त हिच्या जवळच मी बसलो होतो.

सभागृहातील कामकाजावर लक्ष ठेवायचं, कार्यपद्धती समजावून घ्यायची आणि इतर सदस्यांचा परिचय करून घ्यायचा, असं मी पहिल्या अधिवेशनाच्या वेळी ठरवलं; परंतु शांतपणे राहण्याची माझी ही प्रतिज्ञा एका आठवड्यातच क्रूरपणे मोडावी लागली.

एके दिवशी सकाळी मी सभागृहात गेलो. माझ्यासाठी आर. के. धवन यांची एक चिठ्ठी होती; इंदिरा गांधींना तातडीनं भेटण्यासंबंधी. मी घाईनंच त्यांच्या ऑफिसमध्ये गेलो. भूपेश गुप्ता यांनी दुपारनंतर लगेचच केलेल्या भाषणाची सायक्लोस्टाइल प्रत आणि संबंधित नियमांवर शाईने खुणा केलेलं एक छोटं पुस्तक धवन यांनी मला दिलं. आपल्या भाषणात भूपेशनं 'इंदिरा गांधींचा खुशमस्कऱ्या' असं माझं वर्णन केलं होतं. हा आरोप मी खोडून काढावा, असं इंदिरा गांधींना वाटत होतं.

राज्यसभेतील माझी कारकीर्द राष्ट्रीय स्वरूपाच्या विषयावर भाषण देऊन सुरू व्हायला हवी होती. त्याऐवजी (माझ्यासारख्या) अपात्राची सभासद म्हणून नेमणूक केल्याबद्दल इंदिरा गांधींची बाजू मांडण्याची वेळ माझ्यावर आली! आपण आपलीच टिमकी कशी वाजवायची (आपण स्वतःचंच समर्थन कसं करायचं), हा माझ्यासमोर प्रश्न होता. मी पूर्ण अप्रतिष्ठित नाही किंवा अगदी अपात्र नाही किंवा गांधी कुटुंबाचा 'चमचा'ही नाही, हे प्रभावीपणे मांडायचं होतं.

मी शक्य तेवढ्या प्रयत्नांची पराकाष्ठा केली. आणीबाणीच्या काळात एल. के. अडवानींसारख्या पुढाऱ्यांना तुरुंगातून सोडावं, याबद्दल बाजू मांडली होती, याचा संदर्भ मी दिला. राजकीय पूर्वग्रहांचा विचार न करता, राजकीय पुढाऱ्यांची योग्य स्तुती किंवा दोषी कसे ठरवले, याचे संदर्भही मी दिले. मी पुढं म्हणालो, भूपेश गुप्तांनी माझी निंदानालस्ती करावी आणि तीही मी सभागृहात हजर नसताना ही सभ्यता नाही; परंतु ते जर आपला दुःखदायक अभिप्राय मागे घेणार असतील, तर मला त्यांच्याशी हस्तांदोलन करण्यात आनंद वाटेल आणि तो विषय संपेल. भूपेश म्हणाले, मी कम्युनिस्ट आहे. आम्ही आमचे शब्द कधी मागे घेत नसतो. मी

स्वतःला आवरू शकलो नाही; भूपेशच्या स्त्री नातेवाइकांची नैतिकता व्यक्त करणाऱ्या पंजाबी भाषेतील शब्दांचा मारा केला. ते ऐकून कम्युनिस्ट सभासदांकडून निषेधाचा आरडाओरडा झाला. माझा शिव्यांचा भडिमार वृत्तनोंदीतून काढण्यात आला. राज्यसभेतील माझ्या कारकिर्दीची ही काही 'शुभ' सुरुवात नव्हती.

संसदेतील इतर सहकाऱ्यांचा स्वभाव कसा आहे, हे लक्षात यायला मला फार वेळ लागला नाही. उत्तम वक्ता-नेता अशी गुप्ता यांची ख्याती होती; परंतु त्यांच्या तिरकस भाषेमुळे मला वाईट वाटलं होतं. मी त्यांच्याजवळ कधी गेलो नाही किंवा कधी बोललोही नाही. ते आजारी होते, लवकरच त्यांना मृत्यू आला.

पिलू मोदींमुळे मी खूप भारावून गेलो. ते उत्तम वक्ते, तसेच हजरजबाबी होते. दुर्दैवानं ते स्वतःच्या विदूषकी वागण्याला आवर घालू शकले नाहीत आणि सतत टीका-टिप्पणी करणंही थांबवू शकले नाहीत. अतिनिष्ठावान आणि आक्रस्ताळे असलेल्या जे. के. जैन यांच्याशी त्यांचे नेहमी खटके उडत. पिलूंच्या अनपेक्षित मृत्यूमुळे सभागृह हास्यविनोदापासून वंचित झालं.

विशेष दखल घ्यावी, असे अनेक उत्तम वक्ते त्या वेळी विरोधी सभासदांमध्ये होते. त्यांतील संस्मरणीय असे एल. के. अडवानी, जसवंत सिंग, हुकूम नारायण देव यादव, लाडली मोहन निगम आणि दिनेश गोस्वामी. नवीन सभासदांमध्ये जयललिता होती. ती अभिजात सुंदर होती, तरीही ती कष्टाळू मुलगी होती आणि जन्मजात (gifted) वक्ता होती. गंभीरपणे विचार करणारी असूनही ती नेहमी गैरहजर राही. मार्गारेट आल्वा तिच्याइतकीच प्रभावी वक्ता होती. कोणत्या तरी मार्गानं तिनं लवकरच विरोधकांमधून सत्तारूढ पक्षात उडी मारली. त्यानंतर मात्र तिच्यातील धारदारपणा निघून गेला. सत्यपाल मलिक यांनी लोकदल सोडलं, तेव्हाही तसंच घडलं. मागील बाकांवर बसणाऱ्यांपैकी चौधरी सुलतानसिंग, रफिक झकेरिया, सरोज खापर्डे आणि नंतर जी. एल. बंसल यांच्याशिवाय काँग्रेसमधील इतर कोणीही मला प्रभावित करू शकले नाहीत. सत्तारूढ पक्षात कितीतरी स्त्री-सदस्या होत्या आणि आहेत; परंतु त्यांपैकी बहुतेकजणी विरोधी वक्त्यांवर आरडाओरडा करून, खिल्ली उडवूनच स्वतःचं अस्तित्व जाणवून देत असत. अमरजित कौर यांच्याकडे चांगल्या संसद-सदस्याचे सर्व गुण होते. त्या नेहमी अभ्यासपूर्ण हस्तलिखित वाचत असत. काही सदस्यांची वागणूक अत्यंत दोष असलेली होती. जाड कातडीच्या हत्तीसारखा एक बुटका प्राणी असे कल्पनाथ राय होते; त्यांना विनाकारणच मंत्रिपद दिलं. त्यांच्या असभ्य वागणुकीबद्दल सभापती नेहमीच खरडपट्टी करीत. त्यांचे मित्र सीताराम केसरी हे नेहमीच शब्दांपलीकडचे उद्धट होते. पोकळ बोलणं थांबविता येणार नाही असेसुद्धा अनेक बोलघेवडे आमच्याबरोबर होते. 'व्यवस्था के प्रश्न' (point of order) नेहमीच उपस्थित करणारे रामेश्वर प्रसाद सिंग होते. अत्यंत

सभ्य आणि सोशीक अशा हिदायतुल्लांबरोबर ते नेहमी भडक भाषा वापरून वाद घालत आणि नंतर सभात्याग करीत. त्यांची जागा हुशार अशा सुरेश कलमाडींनी घेतली. त्यांना स्वतःच्या कुवतीची जाणीव होती. सत्तारूढ पक्षाची जबाबदारी ते एकट्यानंच घेत. ते नेहमी आक्रस्ताळे, आक्रमक आणि प्रभाव पाडणारेही होते. सभापती वेंकटरमण ज्यांना नरम करू शकले नाहीत, असे ते एकमेव सदस्य होते.

सभागृहात मी उपस्थित असताना नेहमी काहीतरी अशुभ घडायचं. माझ्या शेजारच्या खुर्चीत बसणाऱ्याला 'स्वर्गीय प्रवासाचं' बोलावणं येऊ लागलं असं एकापाठोपाठ घडू लागलं. सर्वांत प्रथम सौंदर्यवती नर्गिस दत्त. तिची जागा कवी भगवतीचरण वर्मांनी घेतली. माझ्या अगोदरपासून ते सभासद होते. त्यांच्या दृष्टीनं सभागृह ही वामकुक्षी घेण्याची आनंददायक जागा होती. एखाद्या प्रश्नावरून झालेल्या गोंधळाच्या शेवटी किंवा शून्य तासाच्या वेळेला ते येत असत. माझे त्यांचे नमस्कार होत आणि नंतर ते झोपून जात असत. एकदा मी त्यांना बोलणाऱ्या सभासदाचं नाव विचारलं. वर्माजी हसले आणि म्हणाले, 'नाम-वाम तो मैं किसीका नही जानता ।' काही महिन्यांनंतर तेही वारले. माझ्या शेवटच्या सत्रामध्ये माझ्या शेजारी ९० वर्षांचे वृद्ध पक्षितज्ज्ञ सलीम अली होते. अल्ला त्यांना (माझी काही वर्षं) देवो!

राजीव गांधी येण्यापूर्वी राज्यसभा हे खरोखर वृद्धांचं सभागृह होतं. सभासदांचं सर्वसाधारण वय ५० वर्षांच्या पुढे होतं. एखाद्या क्षेत्रामध्ये 'साध्य' मिळविण्यासाठी बैठं काम करणं आवश्यक असतं. ते पन्नास वर्षं केल्यानं राज्यसभेत त्यांच्या पचनशक्तीनं गोंधळ उडवला होता. मधुमेह किंवा अपचन/बद्धकोष्टता/मूळव्याध आणि म्हातारपणातील इतर रोगांनी त्यांच्यापैकी अनेकजण त्रस्त होते. विशेषतः पोटातील वातानं वयाबरोबर स्वाभाविक निलाजरेपणा येतो; परंतु आपण भारतीय मात्र इतरांच्या भावनांबद्दल विलक्षण असंवेदनक्षम आहोत. समाधान व्यक्त करण्याचा सर्वमान्य प्रकार म्हणजे मोठ्यांदा ढेकर देणं. सार्वजनिक ठिकाणी पादणं याकडे भुवया उंचावून पाहिलं जातं, दुर्लक्ष केलं जातं आणि माफ केलं जातं! माझ्यापासून फार दूर न बसणाऱ्या तीन 'पादऱ्यांशी' मला जमवून घ्यावं लागलं होतं. एक सभासद मागच्या ओळीत होता, तो एल. एल. कपूरच्या पलीकडे बसत असे. तो पूर्वेकडील प्रांतातला होता. चांगला गोलगलेलठ्ठ गोंडस असा होता आणि त्याचा विश्वास होता दुसऱ्या तोंडाकडून व्यक्त करण्यावर! बोलणाऱ्याला हे खूप अस्वस्थ करणारं होतं. एकदा तो इतका जोरात पादला की, त्याचा त्रास कायम सहन करणारे कपूर माझ्याकडे वळले आणि त्यांनी विचारलं, 'अशा घटनेमुळे सभागृहाबद्दल अनादर व्यक्त होतो का?' अशा प्रकारच्या 'मतप्रदर्शनाचा' आवाज किती मोठा असावा, याबद्दल नियम करावा, असं सभापती वेंकटरमण यांना मी निवृत्त होण्यापूर्वी

सांगावं, असा मी विचार केला आहे. सभासदाला एका सत्रामध्ये किती दुर्गंधीयुक्त वायू सोडण्याची परवानगी आहे? तसेच, त्याची तीव्रता मोजण्यासाठी एक स्टींको मीटर बसवावा, अशीही विनंती करेन. माझं दुर्दैव असं की, सुंदर नर्गिस दत्त दोन वर्षं ज्या जागेवर बसत, तिथं एक वेगळा सभासद आला. (डावीकडे-उजवीकडे बसणाऱ्या शेजाऱ्यांकडून) आपल्या दानशूरतेच्या उगमाचा विचार ख्रिश्चन धर्मतत्त्वाप्रमाणे केला जाईल, असा जणू त्याला विश्वास वाटत होता! आपण सभागृहातील वादविवादामध्ये खूप गढून गेलो आहोत, असं दाखवून अत्यंत दुर्गंधीयुक्त वायूचं (फुसकुली) 'गुप्तदान' देण्यावरही त्याचा विश्वास होता!

काही हरिजन हे वरिष्ठ सभागृहाचे नियुक्त सदस्य होते. केवळ 'प्रदर्शनीय' म्हणून त्यांच्याकडे पाहिलं जात असे. ते शांतता होईल, अशा सुवर्णसंधीची वाट पाहत असत. त्यांना जर काही बोलायचं असेल, तर सर्व राजकीय पक्षांच्या प्रतिनिधींचं म्हणणं मांडून होईपर्यंत वाट पाहावी लागे. असं संध्याकाळी उशिरा नेहमीच होत असे. सभागृह (तोपर्यंत) जवळजवळ रिकामं व्हायचं आणि पत्रकार कक्षामध्ये केवळ दोन प्रमुख वृत्तसंस्थांचे बातमीदार असत. अशा राज्य कारभारानं कंटाळून मी निराश होत असे. परिणामी, काँग्रेस एस, नॅशनल कॉन्फरन्स, समाजवादी, रिपब्लिकन आणि दोन स्वतंत्र अशा १७ जणांच्या गटात मी सामील झालो. आम्ही एस. डब्ल्यू. धाबे यांना नेता आणि गुलाम रसूल मट्टू यांना उपनेता निवडले. सभापतींनी एक पक्ष म्हणून आमच्या गटाचा विचार करण्याचं मान्य केलं. आमच्या संख्याबळानुसार आम्हाला प्राधान्यक्रम आणि वेळ नेमून दिला. त्या वेळी अकाली सभासदांनी दोन्ही सभागृहांतून राजीनामे दिले होते. पंजाबमधील राजकीय परिस्थिती त्या वेळी नियंत्रणाबाहेर जायला सुरुवात झाली होती. (उकळून उतू जायला सुरुवात झाली होती.) अनिच्छेनेच मी अपक्षांचा प्रवक्ता झालो. तसेच, सरकारच्या पंजाबबाबतच्या दृष्टिकोनाचा विरोधक म्हणूनही प्रवक्ता झालो. मी इतर अनेक मुद्द्यांवर बोललो. विशेषतः परराष्ट्र धोरण (पाकिस्तानबरोबरचे संबंध), माहिती प्रसारण-माध्यमे, शिक्षण, रेल्वे, सांस्कृतिक प्रश्न; शिवाय पंजाब-शीख-अकालींबाबतही तज्ज्ञ भूमिकेतून काही प्रमाणात लक्ष देऊन ऐकत असे. मला विरोधकांच्या गटातला समजलं जातं, असं लवकरच जाणवलं. त्यानंतर काँग्रेसनं आपल्या बंदुका माझ्याकडे रोखल्या.

एकामागून एक दुःखद घटना घडत होत्या, त्या त्या वेळी मी योग्य, न्याय्य बाजू मुद्देसूदपणे मांडत होतो. भिंद्रनवालेइतकाच कॉम्रेड हरकिशन सिंग सुरजित यांचाही निषेध मी स्पष्टपणे मांडत होतो. सुवर्णमंदिर मोकळं करण्यासाठी लष्कराला आदेश देण्याचा हेतू नाही, असं अनेक वेळा दिलेलं आश्वासन सरकारनं मोडलं,

तेव्हा मी 'पद्मभूषण' पदवी परत केली. मी केवळ एवढ्यावरच थांबलो नाही, तर 'न्यायाची एक गंभीर चूक' असं स्पष्ट सांगितलं. इंदिरा गांधी अत्यंत दुखावल्या जातील, एवढा शाब्दिक हल्ला मी एकट्यानं केला. विरोधकांसह सर्व सभागृह माझ्याविरुद्ध उभं राहिलं. 'राष्ट्रहितविरोधी भाषण' असा उल्लेख करून श्रीमती गांधींनी माझा गौरव केला! मी भारताचा क्रमांक एकचा खलनायक झालो; त्यामुळे मी घाबरलो नाही किंवा गलितगात्रही झालो नाही. अकाली नेत्यांची ताबडतोब सुटका करून त्यांच्याशी पुन्हा चर्चा चालू करण्याच्या आवश्यकतेवर मी सातत्यानं भर दिला. 'ऑपरेशन ब्लू स्टार'नंतर जे शीख सैनिक आपापल्या पलटणीमधून पळून गेले, फरारी झाले, त्यांना सहानुभूतीची वागणूक द्यायला हवी, अशी बाजू मी मांडली. माझ्या भूमिकेचा परिणाम म्हणजे 'एक जातीयवादी शीख' असा खोटा शिक्का मात्र देशातील सर्व प्रचार-माध्यमांनी माझ्यावर मारला!

काही महिन्यांनंतर इंदिरा गांधींचा विश्वासघात करून भीषण खून झाला. त्यांना आदर व्यक्त करण्यासाठी मी सभापतींकडून विशेष परवानगी मिळविली. माझे त्यांच्याशी अनेक मतभेद होते, तरीही मी बौद्धिक कुवतीनुसार सहज, परिणामकारक असं भाषण केलं. मला त्या आवडत होत्या आणि मला त्यांच्याविषयी आदरही होता. सभागृहात इतर अनेकांची भाषणं झाली; परंतु त्या सर्वांपेक्षा माझं आदरयुक्त भाषण अत्यंत प्रामाणिक होतं आणि म्हणूनच ते उत्तम शब्दांत व्यक्त झालं. मी म्हणालो,

"आपल्या नेत्या इंदिरा गांधी यांच्याबद्दल आदर व्यक्त करण्याची संधी मला दिली, त्याबद्दल मी आभारी आहे. त्यांच्या मैत्रीच्या नात्याचा लाभ अगदी अल्पावधीसाठी मला मिळाला. मी त्यांचा ऋणी आहे, कारण त्यांच्यामुळेच या भव्य सभागृहात उपस्थित राहण्याची संधी मिळाली आहे. दुसरं म्हणजे, त्यांच्या राजकारणाविषयीचा विशेषतः पंजाब संदर्भातील- एक टीकाकार म्हणून मी त्यांची नाराजी मिळविली. तिसरं म्हणजे (मी एक शीख आहे आणि त्यांचे मारेकरी शीखच होते; त्यामुळे) माझ्या देशबांधवांनी आमच्यावर मारलेला कलंक आम्ही वाहत आहोत. शेवटी आणि सर्वांत महत्त्वाचं म्हणजे, एक भारतीय म्हणून अत्यंत उत्कटतेनं वाटतं की, एकसंघ, शक्तिशाली, समृद्ध व सुखी असा भारत निर्माण करण्याचं त्यांचं अपुरं स्वप्न पूर्ण करण्याची धडपड करणं ही त्यांना योग्य श्रद्धांजली होय.

"इतिहासात इंदिरा गांधींना निश्चित स्थान आहे. एवढ्या प्रचंड लोकसंख्येचं भवितव्य खूप मोठ्या कालखंडासाठी इंदिरा गांधींनी आपल्या हातांत ठेवलं. जगाच्या इतिहासात; मृत किंवा जिवंत, स्त्री किंवा पुरुष अशी कोणतीही व्यक्ती नाही. विविध

जाती-पंथ-भाषा आणि जीवनपद्धती असलेल्या लोकांवर, तसेच खंडप्राय देशावर इंदिरा गांधींनी ज्याप्रमाणे राज्य केलं, तसं कोणत्याही सम्राटानं केलं नाही. परंपरेनं त्यांच्याकडे साम्राज्य आलेलं नव्हतं किंवा दरबारी मंडळींनीही त्यांना सिंहासनावर बसवलं नव्हतं. लोकांनीच त्यांना स्वेच्छेनं या अधिकारपदावर बसवलं होतं. राज्यकर्त्यांना काटेरी मुगुट घालावा लागतो, त्याशिवाय कोणताही मुगुट त्यांनी घातला नाही. कार्यालयीन कामाचं भीतिदायक ओझं त्यांनी जाणीवपूर्वक, जबाबदारीनं, अविचल धैर्यानं आणि उत्साहानं पेललं होतं. १९७९ मध्ये झालेल्या निवडणुकीच्या प्रचार मोहिमेत त्यांनी न थांबता आणि विश्रांती न घेता, ३६ तास प्रचार केला. त्यासाठी त्यांनी विमान, जीप, बैलगाडी किंवा पायीसुद्धा प्रवास केला. तरीही त्या टवटवीत, हसतमुख आणि नेहमीप्रमाणे तेजस्वी-सुंदर दिसत असत. सार्वजनिक सभांनासुद्धा त्या अशाच उत्साहानं हजर असत, हे सर्व मला आठवतं. दरबारी शिष्टाचार आणि स्त्रीसुलभ माधुर्य यांचा मिलाफ त्यांच्यामध्ये होता. अशी कोणतीही दुसरी स्त्री मला माहिती नाही. हिलेर बेलॉकनं सुंदर स्त्रीचं वर्णन पुढीलप्रमाणे केलं आहे :

'Her face was like the king's command
when all the swords are drawn'

(तिचं व्यक्तिमत्त्व म्हणजे जणू राजाचं सामर्थ्य- जेव्हा सर्व तलवारी उगारल्या जातात, त्यासारखं)

या वर्णनाला त्या अगदी योग्य होत्या.

"आयुष्यातील सर्व धोके त्यांनी अतुलनीय धैर्यानं स्वीकारले आणि अखेर त्याची किंमत स्वतःचे प्राण गमावून दिली. एक कवी म्हणतो : त्या आणि (त्यांच्याशी) तुलना तिरस्करणीय आहे. तिच्यापुढे इतिहासातील मोठ्या व्यक्ती, रोमचे सीझर्स, रशियाचे झार, फ्रान्सचे बोनापार्ट, जर्मनीचे कैसर (कैझर्स), इंग्लंडचे सम्राट, आपल्याकाळचे राष्ट्रपती आणि पंतप्रधान निष्प्रभ आणि खुजे वाटतात. 'त्या काही केवळ वर्तमानकाळातील नव्हत्या, तर कालातीत होत्या.' आपल्या काळात त्यांच्यासारखं दुसरं असं कोणी आढळत नाही. त्यांचा कायम आदर केला जाईल, त्यांच्याबद्दल नेहमीच दुःख वाटेल.

"कोणत्याही विशिष्ट मतप्रणालीशी श्रीमती गांधी सहमत झाल्या नाहीत. देशाचं अखंडत्व टिकवणं एवढीच त्यांना राजकीय बांधिलकी होती. हा ध्यास आणि विश्वास याचंच रूपांतर श्रद्धेमध्ये झालं आणि हीच श्रद्धा भावनिक अंतःप्रेरणा बनली.

"श्रीमती गांधींचे मारेकरी विश्वासू आणि संरक्षक असे पुरुष होते. इंदिराजींविषयी माझा वैयक्तिक आदर व्यक्त करताना हा मुद्दा मी दुर्लक्षित करू शकत नाही. अमृतसरमध्ये जूनच्या पहिल्या आठवड्यात जे घडलं, त्यामुळे अत्यंत टोकाच्या

द्वेषानं मारेकरी आंधळे झाले. त्यातूनच स्वतःवर असलेल्या 'पवित्र जबाबदारी'चा त्यांनी विश्वासघात केला.

"या भेकड कृत्याचा अत्यंत कठोर शब्दांत निषेध करताना मी विचार करीत नाही. तरीही 'ऑपरेशन ब्लू स्टार' ही न्यायदानाची घोडचूक आहे, त्याबाबत माझी खात्री पटली आहे; (हेही मी अनेक वेळा सांगितले आहे.) परंतु या एका निर्णयाच्या चुकीबद्दल आपला लाडका आणि आदरणीय पंतप्रधान गमावणं आणि त्यानंतर हजारो निरपराध लोकांनीही जीव गमावणं एवढी मोठी किंमत द्यावी लागणं हे योग्य नव्हतं. राज्यकर्त्यांना अत्यंत कठोर निर्णय घ्यावे लागतात. हा दुर्दैवी निर्णय घेण्यापूर्वी त्याच्या परिणामांचा तौलनिक विचार श्रीमती गांधींनी केला असावा. दोन किंवा अधिक व्यक्तींनी गुन्हा केला, म्हणून सर्व समाजाला त्याचा कालिमा लागावा, याचं त्यांना अधिक दुःख झालं असतं, याबाबत माझ्या मनात जराही शंका नाही. शीख हे मातृभूमीचे विश्वासू आणि प्रामाणिक नागरिक आहेत. या दृष्टिकोनातूनच त्यांचं पुनर्वसन करून राज्यकर्ते आपल्या नेत्याच्या स्मृतीला मानवंदना देतील, अशी आशा मनापासून वाटते.

"त्यानंतर राष्ट्रानं श्रीमती गांधींच्या मुलाला देशाचं नेतृत्व करण्यासाठी निवडलं. ते योग्य मार्गानं चालत आहेत, तोपर्यंत आम्ही आमचा मुक्त हस्तानं पाठिंबा देऊ. राष्ट्राला समृद्धीकडे नेणाऱ्या त्यांच्या प्रयत्नांसाठी आमची अशी प्रार्थना राहील. आज त्यानं आपल्यापुढे आशेची नाजूक पानं ठेवली आहेत, उद्या कदाचित फुलंही ठेवील आणि कीर्तीची फळंही त्याला भरपूर मिळू शकतील!"

परंतु माझ्या या भाषणातील एकही शब्द वृत्तपत्रांतून, आकाशवाणी किंवा दूरदर्शनवरून सांगितला नाही. मध्यंतरीच्या काळात उत्तर भारतात अनेक ठिकाणी हजारो निरपराध शिखांचं हेतुपूर्वक आणि योजनापूर्वक हत्याकांड झालं होतं. त्याबाबत मी तीव्र शब्दांत धिक्कार व्यक्त केला होता. विशेष म्हणजे, या सर्वनाशानं काँग्रेस किंवा विरोधी पक्षातील संसद सदस्यांपैकी कोणाच्याही भावनांना धक्का बसला नाही.

पुन्हा एकदा मला वेगळेपणा आणि एकटेपणा वाटू लागला.

सत्ताधारी पक्षाच्या पंजाब प्रश्नाच्या धोरणाबाबत काही भावना माझ्या मनात खोलवर दडून बसल्या आहेत. तरीही राजीव गांधींनी संत लोंगोवाल यांच्याबरोबर करार केला, तेव्हा 'एक नव्या पहाटेचा जन्म' असं म्हणून मी टाळ्या वाजवल्या आणि त्याचं स्वागत केलं. दहशतवादानं पुन्हा डोकं वर काढलं, तेव्हा त्यावर मला दोन वेळा बोलण्याचा प्रसंग आला. प्रथम दिल्लीत ट्रान्झिस्टर बॉम्ब प्रसंगाच्या वेळी. तोहरांच्या वारसदार पदाधिकाऱ्यांनी सुवर्णमंदिर इमारतींचा ताबा दमदमी टाकसाळ

आणि युनायटेड अकाली दलाच्या गुंडांकडे दिला, त्यानंतर जी हत्यामालिका झाली, त्या वेळी मी दुसऱ्यांदा बोललो. 'सर्वसामान्य गुन्हेगार' अशा शब्दांत मी त्यांचा धिक्कार केला. एवढंच नव्हे, तर सुवर्णमंदिरात घुसून मालकी सांगणाऱ्यांना, शक्य असेल, तर संयमानं नाहीतर शक्ती वापरूनही हुसकावून लावलं पाहिजे, असंही सांगितलं. खलिस्तानचा झेंडा फडकवणं हे देशद्रोही कृत्य आहे, अशा स्पष्ट शब्दांत विनासंकोचपणे मी निषेधही व्यक्त केला. तसेच, अधिकाऱ्यांना इशाराही दिला की, पंजाब आणखी एका रक्तपातासाठीही तयार आहे. मात्र, शस्त्रक्रिया तातडीनं होणं जरुरीचं आहे; त्यामुळे रक्तपात कमी होईल. जास्त वेळ लागला, तर कर्करोग पसरण्याचा धोका असतो. ज्यांनी उचलली जीभ लावली टाळ्याला आणि मला 'जातीयवादी शीख' असं म्हटलं, त्यांनी माझ्या या मतांची आवर्जून नोंद घ्यावी, म्हणून हे सांगितलं.

सभागृहाचा मी सहा वर्षं सदस्य होतो. या काळात माझ्या स्मरणाप्रमाणे मी दोन महत्त्वाची भाषणं दिली, प्रश्नोत्तराच्या तासाच्या वेळी किमान सहा वेळा हस्तक्षेप तरी केला- किंवा प्रत्येक अधिवेशनात विशेष संदर्भ तरी दिले. देशाच्या राजकारणाला दिशा देण्याची लोकसभेची संदर्भहीनता जाणवली आणि मी अधिक जागरूक झालो, याचंच मला समाधान मिळालं. ही मुख्यतः सदस्यांची स्वतःचीच चूक आहे, कारण लोकसभेचं कामकाज ते गंभीरपणे घेत नाहीत. जवळजवळ प्रत्येक दिवशी प्रश्नाच्या तासानंतर आणि शून्य प्रहरानंतर सभागृह रिकामं पडतं. दुपारनंतर क्वचितच तिथं दोन डझन सभासद हजर असत. सभासद बोलत असत, तेव्हा मंत्री अगदी थोडं लक्ष देत असत. बहुतेक वेळा मंत्री आपल्या जुन्या मित्रांबरोबर कुजबूज करीत किंवा फाइल्स वाचण्यात दंग असत. या अवस्थेला पत्रकारही दोषी आहेत. कारण सभागृहातून सदस्य बाहेर पडताच पत्रकारही निघून जात असत. फक्त यूएनआय (UNI) आणि पीटीआय (PTI) चे प्रतिनिधी, जे शक्य आहे किंवा हवं आहे, त्याची टिपणं घेत असत. आपल्या राष्ट्रीय वृत्तपत्रांतून 'आमच्या लोकसभेतील प्रतिनिधीकडून' अशा मथळ्याच्या बातम्या येतात, त्या टेलिप्रिंटरवरूनच घेतलेल्या असतात. त्यात थोडासा फेरफार करून 'वेगळी चव' आणलेली असते. अर्थात याला काही अपवाद आहेतच. मी संपादक आणि लोकसभेचा प्रतिनिधी असल्यामुळे मला हे अनुभव नवीन नाहीत. सदस्यांच्या सूचनांचा कधीही पाठपुरावा होत नसे, यातही आश्चर्य नाही!

लोकसभेबाबत मला विशेष नैराश्य जाणवायचं, तेव्हा एकदा मी माझ्या भावना 'हिंदुस्तान टाइम्स'मधील स्तंभातून व्यक्त केल्या. 'द स्पेक्टॅटर'मधील ऑबरन वॉ यांच्या एका लेखामुळे मला धीर आला. त्या लेखामध्ये ब्रिटिश एम. पी.विषयीसुद्धा

चीड यावी, अशा अनेक गोष्टी लिहिल्या होत्या. मूर्ख, उद्धट, अडाणी आणि कुत्र्यासारखे असे शब्द त्यामध्ये होते!

'आमच्या एम.पी.बाबतही असे शब्द वापरण्याचं धाडस मी करावं काय?' अशा वाक्यानं सुरुवात करून मी वॉचे शब्द उद्धृत केले. लोकसभेतील पंजाब काँग्रेसचे सदस्य सत्पाल मित्तल यांनी पक्षातील इतर सदस्यांच्या आणि स्त्रियांच्या सह्या घेऊन माझ्याविरुद्ध ताबडतोब 'हक्कभंग ठराव' मांडला. 'सभागृहाविषयी अनादर व्यक्त केल्याबद्दल मला हिसका दाखवावा', अशी मागणी त्यातून एम. हिदायतुल्लांना सादर केली. काही दिवसांनी हिदायतुल्लांनी त्यांचा निर्णय दिला. मी काय लिहिलं, त्यांनी वाचलं, नंतर सत्पाल आणि कंपनीनं माझ्यावर कोणती मल्लिनाथी केली, ते वाचलं; त्यानंतर आपल्या नेहमीच्या नर्मविनोदी व विद्वत्तापूर्ण स्वभावानुसार कामकाज सुरू केलं आणि माझ्या शब्दांबाबत सभासदांचे झालेले गैरसमज दूर केले. मला हिसका दाखविण्याऐवजी त्यांना 'गाढवांचा कळप सोडून सर्व' असं ते म्हणाले. विनोद समजण्याची कुवत नसल्यामुळे सभासदांनी माझी चेष्टा केली. आपल्या सहा वर्षांच्या कालावधीच्या समारोप प्रसंगी हिदायतुल्ला यांनी भाषण केलं. त्यात ते म्हणाले की, हा हक्कभंगाचा ठराव म्हणजे सर्वांत आनंदाची आणि अविस्मरणीय अशी घटना आहे.

देशातील घडामोडी आणि लोकसभेची भूमिका याबाबत माझा झपाट्यानं भ्रमनिरास होत होता; तरीही माझी नेमणूक व्हावी किंवा पंजाबमधील निवडणुकीतून दुसरं सत्र मिळावं, याबाबत मी उत्सुक होतो. (अशी माझी इच्छा होती.) बाकी काही नाही, तरी भारतातील उच्चभ्रूंच्या क्लबचं सभासद होता येतं! एकदा सभासदत्वातील विशेषाधिकाराची आणि मानधनाची चव कळल्यामुळे त्याची सवय घालवावी, असं वाटत नव्हतं. मी राज्यसभेवर येण्याचे अर्धवट प्रयत्न केले. त्यामागे अशी भूमिका होती की, पंजाबातील इतर कोणत्याही सुशिक्षित व्यक्तीपेक्षा माझे विचार अधिक महत्त्वाचे आहेत. राष्ट्रपती किंवा पंतप्रधान माझ्या भूमिकेशी सहमत नव्हते. दुसऱ्या सत्राला मी योग्य आहे, असं त्यांना वाटलं नाही. त्यांचं मत बरोबर असू शकेल. एखादा खासदार तोंड उघडतो किंवा उघडत नाही; यामुळे काय फरक पडणार?

तांडा चालतच असतो.

◆

खलिस्तान

भारताच्या लोकसंख्येपैकी शीख हे अल्पसंख्याक म्हणजे २ टक्के आहेत, तरीही ते आव्हान (भीती) निर्माण करणारे असे आहेत. मुस्लीम आणि ख्रिश्चन या अल्पसंख्याकांची स्थिती शिखांपेक्षा वेगळी आहे. देशाच्या वेगवेगळ्या भागांत शीख पसरलेले आहेत. पंजाबमध्ये जवळजवळ ८५ टक्के शीख लोकसंख्या एकवटली आहे. भारत-पाकिस्तानच्या संवेदनक्षम सीमेवर पंजाब प्रांत आहे. शीख हा भारतातील सर्वांत समृद्ध असा शेतकरी आहे. भारताच्या संरक्षण दलात १० टक्के शीख आहेत. याहून मोठ्या प्रमाणावर ते नागरी सेवेमध्ये आहेत. आपल्या हक्कांबद्दल शीख अधिक जागरूक आहेत. स्वभावानं ते काहीसे आक्रमक आहेत; त्यामुळे त्यांना डिवचलं, तर ते प्रशासनासमोर मोठा प्रश्न निर्माण करू शकतात. शिखांच्या एका गटानं 'खलिस्तान' या सार्वभौम व स्वतंत्र राज्यासाठी चळवळ सुरू केली आहे. आतापर्यंत या चळवळीला मर्यादित पाठिंबा आहे, तरी त्यांना खोडसाळपणा करायला भरपूर वाव आहे; म्हणूनच भारत सरकार मोठ्या काळजीत आहे.

शीख हा मुळात शांतताप्रिय समाज आहे. त्याची स्थापना गुरू नानकांनी (१४६९ ते १५३९) केली. दहावे गुरू गोविंदसिंह (१६७७ ते १७०८) यांनी १६९९ मध्ये शीख समाजाचं नामांतर 'खालसा' (Pure) असं केलं. खालसा हा लष्करप्रिय, तसाच बंधुभाव असलेला समाज आहे. गुरुद्वारातील प्रत्येक प्रार्थनेचा शेवट 'राज करेगा खालसा' या गाण्यानं होतो. पंजाबमध्ये शिखांनी ५० वर्षे म्हणजे १८४९ पर्यंत राज्य केलं. ब्रिटिशांनी हे साम्राज्य १८४९ मध्ये भारताचा एक प्रांत म्हणून जोडून घेतलं. त्यानंतर मात्र राज्यकर्ते होणं ही भावना केवळ धार्मिक विधीतील गायनापुरतीच राहिली आहे.

१९४७ मध्ये भारताची फाळणी झाली; त्यामुळे शिखांची समान विभागणी झाली आणि जवळजवळ निम्मी लोकसंख्या पाकिस्तानात गेली. मोठं हत्याकांड होऊन त्यांना पाकिस्तानातून हुसकावून लावण्यात आलं आणि इतिहासात प्रथमच भारतातील पंजाबच्या काही जिल्ह्यांमध्ये शीख बहुसंख्येनं एकत्र आले. भाषावार प्रांतरचनेच्या तत्त्वाचा फायदा घेत त्यांनी पंजाबी भाषा बोलणाऱ्या राज्याची मागणी केली. बऱ्याच चळवळींनंतर पंजाबी सुभ्याला मान्यता देण्यात आली. त्या वेळी शिखांची लोकसंख्या ५५ टक्के होती. पंजाबी बोलणारे ४५ टक्के हिंदू अल्पसंख्याक

झाले. सहा महिन्यांचा छोटा काळ सोडला तर शीख मुख्यमंत्र्यांनीच भारतातील पंजाबवर राज्य केले आहे.

शिखांचा सरकारविरुद्ध पूर्वग्रह आहे आणि तोच मूलतः राजकीय पक्षांच्या प्रचाराचं भांडवल आहे. फाळणीपूर्वी तो जमीनदार लोकांचा समाज होता. फाळणीनंतर तो स्वतःची जमीन कसणारा शेतकरी झाला. ब्रिटिश राजवटीत त्यांनी विशेष असे अनेक अधिकार उपभोगले. त्या वेळी शीख हे भारतीय लष्कराचा जवळजवळ चौथा भाग होते. ब्रिटिश वसाहतीच्या काळात पोलिसांमध्ये त्यांचं चांगलं प्रमाण होतं. शिखांचा स्वतंत्र मतदारसंघ होता, तो नाहीसा झाला; त्यामुळे ते इतर धार्मिक समाजाच्या बरोबरीला आले. शीख राजकारणी लोकांच्या सरकारविरोधी अनेक तक्रारी होत्या आणि त्यांचा उपयोग राजकीय प्रतिष्ठा मिळविण्यासाठी ते करू शकले. हरयाना, हिमाचल आणि राजस्थान येथील उपजिल्ह्यांत पंजाबी बोलतात; परंतु त्यांचा समावेश पंजाबमध्ये केला नाही. पंजाबला आपली राजधानी चंडिगढ आणि तेथील उच्च न्यायालय यामध्ये हरयानाला सहभागी करून घ्यावं लागलं. शिखांनी नेपाळतराई भागामध्ये विनापरवाना वस्ती केली होती. तेथील जमिनी मलेरियाग्रस्त आणि दलदलीच्या होत्या; त्यांनी त्या स्वच्छ करून सुपीक केल्या आणि त्यानंतर शिखांना तिघून निघून जाण्याबद्दल कायदेशीर नोटिसा देण्यात आल्या. भाक्रानानगलसारखा जलविद्युत प्रकल्प स्वतःच्या भूप्रदेशात असूनही त्याचा ताबा पंजाबकडे देण्यात आलेला नाही. एवढंच नव्हे, तर पंजाबमधून वाहणाऱ्या नदीच्या पाण्याचा बराचसा भाग इतर राज्यांना देण्यात आला आहे. पंजाबमध्ये कोणतेही मोठे उद्योगधंदे नाहीत. जे काही तेथील उत्पन्न आहे, त्यातील बराचसा भाग दुसरीकडे गुंतवला आहे आणि असेच कितीतरी... याशिवाय काही यथार्थ तक्रारी वाढवल्या आहेत. बहुसंख्य गुरुद्वारांमधील संचालक मंडळाच्या निवडणुका लबाडीनं हाताळून शिखांच्या धार्मिक घटनांमध्ये सरकारनं ढवळाढवळ केल्याच्या तक्रारींनी भर घातली आहे.

भारतात सर्वत्र हजारो गुरुद्वार मंदिरं पसरलेली आहेत. त्यांची व्यवस्था शिखांचं पवित्र शहर अमृतसर इथं असलेली मुख्य संस्था शिरोमणी गुरुद्वारा प्रबंधक समिती (एसजीपीसी) तर्फे पाहिली जाते. तिची स्थापना १९२५मध्ये झाली. तेव्हापासून समितीचा ताबा अकाली पक्षातील कोणत्यातरी एका गटाकडे आहे. एसजीपीसीला मोठा आश्रय आहे. सर्व गुरुद्वारांतर्फे प्रत्येक वर्षी ६ कोटींवर उत्पन्न मिळते. समितीतर्फे गुरुद्वारांमध्ये धर्मगुरू, प्रार्थना-गायक आणि व्यवस्थापक यांची नेमणूक केली जाते. त्याशिवाय समितीतर्फे डझनभर कॉलेजेस्, शेकडो शाळा आणि अनाथाश्रम चालविले जातात. एसजीपीसीचा अध्यक्ष अपवादात्मक अशी धार्मिक-राजकीय प्रतिष्ठा उपभोगीत असतो. गुरुचरणसिंग तोहरा हे आत्ताचे कर्तव्यदक्ष

अध्यक्ष आहेत. त्यांचे प्रमुख प्रतिस्पर्धी जगदेवसिंह तलवंडी हे अकाली फुटीर गटाचे नेते आहेत. याशिवाय अकालींमध्ये सहा उपगट आहेत. प्रत्येक गट आपणच शिखांचे तारणहार आहोत, असं दाखवून सत्तेसाठी दुसऱ्या गटाशी झगडत असतो. प्रचंड संख्याबळ असलेला काँग्रेस पक्ष शिखांना पंखांखाली घेण्याची वाट पाहतोय; परंतु निधर्मीपणाचं सोंग घेऊन त्यांनी शिखांच्या भांडणात खुलेपणानं प्रवेश मिळविला असला, तरी धार्मिक संस्थांवर ताबा मिळवणं त्यांना शक्य झालेलं नाही.

सार्वभौम शीख राज्याची पहिली मागणी प्रथम डॉ. जगजितसिंह चौहान यांनी १९७१ मध्ये केली. एके काळी ते पंजाबमधील अकाली सरकारमध्ये मंत्री होते. भारतातील कुणीही त्यांची विशेष दखल घेतली नाही. चौहान चांगलं काय करू शकले, तर त्यांनी स्वदेशाचा त्याग केला आणि कॅनडा, युनायटेड स्टेटस् व इंग्लंड इथं स्थायिक असलेल्या थोड्या शिखांना एकत्र केलं. पाकिस्तान सरकारकडूनही त्यांना प्रोत्साहन मिळालं. पै. मिस्टर भुट्टो आणि जनरल झिया उल् हक यांनी त्यांचं स्वागत केलं. शिखांची धार्मिक गाणी नियमितपणे भारतात प्रसारित करण्याच्या मागणीला पाकिस्तान रेडिओनं नेहमीच प्रतिसाद दिला.

खलिस्तान चळवळीनं काही शीख हळूहळू बुद्धिवाद्यांचीही निष्ठा मिळविली. गुरू गोविंदसिंह यांनी आनंदपूर इथंच खालसाच नामकरण केलं होतं, तिथं १९७३ मध्ये अकाली पक्षाची सभा झाली. त्या सभेमध्ये स्वतःच्या मताप्रमाणे शिखांचं राज्य ठरविण्याची मागणी करणारा ठराव मंजूर झाला. एसजीपीसीनं तोहरा अध्यक्ष असताना जाहीर केलं की, राष्ट्रभर पसरलेले सर्व शीख हे हिंदूपेक्षा पूर्ण वेगळे आहेत, तेव्हा ही भावना एक पायरी पुढं गेली. आपल्या पुराणमतांविषयी प्रसिद्ध असलेल्या शीख एज्युकेशन कॉन्फरन्स या मंडळानं वॉशिंग्टन डी. सी. इथं राहणारे एक प्रगतिशील उद्योगपती गंगासिंह धिल्लाँ यांना ठराव मांडण्याची अनुमती दिली. तो ठराव असा की, युनायटेड नेशन्समध्ये शिखांनी संबंधित राज्याला स्वतंत्र मान्यतेच्या मागणीचा अर्ज करावा; परंतु कॉन्फरन्स घडवून आणणाऱ्यांनीच नंतर ठराव रद्द केला, तरी एक चूक झाली. शिखांच्या राजकारणातील या नव्या प्रगतीमुळे सरकारनं प्रथमच गंभीरपणे दखल घेतली. त्यानंतर चौहान आणि धिल्लाँ यांना भारतात प्रवेश नाकारण्यात आला.

मध्यंतरीच्या काळात अजून एक अतिरेकी गट उदयाला आला. त्याचा धार्मिक नेता जवळजवळ अपरिचित आणि अर्धशिक्षित असा होता आणि तो अमृतसरजवळच्या भिंद्रानवाले खेड्यात राहत होता. हा ३७ वर्षांचा 'संत' जर्नेलसिंग अनेक खेडेगावांतून धार्मिक गाणी म्हणणाऱ्यांचे मेळावे भरवत होता. साध्या परंतु कठीण अशा परंपरांपासून इकडेतिकडे भरकटणाऱ्या, रस्ता चुकलेल्या शिखांना मार्गावर आणत होता. भिंद्रानवालेच्या अनुयायांच्या निरंकारी नावाच्या

शिखांच्या उपजातीतील अनुयायांशी संघर्ष झाला. त्यांच्यामध्ये कित्येक चकमकी झाल्या आणि दोन्ही बाजूंच्या अनेकजणांची हत्या झाली. २४ एप्रिल, १९८० रोजी निरंकारींचे गुरू बाबा गुरुबचन सिंग यांना दिल्लीत ठार मारले. त्यांचे मारेकरी अजूनही सापडले नाहीत. या खुनानंतर इतर अनेक निरंकारी नेत्यांना ठार मारले आणि शीख अतिरेक्यांनी रानटीपणे हिंदूंची हत्या केली. त्यात हिंदी, पंजाबी आणि उर्दू साखळी वृत्तपत्राचे मालक लाला जगत नारायण यांचा समावेश होता. त्यांनी खलिस्तानला खूपच मोठा विरोध प्रकट केला होता. योगायोगानं भिंद्रानवाले खलिस्तानच्या चळवळीजवळ आला. हिंदू प्रभावाविरुद्ध झालेल्या हत्याकांडामुळे तो नेता बनला. २० सप्टेंबर, १९८१ रोजी त्याला अटक केली, परंतु तीसुद्धा त्याच्या सोयीनुसार जागा आणि वेळ ठरवून! त्याच्याविरुद्ध हत्याकांडाशी संबंधित पुरावा न मिळाल्यामुळे नंतर त्याला सोडून दिलं. खलिस्तानच्या मान्यतेसाठी त्याच्या अनुयायांनी इंडियन एअरलाइनचं विमानअपहरण केलं. जर्नेलसिंग आणि भिंद्रानवाले खेड्यातील गावकरी हे शीख समाजात सर्वशक्तिमान म्हणून पुढं आले.

पंजाबबाहेरील शिखांचा खलिस्तानला पाठिंबा नव्हता. पंजाबमधील काही मध्यवर्ती जिल्ह्यांत आणि शीख स्टुडंटस् फेडरेशनच्या काही भडक डोक्याच्या तरुणांच्या निष्ठा मात्र त्याला होत्या. त्याला युनायटेड स्टेटस् कॅनडा आणि इंग्लंडमधील स्थायिक शिखांकडून नियमितपणे प्रोत्साहन चालू राहिलं, कारण त्याच्या स्थापनेमध्ये त्यांना काहीच किंमत मोजावी लागणार नव्हती. तरुणांचं (दोन्हीकडून) शोषण होऊ लागलं आणि खलिस्तानला विरोध करणाऱ्यांनी सरकारकडून सवलती मिळविण्याचं चालू ठेवलं.

काही महत्त्वाच्या शीख नेत्यांमध्ये मात्र स्वतंत्रपणाच्या मागणीमागे असुरक्षिततेची जोरकस भावना होती, त्याविरुद्ध ते वेळोवेळी आवाज उठवीत होते. शिखांमधील बहुसंख्य लोक हे हिंदूंमधून धर्मांतरित झालेले आहेत आणि त्यांचे हिंदूंमधील नातेसंबंध अत्यंत जवळचे आहेत. उत्तर-पश्चिम पंजाब आणि सिंधमधील अनेक हिंदू कुटुंबांतून एका मुलाला 'खालसा शीख' म्हणून वाढवतात, एकमेकांत मुली देऊन लग्न करतात आणि हिंदू देवळांऐवजी शीख गुरुद्वारात पूजा करण्यास प्राधान्य देतात. शीखवाद आणि हिंदूवाद यांतील सीमारेषा नेहमीच अस्पष्टशी आहे. केस आणि दाढी कापणारा असा खालसा शीख सर्व व्यावहारिक हेतूंसाठी शिखांमध्ये हिंदू म्हणून राहतो. 'उत्तर भारतातील धार्मिक समाज' याविषयी व्याख्यान देताना प्रसिद्ध भाषाशास्त्रज्ञ प्रो. लोटीमर यांना विचारलं होतं,

'हिंदू आणि मुस्लीम यांच्याबद्दल आम्हाला माहिती आहे; परंतु तुम्ही ज्यांच्याविषयी बोलत आहात, ते शीख नक्की कोण होते?'

अभ्यासू प्रोफेसर उत्तरले,

'शिखाची व्याख्या करणे भयंकर कठीण आहे, तो एक प्रकारे द्वेषयुक्त हिंदू आहे.'

स्वतंत्र भारतानं निधर्मीवादाची निवड केली आणि ब्रिटिशांनी शिखांना दिलेल्या धार्मिक सोयी-सवलती भारत सरकारनं बंद केल्या; त्यामुळे अधिकाधिक शीख तरुण खालसाचं बाह्यस्वरूप सोडून देऊ लागले आणि त्यांनी हिंदू धर्मात पुन्हा बस्तान बसवलं. ज्या वेगानं तरुण शीख खालसा परंपरेचा त्याग करीत आहेत, त्यावरून शीख हा हिंदूंचा उपपंथ होण्यास फार काळ लागणार नाही, असा तर्क काही अभ्यासकांनी केला आहे. ही भीती पुराणमतवादी नेतृत्वाला त्रस्त करीत आहे. ते सतत मतभेदाचं तुणतुणं वाजवीत असतात; हिंदूंकडून होणाऱ्या अपमानास्पद घटनांनी संतापून फटकारत असतात. शीख म्हणजे भोळसट, मूर्ख हिंदू असे समजतात. शिखांचे लांब केस पागोट्याखाली बांधले असल्यामुळे त्यांना उष्णता जास्त जाणवते आणि मध्यान्हीला त्यांची विनोदबुद्धी नाहीशी होते, असा 'आरोप' हिंदू करीत असतात! एखाद्यानं शिखाला '१२ वाजले', असं फक्त म्हणावं आणि त्या अपमानाबद्दलची प्रतिक्रिया पाहावी! एकूणच सरदारजींच्या घराण्याविषयीचे विनोद हे नेहमीचंच आहे आणि त्यांतील बरेचसे विनोद हे सरदारजींनीच निर्माण केलेले आहेत. एखाद्या अ-शिखानं सरदारजींच्या उपस्थितीत त्यांच्यावरच विनोद केला, तर देवच त्यांचं रक्षण करो!

खलिस्तानवरचा विनोद हा अगदी अलिकडचा.

एका हिंदूनं विचारलं,

"तुम्ही शीख खलिस्तानची मागणी का करीत आहात? या मागणीमुळे भारताच्या एकात्मतेला केवढा धोका निर्माण होतो, हे तुम्हाला समजत नाही का?"

"अजिबात नाही!" शिखानं उत्तर दिलं, "मुस्लीम घुसखोरांपासून वायव्य सीमेचं संरक्षण खलिस्तान करेल."

"कसं?" हिंदूनं विचारलं

"मूर्खांचं नंदनवन समजून!" (Duffer State 'डफर स्टेट' समजून!)

◆

डायरी एका प्रवाशाची

मी एक फुकट्या आहे, असं म्हटलं तरी चालेल. म्हणजे खिशाला तोशीस न देता जगणारा. माझ्या पृथ्वीप्रदक्षिणा डझनाच्या हिशेबात मोजाव्या लागतील. जगातल्या जवळजवळ प्रत्येक देशात मी जाऊन आलो. माझ्या प्रवासासाठी किंवा तिथं होणाऱ्या आदरातिथ्यासाठी मला क्वचितच खर्च करावा लागला आहे; पण वय जसजसं वाढतंय, तसतसा मी 'आरामखोर' होत चाललोय आणि ऐश-आराम नेहमीच मिळेल, असं नाही. इंदिरा गांधी इंटरनॅशनल विमानतळावर जाण्यासाठी जेव्हा जेव्हा मी घरातून बाहेर पडतो, तेव्हा मी स्वत:लाच प्रश्न करतो, 'हा प्रवास करणं आवश्यक आहे का?' नंतर मनाशी ठरवून टाकतो की, पुन्हा परदेश भेटीचं आमंत्रण घ्यायचं नाही.

आता या वयात सॅम्युअल जॉन्सनच्या एका भावनेशी मी सहमत आहे : 'पाहण्यालायक आहे का? होय, पण आता जाणं नको.'

ऑस्ट्रेलिया : प्रचंड विस्ताराचा एकाकी देश

२४ मार्च, १९७७ रोजी दुपारी मोरारजी देसाई यांचा भारताचे पंतप्रधान म्हणून शपथविधी झाला. दुसऱ्या दिवशी माझ्या विदेश प्रवासाची सुरुवात झाली. माझा मित्र म्हणाला,

"तू बाहेर पळून चाललाहेस. कारण तुला भीती वाटतेय- आता इंदिरा गांधी आणि संजय सत्तेवर नाहीत आणि मोरारजीभाई तुला तुरुंगात डांबून टाकणार."

इंदिरेला सत्तेचा त्याग करावा लागला, याचं मला दुःख आहे. तथापि, मोरारजींखेरीज दुसरे कुणी सत्तेवर आले नाहीत, याचा मला आनंदही आहे. स्वतःच्या नैतिकतेचा डांगोरा पिटण्याची त्यांची वृत्ती जरी मला आवडत नसली, तरी माझ्या मते ते एक सत्यवृत्तीचे, प्रामाणिक आणि लायक गृहस्थ आहेत. इतर लोकांच्या नरड्यात त्यांनी नीरा ओतली, तरी मला चिंता नाही; पण माझ्या नरड्यात ती ओतणार नाहीत, अशी आशा आहे. लठ्ठा पिऊन जीव जाणार असेल, तर लठ्ठा पिऊनच मरेन. असो. तूर्त तरी मी ऑस्ट्रेलियाच्या मार्गावर आहे.

विमानानं टेकऑफ केल्यावर डॅनी लुईसनं मला जर काही विचारलं, ते म्हणजे 'जरा घेणार का?' मोरारजीभाईंच्या मते पत्रकारांना दारू पिणं परवडत नाही आणि जेव्हा ती त्यांना विनाखर्च मिळते, तेव्हा ती कुणी दिली आहे, हे खरंखुरं ते सांगत नाहीत. आता हे मात्र खरं आहे की, 'एअर इंडिया' कुठलाही चार्ज न लावता मला मद्य देत आहे; पण एअर इंडियाविषयी मी खरखुरं सांगू शकत नाही, हे मात्र खरं नाही! मी प्रवास केलेल्या जगातल्या विमान कंपन्यांत सर्वोत्कृष्ट म्हणून तिची गणना करता येईल. त्यांचा सेवकवर्ग अतिशय अदबीनं वागणारा आहे. त्यांचं जेवण दिल खूश करणारं आहे. कुठल्याही देशभक्त भारतीयाला आपल्यावर २०० वर्षं राज्य केलेल्या लोकांच्या वंशजाच्या भाषेचा खून करायला जेवढं आवडेल, तितक्या आवडीनं एअर इंडियाचा स्टाफ इंग्रजी भाषेचा खून करतो. एके काळी फक्त हवाईसुंदरीच भाषेचा खून करायच्या. आता विमानाचे कॅप्टन विमानातली ध्वनिवाहक यंत्रणा वापरू लागले की, जास्त क्षमतेनं काही सेकंदांतच इंग्रजीची हत्या करतात.

सुरुवातीचा तास विमानातच स्टीरिओ सिस्टिमवर संगीताचा आस्वाद घेण्यात घालवला. झुबिन मेहता बाख (Bach) आणि बेथोवेनच्या रचना सादर करत होता. ज्या देशातून मी पळ काढला, असं म्हटलं जात होतं, त्या देशाच्या स्मृती जागृत

झाल्या आणि हिंदी सिनेमासंगीत ऐकण्यासाठी स्विच दाबला. 'रैना बीती जाये' किंवा 'जाइये आप कहां जायेंगे' हे गाणं लता किंवा आशा यांपैकी कोणी म्हटलं आहे, हे कितीजण सांगू शकतील? पण मी सांगू शकतो. वाणी जयरामनं गायलेलं, मन हरखून टाकणारं 'बोल, रे पपिहरा' हे गाणं कितीजणांनी ऐकलं असेल? मी शेकडो वेळा ते ऐकलं आहे आणि प्रत्येक वेळा ते ऐकताना भान हरपून गेलं आहे. पी. सुशीलापासून किशोरकुमार, महम्मद रफी, महेन्द्र कपूर आणि येसुदास यांचे आवाज कितीजण ओळखू शकतील? मी ओळखू शकतो. मी शंभर टक्के खराखुरा हिंदुस्तानी आहे. मुकेश मला पुनःपुन्हा खात्री देत असतो की, माझे बूट जपानी असले आणि जॅकेट इंग्लिशस्तानी असलं, तरी डोक्यावर 'फिनले'चा फेटा आहे आणि हृदय शंभर टक्के हिंदुस्तानी आहे.

'मातृभूमीवरून उड्डाण केल्यावर पाच तास झालेत. अतिशय आकर्षक रोषणाईनं लखलखणाऱ्या सिंगापूरला आम्ही उतरलो. भारतीय आणि चिनी लोकांच्या ड्यूटी फ्री दुकानांच्या रांगांमधून ट्रांझिट लाउंजमध्ये आलो. भारतीय दुकानं अनेक बाबतींत आपलं लक्ष वेधून घेतात. सर्व तऱ्हेची खेळणी बाहेर मांडून ठेवतात. शेपटी हलविणारी आणि जांभया देणारी कुत्र्यांची पिलं, झांजा वाजवणारी चिम्पांझी माकडं, गोल गोल फिरणारी व उघडझाप करणाऱ्या दिव्यांची विमानं, भारतीय लोकच-चिनी नव्हेत- गिऱ्हाइकांना आकर्षून घेतात. तामिळ, अरेबिक, इंग्लिश आणि व्याकरणाचा पत्ता नसलेल्या हिंदीतून विचारतात - क्या मांगता? एकदा भारतीय दुकानातून यू डी कोलोनची बाटली विकत घेतली आणि दुसऱ्या दुकानात गेलो. 'ही बाटली केवढ्याला घेतली?' त्या दुकानदारानं विचारलं. मी किती पैसे मोजले, हे त्याला सांगितल्यावर तो म्हणाला, 'मी तुम्हाला ५ डॉलर्सनी स्वस्त दिली असती.' मी खजील झालो. विमानतळावरच्या दुकानांत स्टँडर्ड माल विकत घेण्यासाठी घासाघीस करण्याची कल्पनाच मला सहन झाली नाही. नंतर मला आढळून आलं की, चिनी नव्हे- भारतीय लोकच 'फसवाफसवी' करतात. भारतीय मित्रांनो, सिंगापूर विमानतळाच्या ट्रांझिट लाउंजमध्ये कधी काळी गेलात, तर प्लेगच्या रोगाप्रमाणे आपल्या देशबांधवांपासून दूर राहा. चिनी लोक जास्त प्रामाणिक आहेत.

'सम्राट अकबर'मध्ये पुन्हा जाऊन बसलो. साडेचार तासांनी जाग आली, तेव्हा पर्थ आलं होतं. दोन ऑस्ट्रेलियन विमानात आले आणि त्यांनी जंतुनाशक औषधाचा फवारा मारून विमान निर्जंतुक केलं. आपल्याबरोबर रोग वाहून आणणाऱ्या पूर्वेकडच्या लोकांची कुणी खात्री देऊ शकतो काय? निर्जंतुकीकरणाचा कार्यक्रम एकदाचा पार पडल्यावर तुम्ही आणखी एखादा रोग बरोबर आणला आहे काय, याची ऑस्ट्रेलियनांना

फिकीर दिसली नाही. विमानाबाहेर आलो, तो काळाकुट्ट अंधार पसरला होता. वारा सुटला होता. आकाश उत्तर गोलार्धात कधी न दिसणाऱ्या तारकांनी भरून गेले होते. 'दक्षिणेच्या क्रॉस'वर माझी दृष्टी गेली. हे ऑस्ट्रेलियाचं 'प्रतीक चिन्ह' आहे.

हॉटेलच्या बाविसाव्या मजल्यावरून खिडकीतून पर्थचं दर्शन झालं. निऑनच्या दिव्यांनी उजळलेले रुंद आणि निर्जन रस्ते, सुंदर स्कायस्केपर्सच्या मध्ये दिसणारे जुन्या काळचे बंगले, विस्तृत जागेवर पसरलेल्या हिरवळी आणि त्याच्या पलीकडे नदीचं ते अस्पष्ट पात्र पहाटेच्या धूसर प्रकाशातून हळूहळू दिसू लागलं.

पर्थची लोकसंख्या आता सात लाख आहे. त्यांपैकी सात हजार भारतीय किंवा पाकिस्तानी आहेत. बहुतेकजण सरकारी नोकरीत किंवा शिक्षकाच्या अथवा वैद्यकीय पेशात आहेत. या भागात तीस हजार अँग्लो-इंडियन आहेत, असं म्हणतात. आपला पौर्वात्य वारसा पूर्णपणे गमावून ते आता 'डिंकम ऑसीज' किंवा 'चांगले ऑस्ट्रेलियन' झाले आहेत.

सकाळचा वेळ एअर इंडियाच्या क्रिशन मलिकबरोबर दुकानांची दालनं न्याहाळण्यात घालवला. पाव मैलाच्या त्रिज्येत सगळी मोठी दुकानं व दुकानांनी गजबजलेले रस्ते आहेत. बाकीचं पर्थ म्हणजे पादचारीरहित फूटपाथ आणि मोटारींनी गजबजलेले विशाल रस्ते. इथला निसर्ग सुपरिचित वाटतो. जास्वंद, ताड, कॅक्टसची झाडं. भारतातल्या झाडांपेक्षा इथलं प्रत्येक झाड मोठं आणि रसरशीत आहे. गव्हर्नरच्या प्रासादात पन्नास फुटांहून उंचीचा जास्वंद आहे आणि जवळच्या उद्यानात एक प्रचंड युक्का वृक्ष दिसतो. डझनाहून जास्त विखुरलेल्या जास्वंदाच्या फुलांचे मोठे गुच्छ, पेटवलेल्या मेणबत्यांच्या स्टँडस्सारखे दिसत होते. नेहमी दिसणाऱ्या मैनांखेरीज सगळे पक्षी मला अनोळखी होते. मोरपंखी निळ्या रंगाचे छोटे पोपट आणि स्लेटच्या करड्या रंगाचे कावळे वगळता बाकीचे पक्षी अजिबात ओळखता आले नाहीत.

पाय दुखू लागल्यानं हॉटेलच्या लॉबीकडे परतलो आणि साडीतल्या एका स्त्रीवर दृष्टी स्थिरावली. ही तर राज सहानी (ऊर्फ चावला), एके काळची पत्रकार आणि आताची उद्योजक. ही तयार कपडे आणि हस्तकलेच्या वस्तू ऑस्ट्रेलियात निर्यात करते.

फक्त हातानं शिवलेले कपडे, कापड (मुख्यतः बॉम्बे डाइंगचं) आणि स्टील ऑस्ट्रेलियाला आपण विकत देतो. मोबदल्यात, आपण त्यांच्याकडून प्रचंड प्रमाणात लोकर आणि गहू विकत घेतो. एक कोटी तीस लाख लोकसंख्या असलेला देश आपल्याला अन्न आणि उबदार कपडे विकतो. केवढी ही नामुश्की!

शनिवारची दुपार. रस्त्यावरच्या सजीवपणाचा जो मागमूस होता, तोही गेला. पर्थ सिमेंट आणि काचेच्या जंगलाप्रमाणे दिसू लागलं. दूरवर पसरलेल्या रस्त्यांच्या दोन्ही बाजूंना निलगिरीचे वृक्ष वाऱ्यावर डुलत होते. जोरदार वारे असलेल्या शहरांत पर्थचा तिसरा क्रमांक आहे. टेलिव्हिजन पाहात बसावं, म्हणून खोलीत परतलो. इथं फक्त दोन चॅनेल्स आहेत. दोन्ही चॅनेल्स अतिशय स्पष्ट व रंगतदार आहेत. दोन्ही खेळाला वाहिलेले आहेत. - सॉकर, रगर, मोटर, रेसिंग इत्यादी. शारीरिक तंदुरुस्ती हे ऑस्ट्रेलियन माणसांचं वेड आहे. सूर्यप्रकाशात उघड्या अंगानं बसल्यामुळे त्यांच्यात त्वचेच्या कॅन्सरचं प्रमाण जास्त आढळतं.

संध्याकाळी शेख मकबूल अहमद आला. अमृतसरमध्ये जन्मलेला एके काळचा पाकिस्तानी; आता ऑस्ट्रेलियाचा नागरिक आहे. त्याच्याबरोबर त्याची बायको आणि मेहुणी होती. तरुण वयात तो जीनांचा शरीररक्षक होता. आयुब आणि याह्या यांच्या हुकुमशाही राजवटींना कंटाळून देश सोडण्याचा निश्चय केला. इथं त्यानं चांगली तरक्की केली आहे. सिटी बीचला सुंदर बंगला, तीन मोटारगाड्या, पाकिस्तानी नोकर, हाँगकाँगमध्ये शिकत असलेला मुलगा, शाळेत जाणाऱ्या दोन मुली आणि शिवाय दुर्मिळ पर्शियन हस्तलिखितांचा संग्रह; त्यात 'ऐने अकबरी'ची प्रत आहे. या सगळ्यांपेक्षा त्याचं हृदय 'सोन्याचं' आहे. ते पाकिस्तानी आणि भारतीय, हिंदू-मुसलमान-शीख यांच्यात भेदभाव करत नाही.

शहरांतल्या पत्रकारांबरोबर जेवण घेण्यासाठी मी निघालो. जेवणासाठी लोकप्रिय असलेल्या मोटेलमध्ये हा कार्यक्रम होता. आत शिरल्यावर पाहतो, तो लग्नाचा स्वागतसमारंभ चालू होता. बहुतेक सगळे आमंत्रित रंगात आले होते. नवविवाहित दाम्पत्य खुल्लंखुल्ला चुंबनं घेत एकमेकांना कुरवाळत होतं. शय्येवर जाण्याची प्रतीक्षा करणं त्यांना अवघड वाटत असावं. अत्यंत अश्लील भाषेत त्यांची मित्रमंडळी शय्येवरच्या क्रीडेसंबंधीच्या सूचना देत होती.

आम्ही भोजनास सुरुवात केली. नेहमीप्रमाणे मी जेवणाच्या खर्चाचा हिशेब मनात करू लागलो आणि भारतात त्याच जेवणाचा किती खर्च होईल, याची तुलना केली. मी ऑर्डर दिली होती. ऑयस्टर (आपल्याकडे मिळणाऱ्या ऑयस्टरपेक्षा बराच लहान), धुफिश (इथल्या लोकांचा आवडता मासा), चवीत पॅम्फ्रेटचा गरीब नातेवाईक वाटतो, सफरचंदाचे स्ट्रूडल या सगळ्याचं बिल अठरा डॉलर्स झालं. ऑस्ट्रेलियन वाइनचे बारा डॉलर मिळून एकूण तीस डॉलर्स झाले. हे ऑस्ट्रेलियातील मध्यमवर्गाचं मेजवानीचं जेवण आहे

दुसऱ्या दिवशी सकाळी सिटी बीचवरच्या शेख मकबूलच्या बंगल्यात ब्रेकफास्टसाठी कृष्ण मलिक मला कारनं घेऊन गेला. तेथील माहोल एकदम इंडो-पाकिस्तानी आहे. पुरुष जेवणाला बसतात आणि त्यांच्या बेगमा स्वयंपाक करतात आणि वाढतात. फरीदा खानुम आपल्या मधाळ आवाजात गात होती.

'जबसे हुए हम कलाम, अल्ला, अल्ला!'

कारने परत येताना किंग्ज पार्कमधून आलो. इस पर्थ शहर आणि स्वान नदी दिसते. निळंशार पाणी आणि हिरव्या टेकड्यांचं दृश्य फार मनोहारी आहे. इथं ३३४ वर्षं जुनं निलगिरीचं झाड आहे. त्याचा बुंधा ८३० फूट उंच आहे. निलगिरीचं झाड इतकं उंच वाढतं आणि इतकी वर्षं जगतं, याची मला कल्पना नव्हती. ऑस्ट्रेलियात ३०० हून जास्त प्रकारचे निलगिरी वृक्ष आहेत. इथले लोक त्याला 'गम ट्री' म्हणतात.

पर्थला निरोप दिला आणि मेलबोर्नच्या मार्गावर निघालो. या मार्गावर दोन विमान कंपन्या वाहतूक करतात. एक सरकारी, दुसरी खासगी आहे. मी Ansette 'अॅसेन्टी' ही खासगी कंपनी पसंत केली. स्पर्धेचे चांगले परिणाम इथं ठळकपणे जाणवतात. स्त्री प्रवाशांसाठी गुलाबी कळ्या, चहा, कॉफी, कुकीज, बीअर आणि मद्य यांची रेलचेल होती. शिवाय पाच कोर्सचं जेवण आणि त्याबरोबर वाइन्सचा मुक्त नजराणा. परिणामी, विमानातली एकही सीट रिकामी नव्हती.

ऑस्ट्रेलिया हा प्रचंड देश आहे. देशाच्या एका टोकाहून दुसऱ्या टोकाला जाण्यासाठी जेट विमानानं पाच तास लागतात. आम्ही पर्थहून उड्डाण केलं आणि साडेतीन तासांनी मेलबोर्नला पोहोचलो. आता घड्याळ दोन तासांनी पुढं गेलं होतं आणि उतरलो, तेव्हा साडेपाच वाजले होते. आकाश ढगांनी व्यापलं होतं आणि वातावरणात वादळाची चिन्हं दिसत होती. एअर इंडियाचा लेस झेनर वाळलेल्या गवताकडे हात दाखवून म्हणाला,

"आम्हाला आता पावसाची गरज आहे. गवत पाहा किती वाढलं आहे."

झेनर हा रुमानियन आहे. वीस वर्षांपूर्वी तो ऑस्ट्रेलियात आला. त्यानंतर त्यानं कधीही मागे वळून पाहिलं नाही. ऑस्ट्रेलियातल्या शहरांमध्ये सिडनीनंतर दुसरं मोठं शहर असलेलं मेलबोर्न त्याचं आवडतं शहर आहे; पण मेलबोर्न अतिशय झपाट्यानं वाढलं (३० लाख लोकसंख्या), याची त्याला अत्यंत चाड आहे. उत्तुंग इमारतींमुळे शहराचं स्वरूपच बदलतं आणि त्याबरोबर अमली पदार्थ, वेश्याव्यवसाय, तरुण भामटे आणि अरेरावीपणा या मोठ्या शहरांना सतावणाऱ्या गोष्टी येतात. माझी

राहण्याची व्यवस्था त्यानं दिमाखदार 'सदर्न क्रॉस'ऐवजी जुन्या पद्धतीच्या हॉटेल विन्डसरमध्ये केली. यात मला आश्चर्य वाटले नाही. अनेक खांब असलेली शाही थाटाची विधानसभेची इमारत आणि कॅथेड्रलचे दोन घुमट माझ्या खोलीतून दिसतात.

माझ्या आगमनानंतर एक तासानं एक स्वागतसमारंभ होता. तो मोठ्या बहुरंगी व्यक्तिमत्त्व असलेल्या कॅप्टन पीटर जानसेननं आखला होता. दिसण्यात तो कबीर बेदीची लहान आवृत्ती होता. स्त्रियांमध्ये त्याला फारसे गम्य नव्हते; पण तो अतिशय चपळ माणूस होता. कारण तो ऑस्ट्रेलियाचा बिनीचा कार रेसर होता. त्या दिवशी दुपारी त्याची सिडनीत कार रेस होती. पार्टीसाठी मेलबोर्नला परतण्यासाठी तो हेलिकॉप्टरनं आला होता. हॉटेलचा संपूर्ण शेवटचा मजला त्याच्या अपार्टमेंटनं व्यापला होता. प्रत्येक खोली त्यानं केलेल्या पेंटिंग्जनी, छापील चित्रं आणि त्यानं घेतलेल्या फोटोग्राफ्सनी सजलेली होती. मद्यासाठी पोटमाळा तयार केला होता. निरनिराळ्या उंचीवर कोपऱ्यात १४ बेडस् होती. अठरा वर्षांचा युवक आणि वीस वर्षांची पिंगट केसाची युवती त्याचे तरुण मित्र व मैत्रीण - 'फ्रिदास' (फ्रेंड्स) होते. कॅप्टन जानसेननं स्वागतपर छोटं भाषण (अस्सल ब्रिटिश ला-दी-दा-उच्चारात) केलं. नंतर बडोद्याच्या फत्तेसिंग गायकवाडांबरोबर काढलेला स्वतःचा फोटो वर स्वाक्षरी करून मला दिला आणि शांतपणे स्कॉचचा आस्वाद घेण्यासाठी तो आपल्या अभ्यासिकेत गेला.

आमंत्रितांपैकी बहुतेकजण भारतीय होते. मेलबोर्नमध्ये जवळजवळ शंभरएक भारतीय डॉक्टर्स आणि काही विद्यार्थी तान युनिव्हर्सिटीत आहेत. परदेशी मंडळींत मुंबईत एके काळी कॉन्सलर जनरल असलेले श्री. मेलुश (Mellhuish) होते. मोठ्या संख्येनं आमंत्रित मंडळी उपस्थित होती. त्यांत स्लोव्हस्की कुटुंब होतं. चाळीस वर्षांपूर्वी सुट्टीत फ्रेंच आल्समध्ये 'स्कीइंग' (Sking) साठी गेलो असता त्यांची माझी मैत्री जमली. 'गिशा' हा पोलिश ज्यू होता. 'सिला' ही हिटलरला अत्यंत प्रिय असलेल्या आर्यन युवतीप्रमाणे अस्सल नॉर्डिक होती. गिशा व सिला प्रेमात पडले! त्यांनी लग्न केलं आणि ते मेलबोर्नमध्ये स्थायिक झाले. आता ते फार छानपणे म्हातारे झाले आहेत. गिशानं राबी ठेवतात, तशी दाढी ठेवली होती. 'सिला' विजयालक्ष्मीसारखी सुंदर बाई दिसते. आम्ही पार्टीत एका बाजूला आमच्या मुलांच्या आणि नातवंडांच्या बाबतीत गप्पागोष्टी केल्या.

ऑस्ट्रेलियाविषयी काही लिखाण मिळतं का, हे शोधण्याचा मी प्रयत्न केला. हेन्री लॉसन हा त्या देशाचा प्रसिद्ध लेखक ऑस्ट्रेलियाविषयी म्हणतो,

'हा एक भव्य भूप्रदेशाचा आणि प्रखर उन्हाचा एकाकी देश आहे. खुशाल

भरवसा ठेवावा, असा हा देश. कधीही न वाकणारा आणि मित्रांना मदत करणारा हा देश खरोखरच असा आहे. इथं दूरवर पसरलेली वाळवंटं आहेत. त्यांच्या सतत होणाऱ्या वाढीनं मन भयकंपित होतं. वाळवंटात खुरटलेली झुडुपं आहेत आणि ज्यांच्यावर फक्त सरडे राहतात, असे बिनसावलीचे निलगिरीचे वृक्ष आहेत. इथल्या पाणथळीभोवती काही 'ओयासिस' आहेत. तृषार्त कांगारू, वॅलबी आणि 'गाला' पोपट आपली तहान भागवण्यासाठी या पाणथळीवर येतात. इथली कमनशिबी भारतीय पी-कुत्री चौफेर पळत सुटायची आणि डिंगो त्यांच्या कळपांची लांडग्याप्रमाणे शिकार करायचा. रेल्वेचे रूळ टाकायला आलेले बलुची लोक आपल्या उंटांना मोकळे सोडत; ते उंटही तेव्हा चौखूर पळत सुटायचे. तसेच इथले बैल युरोप-अमेरिकेत आढळणाऱ्या मोठ्या वशिंडाच्या आणि प्रचंड आकाराच्या 'बायसन' बैलाएवढे मोठे व्हायचे. त्यांची फार भीती वाटायची. इथली माणसंही थोराड, बळकट शरीराची आणि शेजाऱ्यांशी संशयी वृत्तीनं वागणारी झाली तर नवल नाही. भूतकाळातील भीषण स्पर्धेच्या खुणा अजूनही आढळतात. नेहमी विरोधी भावना बाळगणारी. ऑसीच्या स्वभावात इतर कुणापेक्षाही जास्त दुष्टावा आढळतो. एक प्रचलित म्हण आहे, 'ऑसी इतक्या नीचपणाने वागेल की, वेळप्रसंगी आपल्या कुत्र्यालाही मृगजळातलं पाणी पिऊ देणार नाही!'

या देशात अतिशय कणखरपणाला पारितोषिक मिळतं. जो माणूस, दुसऱ्याला लुबाडतो, ठार मारतो आणि लुटलेलं धन इतरांना वाटतो, तो सद्‌गुणांचा पुतळा मानला जातो. ऑस्ट्रेलियातील वाळवंटातील झुडपात वाढलेला 'नेड केली' (Ned Kelly) हा गुरं चोरणारा माणूस 'रॉबिनहूड' आणि 'विल्यम्स टेल' यांचा एकवटलेला अवतार मानला जातो. 'नेड केलीनं तीन पोलिसांचे खून केले आणि १९८० मध्ये त्याला फाशी दिलं गेलं. सर रेमंड करी या जजनं त्याला फाशीची शिक्षा ठोठावली. तेव्हा केलीनं त्याला प्रत्युत्तर दिले,' "जेव्हा मी स्वर्गात जाईन, तेव्हा तिथं तुम्हाला भेटेन."

केलीला १२ नोव्हेंबरला फाशी दिलं. अकरा दिवसांनी सर रेमंड मृत्यू पावले. अशा रीतीनं केली भविष्यवेत्ता ठरला!

ऑस्ट्रेलियन लोकांनी प्रचंड शारीरिक ताकदीचा खजिनाच निर्माण केला आहे. पाषाणहृदयी ठगांखालोखाल क्रीडाक्षेत्रात विक्रम करणाऱ्यांचे ते चाहते असतात. १८४० च्या दशकांत बेकर, विल्यम किंग होऊन गेले. त्यांनी ४८ तासांत न थांबता १९२ मैल चालण्याचा विक्रम केला. तसेच, डबल हॅटट्रिक करणाऱ्या गोलंदाजाचे किंवा पाच शतके मारणाऱ्या ब्रॅडमनच्या पंक्तीतील फलंदाजाचे इथे फार कौतुक होतं. या देशात हिंसक प्रवृत्तीची आणि शारीरिक बळाची माणसे भरपूर आढळून आली, तरी ऑस्ट्रेलियन माणूस आरामशीर प्रवृत्तीचा, जरासा आळशी, शांत

स्वभावाचा असून, तो सहजासहजी चिडत नाही, अशी ऑसीज्‌ची भ्रामक समजूत आहे. देवानं विश्रांतीच्या वेळात ऑस्ट्रेलिया निर्माण केला आणि कॉर्नस्टॉकसारखे लोक पैदा केले. कॉर्नस्टॉक हा संथगतीनं जीवन जगणारा माणूस आहे; पण एकदा तो डिवचला गेला, तर भीतिदायक ठरतो.

ऑस्ट्रेलियन भाषेविषयी बरंच काही लिहिलं गेलं आहे. नवीन शब्दांचे अनेक शब्दकोश प्रसिद्ध झाले आहेत.

ऑस्ट्रेलियाच्या बऱ्याचशा भागांची नावं देशांतर करून आलेल्या त्यांच्या पूर्वजांच्या मातृभूमीविषयीच्या पूर्वस्मृतींची आठवण करून देतात. इथं जवळजवळ प्रत्येक इंग्लिश गाव, रस्ता आणि चौक आहे. किंगज्‌ क्रॉस, हाइड पार्क, पिकॅडली, लिसेस्टर स्केअर, ब्राइटन, केम्बरवेल - तुम्ही नाव सांगा, ऑस्ट्रेलियात ते असणारच! काही थोड्या ठिकाणांच्या नावांत पहिल्यांदा देशांतर करून आलेल्यांचे अनुभव आढळून येतात. सिडनीजवळ पिंचगुट 'Pinchgut' आहे. (इथं गुन्हेगारांना फाशी दिलं जात असे.) एका दस्तऐवजात वापरलेल्या शब्दावरून 'अल्टिमो' (Ultimo) हे नाव पडलं. गुन्हेगारांना दिल्या जाणाऱ्या अन्नावरून 'ड्रिपिंग व्हॅली' हे नाव पडलं. आणि जेव्हा रेशनमध्ये 'कांदे'च असत, त्यावरून 'फॉसिक्स डिनर' हे नाव पडलं. अशा काही नावांना निराळा संदर्भ आहे. उदाहरणार्थ, 'केटामाइट' हा शब्द समलिंगी संबंधांत स्त्रीची भूमिका करणाऱ्या पुरुषावरून पडला नाही, तर एक दारूडा आपल्या बायकोला नेहमी विचारायचा,

"केट, ॲम आय टाइट?" (केट, फार घेतल्यामुळे मी झिंगून गेलो आहे काय?) मायपोल हे नाव एका मॅजिस्ट्रेटवरून पडलं. तो लिखाणाला सुरुवात करत असे- 'माय पोल' सेज (My Poll says) - मिसेस्‌ ॲडा स्टीव्हन्सची ओढणी खाडी पार करताना पडली; त्यावरून ॲडवेल ('Advale') हे नाव पडलं. 'टिया हरू' येथील टिनच्या खाणीवरून 'टिनारू' हे नाव पडलं. तसंच, इथं 'जॅकेस' आणि 'जिलेरू' आहेत. हे गाई हाकणाऱ्या गुराखी मुलं व मुली यांचे ऑस्ट्रेलियन अवतार आहेत. इथल्या आदिवासींची नावं आकर्षक असून, तोंडात चटकन बसतात. खालील कवितेत अशा काही नावांची यादी दिली आहे.

मला आदिवासींची नावं आवडतात जसे पारामाटा,
आणि इलावारा आणि ऊलूमूलू
नान्डोवरा, वूगारोरा, बल्कामाटा
तोमा, तुंगाबी, मिटागाँग, मेरू,
बकोबल, क्युमलेरॉय आणि कुलांगाटा,
वारांगुबी, बार्गो, बुराडू,

कुकवेदून, कॅराबैगा, विंगेकॅरिबी
वोलोंडिली, युरुम्बोन, बुंगारिबी

इंग्लिश माणसांसाठी वापरलेले खोडसाळ शब्द ऑस्ट्रेलियन बोलीभाषेत प्रसिद्ध आहेत. फार पूर्वीच्या काळी वसाहत केलेल्या लोकांना एके काळी 'करन्सी' म्हणायचे आणि नवीन वसाहत करणाऱ्यांना 'सॉवरिन' म्हणायचे. सॉवरिनचे 'पोम' (POME) कसे झाले, माहीत नाही. काहीजण म्हणतात की, 'प्रिझनर ऑफ मदर इंग्लंड' (Prisoner of Mother England) यावरून पडलेलं संक्षिप्त नाव आहे. 'बास्टर्ड' हा शब्द 'पोम'शी कसा जोडला गेला, हे माहीत नाही. गेल्या खेपेस इंग्लिश क्रिकेट संघाची ऑस्ट्रेलियाविरुद्धची टेस्ट मॅच सिडनीत चालू होती. बिकिनीत वावरणाऱ्या अनेक ऑस्ट्रेलियन मुलींनी इंग्लिश टीमबद्दलचा राग प्रकट केला. त्यांच्या 'ब्रा'वर 'पोम' आणि चड्ड्यांच्या पार्श्वभागावर 'बास्टर्ड' शब्द प्रिंट केले होते. अधूनमधून टी शर्टवर 'F... YOU!'

आज मार्चची २८ तारीख. दक्षिण गोलार्धात आता हिवाळ्याची सुरुवात होते; पण सध्या हवा इंग्लंडमधल्या वसंत ऋतूसारखी आहे. वातावरण थंड, ढगाळ, केंबरवेलला जाण्यासाठी मी टॅक्सी घेतली.

ऑस्ट्रेलियात ड्रायव्हरजवळ बसून जागतिक घडामोडींवर तुम्ही चर्चा करू शकता. मी ड्रायव्हरला 'चांदीच्या रुपयाचं नाणं' टिप म्हणून दिलं. न्याहारीत बेकन आणि अंडी होती. गैशाच्या कारनं त्याच्या ऑफिसला गेलो. सेलियानं नुकतीच काढलेली पेंटिंग्ज मला दाखवली. ती एखादं पेंटिंग मला भेट देईल, अशी आशा होती; पण तिनं मला फोटोग्राफ भेट दिले. (ज्यूशी लग्न केल्याचा परिणाम!) असो. ती मला कारनं अलेक्झांडर पार्कला घेऊन गेली. ते एक मोठं उद्यान असून, इथं कॅक्टस, ओक, सेडार आणि ऑरिकाना (monkey puzzle) वृक्षांचा बहुमूल्य खजिना आहे.

मी सामानाची आवराआवर केली आणि झेनर व भूपिंदरसिंगला भेटलो. मेलबोर्नच्या उपनगरातील एका फार जुन्या रेस्टॉरंटमध्ये आमचा जेवण्याचा बेत होता. लॉब्स्टर आणि व्हाइट वाइननं पोट भरगच्च भरलं होतं. ऑस्ट्रेलियन आकाशवाणीवरील चक्रपाणी, मी संजय गांधीला दिलेल्या पाठिंब्याबाबत माझ्यावर प्रश्नांची सरबत्ती करतो. मी पूर्वीपेक्षा जास्त उत्साहानं संजयनं जे काही केलं, त्याचं समर्थन केलं.

त्यानंतर शहरातला माझा शेवटचा कार्यक्रम आहे. मी मेलबोर्न युनिव्हर्सिटीच्या भारतीय अभ्यास केंद्राच्या खचाखच भरलेल्या हॉलमध्ये आलो. दम्याच्या पेशंटसारखे दिसणारे डॉक्टर रे (भारतीय अभ्यास केंद्रात बंगाल्यांचे प्राबल्य आहे) आणि अतिशय सौजन्यशील डॉक्टर देसाओ यांच्या मार्गदर्शनाखाली या केंद्राला साडेतीन वर्षं झाली. मला विचारण्यात आलेले सगळे प्रश्न काँग्रेसचा पाडाव, इंदिरा गांधी आणि त्यासंबंधी होते. प्रश्नोत्तराच्या झटापटीनंतर ब्रिटिश विद्यापीठाच्या परंपरेत शोभणारी 'शेरी' मद्याची पार्टी होती. निमंत्रितांत मिसेस् ब्रूस ग्रांट होत्या. व्हिटलाम हे पंतप्रधान सत्तेवर होते, तेव्हा त्यांचे पती ऑस्ट्रेलियाचे भारतातील हायकमिशनर होते. ग्रांट दांपत्याचे मिसेस् गांधींशी जवळचे मैत्रीसंबंध होते. मिसेस् गांधींवरच्या माझ्या निष्ठेचं बक्षीस म्हणून की काय, त्यांनी मला जवळ ओढून दाढीची दोन चुंबनं घेतली. माझ्या मेलबोर्नच्या सफरीचा हा किती विस्मयकारक शेवट!

रोमहर्षक सिडनी आणि कॉफ हार्बरमधल्या तीनशेजणांच्या शीख समाजाबरोबरचा 'गुरू का लंगर'चा कार्यक्रम माझ्या प्रवासाच्या उत्तरार्धातले महत्त्वाचे टप्पे होते.

'सिडनी' हे ऑस्ट्रेलियातील सर्वांत मोठं शहर आहे. ही देशाची व्यापारी, राजकीय, सामाजिक आणि सांस्कृतिक राजधानी आहे. अमेरिकेत जसं न्यू यॉर्क, भारतात मुंबई आणि कलकत्त्याचं आहे, तसे सिडनीचं ऑस्ट्रेलियात स्थान आहे. कॅनबेरा हे वॉशिंग्टन आणि दिल्लीसारखं बाबू लोकांचं शहर आहे.

सिडनीतलं जीवन जोशपूर्ण आहे. किंग क्रॉससारख्या भागात दिवस-रात्र चोवीस तास रहदारी असते. वेश्यागृहं, स्ट्रिपटीज्, अमली पदार्थांचे अड्डे, अश्लील सिनेमे, रस्त्यावर अमली पदार्थ विकणारे जंकीज् आणि रस्त्यावर धंदा करणाऱ्या स्त्रिया. बीअरचा शिळा वास, सिगारचा धूर आणि पर्फ्यूमचा दर्प, जिनच्या पेल्यात अंगोस्तुराचा थेंब टाकावा, तसा पापाचा हलकासा शिडकावा. मी आणखी चार दिवस सिडनीत राहण्याची परवानगी मागितली.

माझे यजमान आहेत कॅप्टन मोहनसिंग कोहली आणि त्याची पुष्पा. या माणसानं नऊ माणसांना एव्हरेस्ट शिखरावर पोहोचवलं. आम्ही एअरपोर्टवरून थेट उपनगरात असलेल्या त्याच्या उद्यानगृहात गेलो. तिथं निमंत्रित केलेल्या मंडळींमध्ये आपले कौन्सलर जनरल वीरेंद्रपालसिंग, हेमंत गुप्ते, आपल्या पर्यटन खात्याचे प्रमुख आय्. सी. खन्ना आणि एअर इंडियाचा पब्लिक रिलेशन ऑफिसर जॉन फॉक्स्टेल. (हे त्याचं खरंखुरं नाव आहे.) उपस्थितांत टी बोर्डाचे प्रमुख श्रीधर राव, आणि तेलुगू चित्रसृष्टीच्या तारकेप्रमाणे दिसणारी त्याची पत्नी सरस्वती; ही माजी राष्ट्राध्यक्ष व्ही. व्ही. गिरींची नात आहे. गिरींची सगळी नातवंडं सरस्वतीसारखी सुंदर

असतील, तर गिरी दाम्पत्यानं भारताला सोळा पुत्र आणि कन्या दिल्या याचा मला आनंद आहे.

ऑस्ट्रेलियात स्थायिक झालेल्या भारतीयांबद्दल आकडेवारी गोळा करण्याचा मी प्रयत्न केला. इथं २०,००० भारतीय आणि आपल्या पौर्वात्य वारशाची दखल न घेणारे एक लाख अँग्लो-इंडियन्स आहेत. भारतीय लोकांत गुजराती सर्वांत जास्त आहेत; त्याखालोखाल पंजाबी (बहुतांश शीख), तामिळीयन्स, मंगलोरियन्स आणि गोवानीज्, त्या सर्वांचं चांगलं चाललं आहे. काही नावांचा प्रामुख्याने उल्लेख केला पाहिजे. ब्रिस्बेन युनिव्हर्सिटीच्या शेतकी विभागाचे प्रमुख बलवंतसिंग सैनी, क्वीन्सलँड विद्यापीठाच्या इतिहास शाखेचे प्रमुख प्रोफेसर राज, सी. एस. आय. आर.चे गुरचरणसिंग सिद्धू आणि कैलासवासी अल्लादि कृष्णस्वामी अय्यर यांचे जावई डॉ. हरिहरन.

तथापि, इतर व्यवसाय देशाशी बांधिलकी निर्माण करत नाहीत. जशी दुकानदारी करते आणि त्याहीपेक्षा जमीन कसल्यानं ती सर्वांत प्रकर्षानं निर्माण होते. तो मान शीख शेतकऱ्यांकडे जातो. कारण ऑस्ट्रेलियाच्या मातीत त्यांची पाळंमुळं रुजली आहेत. भारतीयांच्या यशोगाथेचा भाग म्हणून त्यांच्या यशाचा एक अध्याय समाविष्ट करावा लागेल. आपल्या श्रमानं आणि घामानं त्यांनी मिळवलेलं यश देदीप्यमान आहे.

मला सरदारजींची गोष्ट सांगण्यात आली. (थोड्याशा फरकानं तुम्ही ती इतरत्र ऐकली असेल.)

आपला देश सोडून ऑस्ट्रेलियात स्थायिक झालेले सरदारजी संतासिंग आणि बंटासिंग (सरदारजींच्या विनोदातल्या लोकप्रिय व्यक्तिरेखा) ऑस्ट्रेलियात येतात. काही दिवसांनी संतासिंग मर्सिडीज चालवताना दिसतो.

"ओई सन्तेया, ही विलक्षण मोटारगाडी कशी काय घेतलीस, बुवा तू?" बन्टानं विचारलं.

संताने जवाब दिला,

"त्या मोटारीच्या सोनेरी केसांच्या मालकिणीनं एका ट्राफिक सिग्नलजवळ मला मोटारीत घेतलं. आम्ही जंगलात गेलो. तिनं मोटार थांबवली. स्वतःचे सगळे कपडे काढले आणि म्हणाली, 'तुला जे पाहिजे, ते घे.' मग मी तिची गाडी घेतली. खरोखर ही मोटार घेण्यासारखी नाही काय?"

बंटावर काही परिणाम झाला नाही.

तो संताला म्हणाला,

"मूर्खा, तिचे कपडे तू तिथंच टाकून आलास- ते विकून टाकून आपण मस्तपैकी जेवलो तरी असतो!"

अपेक्षेप्रमाणे जिथं भारतीय राहतात, तिथं 'इंडियन असोसिएशन्स'चा सुळसुळाट असतो. इथं इंडिया लीग- ऑस्ट्रेलिया, इंडो-ऑस्ट्रेलियन सोसायटी, बरीच शीख, बंगाली, गुजराती आणि गोवानीज् असोसिएशन्स आहेत. मात्र, एकाचं दुसऱ्याशी पटत नाही.

माझ्या हॉटेलच्या खिडकीतून प्रचंड सिडनी ब्रीज आणि ऑस्ट्रेलियाचा मानबिंदू असलेले कमलाकृती ऑपेरा हाउस दिसतात. ऑस्ट्रेलियन बॅले आणि क्लासिकल संगीताची मक्का झालेली ही इमारत दिसायला कुरूप आहे. ऑस्ट्रेलियन लोकांत अनेक उल्लेखनीय प्रतिभाशाली प्रवृत्तींचं मिश्रण आढळतं. ते जगातले सर्वोत्कृष्ट क्रिकेटपटू, टेनिस खेळाडू आणि आता हॉकीचे खेळाडूही आहेत. जगातले उत्कृष्ट गायक, बॅले नृत्यकलाकार आणि लेखक यांना ऑस्ट्रेलियानं जन्म दिला. प्रसिद्ध ऑपेरा गायक मेलबा हा ऑस्ट्रेलियन होता. त्याप्रमाणे जोन रुदरलंड आणि बॅले दिग्दर्शक सर रॉबर्ट हेल्पमन, मॉरिस वेस्ट (डेव्हिल्स ॲडव्होकेट, द शूज् ऑफ द फिशरमन), तसेच १९७३ मधील साहित्यातील नोबेल पारितोषिक विजेता- (हॅपी व्हॅली, द ट्री ऑफ ए मॅन, रायडर्स इन द चॅरियट, द लिविंग अँड द डेड, वॉस : Voss, द आँटस् स्टोरी) ॲलन मूर-हेड (द व्हाइट नाईल, द ब्लू नाईल, नो रूम इन द आर्क) कोलिन आणि ग्रॅहम मॅसिनिज, ज्यूडी राइट आणि इंग्रजी वाङ्मयात उच्च श्रेणीचे म्हणून ज्या अनेक साहित्यिकांची गणना होते, ते सर्वजण ऑस्ट्रेलियन आहेत. नोला आणि ड्रिस्डेल हे जागतिक कीर्तीचे चित्रकार आहेत. अशा बऱ्याच विचारांनी मनात गर्दी केली होती. सिडनी बंदरावर सूर्य आता बराच वर आला होता.

टीव्हीच्या स्टूडिओत स्त्रियांकरता सादर करण्यात येणाऱ्या कार्यक्रमाच्या चित्रीकरणात बराच वेळ गेला. एअर इंडियाच्या सिधवा आणि टर्नर या दोन हवाईसुंदरींत माझं सँडविच झालं होतं. त्या साडी कशी नेसावी याचं आणि उत्कृष्ट दर्जाचा भारतीय चहा तयार करण्याचं प्रात्यक्षिक करत होत्या. साडी नेसण्यासाठी आणि सोडण्यासाठी लागणाऱ्या वेळात मी निवडणुकीत जनता पक्षाचा विजय आणि इंदिरा व संजय गांधीच्या पराभवाचं विश्लेषण करतो. ऑस्ट्रेलियन गृहिणींना वस्त्र, राजकारण आणि चहा यांचं हे अजब कॉकटेल कसं वाटलं असेल, याची मला कल्पना करवत नाही! नंतरच्या रेडिओ प्रसारणाच्या तासाभरात कॅरोलिन जोनस्नं घेतलेल्या तुंबळ उलटतपासणीतून जावं लागलं. मी स्टूडिओतून बाहेर पडतो, न पडतो, तोच श्रोत्यांनी टेलिफोनवरून आपल्या अभिप्रायांचा वर्षाव केला. त्यांच्यापैकी बऱ्याचजणांचा माझा चाळीस वर्षांचा परिचय आहे. बऱ्याचजणांनी त्यांच्याशी बोलावं, असा टेलिफोनवर निरोप ठेवला होता. टेलिफोनवरून बोलणाऱ्यांपैकी पेगी होलरॉयड

होती. ही डेरेकची पत्नी. डेरेक वीस वर्षांपूर्वी बी.बी.सी.चा प्रतिनिधी म्हणून दिल्लीत होता. आता पर्थमध्ये वास्तव्य करून असतो. ऑस्ट्रेलियन कामांत असले, तरी ट्रान्झिस्टर लावून ठेवतात हेच यावरून दिसून आलं.

परदेशात सुट्टी घालवण्याची माझी रीत म्हणजे रस्त्यातून आरामशीर भटकणं, दुकानाच्या शोकेसेस् पाहणं आणि सुंदर मुलींना लक्षपूर्वक न्याहाळणं; पण माझे मित्र या गोष्टींसाठी मला फार थोडा वेळ देतात. मी माझ्याबरोबर फिरणाऱ्या मंडळींना चकवतो आणि सिडनी ब्रीज ओलांडून हाइड पार्कमधून (ही एका लहानशा जमिनीच्या तुकड्यावरची हिरवळ असते!) दुकानांनी गजबजलेल्या भागात येतो. कमनीय बांध्याच्या लीला सिद्धूला मी गाठतो. ही शीख इंजिनिअरची तरुण नॉर्वेजियन पत्नी. हिच्या मदतीनं मी वेगवेगळ्या भारतीय मैत्रिणींसाठी ब्राज् आणि पँटीज घेतो.

नंतर कसोटीचा क्षण आला. सिडनी युनिव्हर्सिटीतल्या विद्यार्थ्यांसमोर भोजनाच्या वेळेत माझं भाषण ठेवलं होतं. एका लहानशा क्लासरूममध्ये भारतीय विद्यार्थ्यांच्या आणि त्यांच्या ऑस्ट्रेलियन मैत्रिणींच्या (किंवा ऑस्ट्रेलियन विद्यार्थी आणि त्यांच्या भारतीय मैत्रिणी यांच्या) लहानलहान गटांसमोर बोलण्याची मी मानसिक तयारी केली होती. इथं समोर पाहतो, तो सूर्यप्रकाशानं उजळलेल्या चौकात हजारो मुलं आणि मुली बीअरच्या बाटल्या फस्त करत आहेत. सँडविचेस् खात, एकमेकांशी कुजबुजत अगर एकमेकांना घट्ट खेटून बसलेले. बाजारात ओरडून बोलण्याच्या कलेची इथं जरूर आहे. अर्ध्या शतकापूर्वी औषधी कंदमुळं विकणारे आणि ख्रिश्चन धर्मोपदेशक अशा तऱ्हेच्या 'बाजारी' वक्तृत्वाचा प्रयोग करायचे. मी मायक्रोफोनवरून घसा फोडत असतो. बीअरपान आणि धूम्रपानाविरुद्धची लढाई मी हरत असतो. माझं भाषण संपताना मी मनातून उद्ध्वस्त झालेला असतो.

काहीच तासांनी न्यू साऊथ वेल्सच्या युनिव्हर्सिटीत याविरुद्ध अनुभव येतो. मला शिखांवर बोलायला सांगितलेलं असतं. प्रचंड जनसमुदायासमोर बोलण्याची मी मनाची तयारी करतो. तिथं गेल्यावर मला टेबलाच्या एका टोकाला बसवण्यात आलं. जवळच प्रोफेसर मुकर्जी आणि अभ्यासू मुद्रेचे डझनभर प्राध्यापक बसवले होते. ऑस्ट्रेलियातील शीख समाजावर प्रबंध लिहिणारी मेरी मन्स्टर त्यांच्यात होती. आधीच्या भोजनकाळातल्या संकटापेक्षा हतबुद्ध करणारा असा हा अनुभव होता. माझी बडबड चालू होती. त्यात खिडकीच्या तळाशी बसलेल्या कुकाबरा पक्ष्यानं व्यत्यय आणला. त्यानं एक विकट हास्य करून, माझ्या विद्वत्तेच्या सोंगाची खिल्ली उडवली.

फॅकल्टीच्या कॅंटीनमध्ये मी प्यालेल्या मद्यांच्या पेल्यांवरून मोहनसिंगला कल्पना आली. मला ज्या काही परिस्थितीतून जावं लागलं, त्याच्यावर या उताऱ्याची किती आवश्यकता आहे. नंतर तो मला त्याच्या कारनं जवळच असलेल्या किंग क्रॉसला घेऊन गेला.

"रात्रीच्या जेवणानंतर फिरण्याची तुला आवड आहे, हे मला चांगलंच माहीत आहे." तो म्हणाला.

आम्ही बहरलेल्या काटेरी फुलगेंदांप्रमाणे दिसणाऱ्या कारंज्यांभोवती बागडलो. जवळच्या वाटेवर सेक्सची दुकानं थाटून बसलेल्या तोकड्या वस्त्रांतल्या आणि ओठांवर सिगारेटस् झुलवणाऱ्या आणि नितंबांवर हात ठेवून ठसक्यात चालणाऱ्या स्त्रिया, ब्लू फिल्मस् दाखवणारी थिएटर्स आणि स्ट्रिपटीज्‌चे अड्डे ओलांडले.

मग सरळ स्ट्रिपटीज्‌च्या एका अड्ड्यात 'ऑसीज 'ते' कशा करतात' ते पाहण्यासाठी घुसलो. तिथं असलेल्या डझनभर प्रेक्षकांपैकी कमीतकमी दहाजण चिनी किंवा मलायी होते. रंगमंचावरच्या स्त्रीनं नग्न होण्यासाठी घेतलेला दीर्घ वेळ त्रासदायक होता. मग एखाद-दुसऱ्या केविलवाण्या सेकंदात तिच्याजवळ जे होतं, ते सगळं दाखवलं. दुसरीनं आणि तिसरीनं त्याची पुनरावृत्ती केली. कोहलीनं माझ्यासाठी खर्च केलेले पैसे अशा तऱ्हेनं लुबाडण्यात आल्याची मला कल्पना आली. पुढच्या रांगेत बसलेल्या तरुणानं या तमाशाचा शेवट केला. मागे वळून सुपरिचित 'सत श्री अकाल' म्हणून त्यानं माझं स्वागत केलं. आता इथून सटकून आपल्या खोलीत जाऊन झोपावं, हे बरं!

सूर्योदय होताच फॉकर फ्रेंडशिप विमानानं उड्डाण केलं आणि उत्तरेकडे मोर्चा वळवला. विमान पॅसिफिक किनारपट्टीवरून उडत होतं. एकामागोमाग धावणारी शहरं, त्यांमधल्या हिरव्यागार टेकड्या, टेकड्यांमधली सरोवरं आणि नद्या ओलांडून विमान दीड तासानं कॉफस् हॉर्बरला उतरलं. विमान गरम आणि दमट हवेनं भरून गेलं होतं. तुम्ही आता ऑस्ट्रेलियाच्या उष्ण कटिबंधाच्या भागात येता. इथं केळी, अॅवाकाडो आणि अननस पिकवतात. कॉफस् हार्बरमध्ये दाढीवाला, फेटा घातलेला शीख आणि सुपर मार्केटमध्ये ट्रॉली ढकलणारी सलवार-कमीजमधील सरदारीण हे नेहमीचं दृश्य आहे. या भागात दीडएकशे सरदार शेतकरी कुटुंबं राहतात. त्यांचं या प्रदेशातलं आगमन आणि त्यांची भरभराट ही एक हृदय भरून टाकणारी परीकथा आहे.

१८८० मधली गोष्ट. जालंदर जिल्ह्यातल्या मालपूर अर्काण या खेडेगावातला इंदर सिंग नावाचा जाट आपल्या चरितार्थासाठी पॅसिफिक किनाऱ्यावर आला. इथं

वसाहत करून राहिलेले गोरे लोक ऊस आणि केळीची पिकं काढण्याचा प्रयत्न करत होते. इंदर सिंग शेतमजूर म्हणून राबू लागला. त्याला दिसून आलं की, इथं मजुरी भरपूर आहे आणि जमीन त्याहून मुबलक आहे. तो आपल्या खेड्यात परतला आणि त्यानं तिथल्या लोकांना सर्व हकीकत सांगितली. काही मित्रांना आणि नातेवाइकांना घेऊन तो परतला. ते सर्वजण शेतमजूर म्हणून काम करू लागले आणि पुरेसे पैसे साठवून त्यांनी जमीन विकत घेतली. या जमिनीची नांगरट केल्यावर त्यात भरपूर पीक आलं. आताचे बहुतेक शीख शेतकरी किंवा त्यांचे आई-वडील हे १८८० ते १८९० मध्ये आपला देश सोडून ऑस्ट्रेलियात आले. त्यानंतर १९०१ मध्ये 'गोऱ्यांकरता ऑस्ट्रेलिया' या धोरणावर आधारलेली व्हिसा पद्धत चालू झाली. इटालियन, ग्रीक, तुर्क यांचं इथं स्वागत केलं जाई; पण भारतीय, चिनी किंवा निग्रोंना मात्र प्रवेश नव्हता.

इथं आमचं स्वागत भारतीय पद्धतीनं झालं. सोनेरी पिवळ्या फुलांचे हार आणि 'सत् श्री अकाल' या उद्घोषाबरोबर टाळ्यांचा गजर झाला. आमची मिरवणूक कॉफस् हार्बरमधून निघाली आणि मोकळ्या प्रदेशातून सिडनी आणि ब्रिस्बेन जोडणाऱ्या हायवेनं आमचा प्रवास सुरू झाला. डाव्या बाजूला केळीच्या झाडांनी झाकलेल्या टेकड्या होत्या आणि उजव्या बाजूला पॅसिफिक समुद्र पसरला होता. रस्त्याच्या दुतर्फा निमुळते होत जाणारे निलगिरी, प्रचंड वड आणि पाइन्सचे वृक्ष होते. इथली गॅस स्टेशन्स आणि मोटेल्स ही अमेरिकन तोंडवळ्याची आहेत. एकाएकी उजव्या बाजूच्या टेकडीच्या माथ्यावर कांद्याच्या आकाराचा लहानसा घुमट असलेली पांढरी शुभ्र चौकोनी इमारत दिसू लागली. तिच्या जवळच्या ध्वजस्तंभावर पिवळा ध्वज समुद्रावरून वाहणाऱ्या वाऱ्यात फडफडत होता. ध्वजावर वर्तुळात एकमेकाला भिडलेल्या तलवारी ही खालसाची निशाणी होती. तिथल्या नामफलकावर लिहिले होते : गुरू नानक शीख मंदिर, वुलगुला.

घामानं ओथंबलेले आणि उन्हानं रापलेले पुरुष हातांत हार घेऊन रांगेनं उभे होते. काही डोक्यांवर फेटा घातलेले आणि दाढीधारी होते, तर काहींनी सफाचट केली होती. पुन्हा 'सत् श्री अकाल'च्या घोषणा होऊन आमचा मंदिरात प्रवेश झाला. मंदिर भव्य आणि स्वच्छ होतं. चौथऱ्यावर ग्रंथसाहेब आणि त्याच्या इंग्रजी भाषांतराचं पुस्तक ठेवलं होतं. त्याला प्रणाम केला. तेजासिंग गरेवालनं पुरोहिताचं काम केलं. तो ग्रंथातल्या निवडक प्रार्थना म्हणाला, त्यानं स्वागतपर छोटंसं भाषण केलं आणि तिथून आम्ही बाहेर पडलो.

दोन हिंदुस्तानी भेटले, तर दोन तट पडतात. दोन शीख भेटले, तर तीन तट पडतात. वुलगुलाच्या सुमारे तीनशेजणांच्या या छोट्याशा शीख समाजाची दोन देवळं आहेत आणि हा समाज असंख्य छोट्या गटांत विभागला गेला आहे. इथं

आलेल्या पाहुण्यानं कुणाचाही अपमान होणार नाही, अशा तऱ्हेनं वागलं पाहिजे. एका गटाबरोबर ब्रेकफास्ट घेतला, तर दुसऱ्या गटाबरोबर जेवण केलं पाहिजे. एकाबरोबर स्कॉचचा छोटा पेग घेतला, तर दुसऱ्याबरोबर त्याच्या दुप्पट मद्य घेऊन भरपाई केली पाहिजे. परिणामी, पोटाची आणि लिव्हरची वाट लागते.

आता कुलबीर सिंग अटवानं माझा ताबा घेतला. नऊ वर्षांपूर्वी तो इथं जावई म्हणून आला. आता त्याच्या मालकीची 'गोल्डन ग्लो' या नावानं ओळखली जाणारी बागाईत, सुंदर बंगला आणि तीन कार आहेत. तो मला प्रथम त्याच्या सासूला भेटण्यासाठी घेऊन गेला. वडाच्या झाडाच्या सावलीत एक पिकलेल्या दाढीच्या पितामहांनी मद्याचे तीन पेग संपवून चौथा पेग दाढीवरचे ओघळ पुसून संपवला.

आमचं संभाषण माळव्यातील ओबडधोबड पंजाबी आणि ऑस्ट्रेलियन इंग्रजीमध्ये चाललं होतं. त्यांचे उच्चार समजायला मला जरा वेळ लागला. 'नाईम' म्हणजे 'नेम', 'काईन' म्हणजे 'केन', 'ट्राय-ट्रे', 'बिसॉन-बेसीन' आणि 'स्नाईक-स्नेक'. ऑस्ट्रेलियन भाषेला 'स्ट्राईन' ऑस्ट्रेलियन (विनोदी ऑस्ट्रेलियन) म्हणतात; यात नवल नाही.

सँडी बीचवरच्या तेजपाल (पॉल) अटवालच्या घरी लंचसाठी हजेरी लावली. सलवार-कमीजमधल्या स्त्रिया चपात्या भाजत होत्या. पुरुष आणि ते पितामह बीअरवर तुटून पडले. इथं 'कुकाबरा' पक्षी दिसतो का, म्हणून मी बाहेर येतो. हा पक्षी आपला नीलकंठ पक्षी आणि पांढऱ्या छातीचा किंग फिशर यांमधला दिसतो. याचं हसणं हिंदी चित्रपटातल्या खलपुरुषासारखं असतं. साहजिकच हा पक्षी हसणारा 'जॅक ॲस' म्हणून ओळखला जातो. जेवण म्हणजे पुलाव, चपात्या, कोंबडी, मटार पनीर यांचा प्रचंड ढीग. नंतर पाठोपाठ अननसाचा केक. पितामह प्रत्येक घासाबरोबर बीअरचा घोट घेत होते. जेवणानंतर मी काळी कॉफी घेतली, तेव्हा पितामह बीअरचे आणखी दोन कॅन फोडून पोटातल्या जलसिंचनाच्या तयारीत होते. हा पाहा खरा पंजाबी शेतकरी! बीअर ही लस्सीनंतर सर्वोत्तम चीज आहे.

संध्याकाळचे ५ वाजले होते. आम्ही पुन्हा गुरुद्वारात जमलो. पुन्हा एकदा ग्रंथाचं वाचन झालं आणि प्रार्थना म्हटल्या गेल्या. हिरव्यागार टेकडीवरच्या त्या छोट्याशा प्रार्थनाघरात आम्ही सुमारे दीडशे लोक होतो. आत टाळ्यांचा प्रचंड कडकडाट झाला. बाहेर विजा चमकू लागल्या आणि वादळी पाऊस सुरू झाला. या वादळात ॲवाकाडो, पाईन आणि सायडोस वृक्ष उन्मळून पडले. आता मला एकटेपणाची भावना वेढून टाकते. मातृभूमीपासून दहा हजार मैलांवर आपल्या श्रद्धेची पताका फडफडत ठेवल्यामुळे मला या मर्द लोकांबद्दल आणि त्यांच्या सुंदर स्त्रियांबद्दल फार अभिमान वाटतो. मी काहीतरी बोलावं, असं त्यांना वाटत होतं.

"त्यांनी हमेशा खुशीदिल राहावं आणि गुरूचा त्यांच्या मस्तकार आशीर्वादाचा हात राहो." असं मी कसंबसं बोललो.

आम्ही मंदिराशेजारच्या भोजनगृहात गेलो. स्वयंपाकघरात स्त्रिया कामांत गर्क होत्या. टेबलावर डझनभर मद्यपात्रं होती. कोपऱ्यातल्या पिंपात ५८ गॅलन बीअर भरून ठेवली होती. माझ्यासाठी स्कॉचची बाटली आणि डझनभर सोड्याच्या बाटल्या आणून ठेवल्या होत्या. लवकरच आमचे आवाज मोठे झाले आणि आम्ही एकमेकांशी ओरडून बोलू लागलो. मी पंजाबीतले काही अश्लील विनोद सांगितले. ते पोट धरधरून हसले. त्यांनी काही अश्लील गाणी म्हटली. मी पोट धरधरून हसून प्रतिसाद दिला. माझ्या सन्मानार्थ त्यांनी एक मोडकीतोडकी कविता रचून गायली. त्यात माझा साप्ताहिक 'अखबारचा जथेदार' असा उल्लेख केला होता. एका तासात बीअरचं पिंप रिकामं झालं. प्रत्येकानं गॅलनपेक्षाही जास्त बीअर फस्त केली. मी जेवणासाठी सुचवून पाहिलं; निघून जाण्याची धमकी दिली. शेवटी हात टेकले. नंतरच त्यांनी मला जेवण दिलं. असा हा लंगर! थोर गुरू अशा 'लंगर'बद्दल काय म्हणत असतील?

आता निरोप घेण्याची वेळ आली. स्वयंपाकघरात जाऊन कामांत गढलेल्या स्त्रियांपैकी एकीचे मी आभार मानले. मी तिला विचारले,

'आपल्या जन्मगावापासून हजारो मैल दूर राहण्यानं तुम्हाला कसं वाटतं?'

ऑस्ट्रेलियन पंजाबीत उत्तर मिळालं,

"भाई, इथं लिविंग बडा गुड या." (भाई, इथं राहणं फार चांगलं वाटतं.)

देव तिला सुखात ठेवो!

अखेर प्रवासाचा शेवटचा दिवस उजाडतो. त्या वेळी आपल्या मनात विचार येतात की, आपण प्रवासात काय पाहू अथवा करू शकलो असतो आणि काय काय पाहायचं किंवा करायचं राहिलं? मी कांगारू, वॅलबी, कोला, अस्वल किंवा डक-बिल्ड प्लॅटिपस पाहिले नाही. मी ऑपेरा किंवा बॅले कार्यक्रमाला गेलो नाही. नाही म्हणायला चिनी खजिन्याचं प्रदर्शन पाहिलं. भारतात पाहण्यास बंदी असते, असा एकही सिनेमा अथवा एखादी ब्लू फिल्म पाहिली नाही. लेडी जेन बीचवर (लेडी चॅटर्लीनंतर फार चपखल नाव) जाणं झालं नाही. या बीचवर सगळेजण नग्न अवस्थेत फिरतात. त्याची थोडी-बहुत भरपाई कॅप्टन कोहलीनं सिडनी विमानतळाजवळच्या बोंडी बीचवर मला कारनं नेऊन केली. बिकिनीतल्या तरुणी उत्तान होत्या; पण माझ्या अपेक्षेपेक्षा जरा जास्त कपडे घातलेल्या वाटल्या. आमचा गिर्यारोहक मित्र म्हणाला,

"तुझा मुक्काम जरा वाढला असता, तर लेडी जेन बीचवर नक्कीच सफर करून आणली असती."

मुंबईच्या फ्लाइटमध्ये माझ्यासाठी सीटची व्यवस्था करण्यात एअर इंडियाला बऱ्याच अडचणी आल्या. सुदैवानं एका प्रवाशानं शेवटच्या क्षणी आपलं तिकीट रद्द केलं आणि म्हणूनच मी विमानात बसलो.

ग्रीक, तुर्क आणि युरोपला जाणाऱ्या इतर प्रवाशांनी इकॉनॉमी क्लास गच्च भरला होता. युरोप अगर युनायटेड स्टेटला जाण्यासाठी बरेचजण एअर इंडियानं प्रवास करतात. मुंबई विमानतळावरच्या मृतवत ड्यूटी फ्री दुकानांपेक्षा काही चांगल्या सुधारणा केल्या आणि विमान मुंबईला जास्त वेळ न थांबवता पुढं प्रवास करणाऱ्या प्रवाशांची सोय केली तर एअर इंडिया ऑस्ट्रेलिया आणि न्यू यॉर्कदरम्यान रोज एक जम्बो जेट सहज चालवू शकेल आणि भारतासाठी भरपूर परकी चलन मिळवू शकेल.

विमान पर्थला उतरताना कॅप्टन धिलाँनं मला कॉकपिटमध्ये बोलावलं. मला काही ठळक ठिकाणं ओळखू आली. स्वान नदी, तिच्यावरचा पूल, पार्कस्, हॉटेल्स. ट्रांझिट लाउंजमध्ये पेगी हॉलरॉईड मला मिठी मारते. तिच्याबरोबर तिचा नवरा डेरेकही होता. जन्मानं इंग्लिश असले, तरी त्यांचं मन मात्र भारतात गुंतलं आहे. पेगी जेव्हा जेव्हा दिल्ली आणि तिच्या अनेक भारतीय मित्रांबद्दल बोलते, तेव्हा तेव्हा तिचे डोळे भरून येतात.

"मला भारताची ओढ वाटते." ती म्हणाली.

आता प्रवाशांना विमानात बोलावलं गेलं.

"मी आठवण केली, असे प्रत्येकाला सांगा." ती मला म्हणाली.

साठ कोटी भारतीयांना दिलेल्या शुभेच्छांचं ते प्रतीक होतं.

मलाही आता भारतात परतण्याची ओढ लागली आहे. तर म्हणू या 'बाय बाय ऑस्ट्रेलिया!'

◆

पाकिस्तान : थोडे कडू - थोडे गोड

ज्या देशात मी जन्मलो, वाढलो आणि जीवनाच्या सुरुवातीची निम्मी वर्षं एक फारशी ज्ञात नसलेली व्यक्ती म्हणून व्यतीत केली, त्या देशात मी परत जात आहे. त्या देशाच्या लोकांनी जर मला शत्रुत्वाची वागणूक दिली असती, तर तिथं जाण्याचा मी विचारही केला नसता. जनतेशिवाय देशाला अस्तित्व असतं काय? तथापि, जरी आपण त्यांच्याशी तीन रक्तरंजित युद्धं केली आणि जरी दोन्ही देशांतले पुढारी एकमेकांना शिवीगाळ करत असले आणि वातावरण चौथ्या युद्धाच्या दाट अफवेनं भरून गेलेलं असलं, तरी मी पाकिस्तानला जातो - हिंदू वाराणशीला जातो किंवा मुसलमान मक्केला जातो, त्या भावनेनं. पाकिस्तान माझं तीर्थस्थान आहे. इथं मी माझा 'हाज' आणि 'उम्रा' करतो. इथल्या जमिनीत माझ्या जीवनाची पाळंमुळं रुजली आहेत. माझ्या पूर्वस्मृतीच्या अश्रूंनी मी त्यांना वाढवलं आहे आणि विद्वेषाच्या झंझावातापासून माझ्या दोन्ही हातांनी त्यांना जपलं आहे.

शेजाऱ्याच्या प्रेमावर विद्वेषाला मात करू द्यायची नाही, या माझ्या निर्धारात मी एकटा नाही. आपण आपल्या पूर्वजांच्या संपत्तीची काही वर्षांपूर्वी वाटणी केली आणि विभक्त राहू लागलो, म्हणून काय झालं? आपल्या जन्मभूमीबद्दल उतारवयातल्या माझ्या भावनांशी सहमत नसणारे आणि प्रेम व द्वेष यांच्या आलटून पालटून येणाऱ्या आवेगानं उद्विग्न झालेले लक्षावधी लोक आहेत. माझी नव्वद वर्षांची आई माझ्याकडून खुलासा मागते,

"तुला कुठल्या हकिमानं पाकिस्तानात जाण्याचा आग्रह केला आहे? हे पाकिस्तानी फार जालीम लोक आहेत. ते तुला मारून टाकतील. तू लाहोरला जाशील, तेव्हा असगरी, अख्तरी, जमीला, रविया, नुसरत, यास्मिनला मी प्रेमानं विचारलं म्हणून सांग. अल्लाह रखी बहेन 'गुजरून' कैक वर्षं झाली. तिच्या मुलांची तुझी गाठ पडली, तर त्यांना सांग - तुमच्या मावशीचे तुम्हाला प्रेमाचे आशीर्वाद आहेत. माझ्या खेड्याची, मीथा तिवान्याची याद आल्यावर मनाला कशी रुखरुख लागते. मरायच्या अगोदर एकदा ते खेडं पाहावं, असं फार वाटतं; पण तू पाकिस्तानला गेलंच पाहिजे काय? ते फार जालीम..." वगैरे वगैरे.

प्रवासाची सुरुवात शुभशकुनानं झाली. पालम विमानतळावर पोलीस ऑफिसरनं

हातानं मला चाचपडून माझी झडती घेतली आणि संपूर्ण शरीरावर मेटल डिटेक्टर फिरवला. माझ्या फेट्याची तो जास्त बारकाईने तपासणी करतो. न जाणो, मी फेट्यात रिव्हॉल्व्हर दडवून ठेवलं असावं! तसेच बाजूचे खिसे तपासले. खिशातून कृपाण नेण्याचा माझा बेत असावा. माझ्या डोक्यावर आणि बाजूला फिरताना मेटल डिटेक्टर शांत होता; पण माझ्या पँटच्या पुढच्या भागावरून फिरताना 'ब्लीप' असा तक्रारवजा आवाज झाला. ऑफिसरने पुन्हा डिटेक्टर फिरवला आणि पुन्हा तक्रारीच्या सुरात 'ब्लीप' असा आवाज झाला. पँटच्या पुढच्या भागात मी काय लपवण्याची शक्यता होती? 'ट्रिब्यून'चा संपादक प्रेम भाटिया माझ्या पाठीमागे उभा होता. त्यानं खुलासा केला, "फौलाद है। त्या जागी लोखंडाचं काय असू शकतं?"

भोवताली हशा पिकला. या सगळ्या प्रकरणात माझी झिपची चेन गुन्हेगार होती!

विमानतळाच्या सुरक्षा - तपासणीतून बाहेर पडल्यावर धावपट्टीवर उभ्या असलेल्या पाकिस्तान एअरलाइनच्या गेटजवळ आम्ही रांगेत उभे राहिलो. संध्याकाळची वेळ. हिवाळ्यातली बोचरी थंडी सुटली होती. दुसऱ्या शरीरतपासणीसाठी आपला नंबर केव्हा येतो, याची वाट पाहत उभा होतो. क्रूर चेहऱ्याचे, बाकदार नाकाचे, अवामी सूटमधल्या दोन पाकिस्तानी कमांडोंनी आमच्या हँडबॅगा तपासल्या आणि पुन्हा सगळ्या अंगाची झडती घेतली. अखेर विमानात प्रवेश मिळाला. भारतीय लोकांपेक्षा पाकिस्तानी नागरिकांची जास्त कसून झडती घेतात. त्यांना आमची भीती वाटत नसावी. भुट्टोंच्या 'अल झुल्फिकार' या संघटनेला निष्ठा वाहिलेल्या त्यांच्या देशवासीयांची त्यांना जास्त भीती वाटत असावी.

मी कुठल्याही विमान कंपनीचं मूल्यमापन त्यांच्या हवाईसेविकांच्या व्यक्तिमत्त्वावरून आणि त्यांच्या विमानानं प्रवास करणाऱ्या लोकांच्या शिष्टाचारांवर करतो. मला सांगायला आनंद वाटतो की, इंडियन एअरलाइन्सच्या मुली त्यांच्या पाकिस्तानी भगिनींपेक्षा जास्त आकर्षक दिसतात. तथापि, पाकिस्तानी प्रवाशांची वागणूक भारतीय प्रवाशांच्या वागणुकीइतकीच खेदजनक आहे. अशा प्रसंगी भारतीय युवती हसून वेळ मारून नेतात. पाकिस्तानात अजूनही मुलगी हसली, तर तिला वाह्यात समजतात. (पाकिस्तानी टेलिव्हिजनवरच्या निवेदिकांची हीच स्थिती आहे- भावनाशून्य आवाजाच्या, बोलण्यात चैतन्य नसलेल्या जणू मेणाच्या पुतळ्या!) भारतीय प्रवासी हवाईसुंदरीबरोबर स्वैर वागण्याचं स्वातंत्र्य घेण्याचा प्रयत्न करतात. भारतीय प्रवाशांच्या या दुर्वर्तनामुळे त्यांची नाचक्की झाली आहे. नुकताच एक प्रसंग घडला. भारतीय हवाईसेविका विमानाच्या सीलिंगमध्ये असलेल्या लॉकरमधून काही वस्तू काढत असताना तिच्या कमनीय शरीरावरून हात फिरवण्याचा मोह संसदेतील आमच्या एका मित्राला आवरता आला नाही. अशा तऱ्हेची वागणूक पाकिस्तानी विमानात

एखाद्याकडून झाली असती, तर ज्या हातानं हा अपराध केला, तो हात छाटून टाकला जाण्याचा आणि त्या हाताच्या मालकाच्या पृष्ठभागावर मारले जायलाच पाहिजेत, असे फटके खाण्याचा धोका त्या व्यक्तीनं स्वीकारला असता. परिणामी, वाईट वर्तनाचे पाकिस्तानी हवाईसेविकेबरोबर उद्धट वागून समाधान मानतात.

दिल्ली ते लाहोरचा विमानप्रवास अर्ध्या तासाचा आहे. हवामान, पक्षी, वस्तू इथं सगळं काही दिल्लीसारखंच आहे. मात्र, इथली माणसं जास्त सशक्त, थोराड आणि जरा चांगले कपडे घातलेली दिसतात. इथं गरिबीच्या खुणा आहेत; पण उपासमारीची लक्षणं नाहीत. पाकिस्तानी लोक दोस्ती व्यक्त करण्यात जास्त मोकळे वाटतात. नुसतं हस्तांदोलन म्हणजे थंड स्वागत; कडकडून मिठी मारून भेटलं पाहिजे. ओळख नसताना लोकांकडून चहा, कॉफीचे कप आणि कोकच्या बाटल्या टाळण्यासाठी तुम्हाला सगळं कौशल्य पणाला लावावं लागतं.

लाहोरहून अर्ध्या तासाच्या विमानप्रवासानं आपण रावळपिंडीला पोहोचतो. पुढं अर्धा तास कारनं प्रवास केल्यावर इस्लामाबाद लागतं. मुरी पर्वताच्या पायथ्याशी विशाल पसरलेलं आणि अर्धवट जन्मलेलं असं हे शहर आहे. लाहोरपेक्षा इथं जास्त थंड वाटतं. दरवर्षी या दिवसांत धुक्यानं वेढलेल्या निष्पर्ण वृक्षांच्या प्रदेशांवरून आणि अर्धवट बांधलेल्या बहुमजली इमारतींवरून बोचणारे थंडगार वारे वाहत असतात. उंच आणि थोराड पठाण सोडले तर इथं सगळ्या गोष्टी खुज्या आहेत. इथल्या छोट्या छोट्या दुकानांत खरेदी करण्यालायक फार थोड्या वस्तू असतात. सकाळच्या धूसर वातावरणात अंधूक दिवे प्रकाशत असतात. संध्याकाळी साडेपाचला विजेच्या टंचाईमुळे दिवे मालवले जातात.

दारूबंदी हे पाकिस्तानच्या इस्लाम गणराज्यातलं विडंबन नाट्य आहे. मोरारजी देसाईंच्या काळात आपल्याकडे भारतात होतं- तसं, दारू पिणाऱ्याला सहाराच्या मृगजळात ती उपलब्ध होईल. पाकिस्तानातल्या रावी नदीच्या पुराइतकी काही ती इथं वाहत नाही; पण सुखवस्तू पाकिस्तानी घरात मद्याचे पेले भरण्याइतकी ती पाझरत असते. व्हिस्की धातूच्या पात्रातून अगर चहाच्या किटलीमधून तुम्हाला दिली जाते. इथं ती भारतापेक्षा दुपटीनं महाग मिळते आणि दुप्पट प्यायली जाते. कारण इथं तिला 'पापी' चव आहे!

देशाच्या सामाजिक जीवनावर धर्माची पोलादी पकड आहे. लाहोरमध्ये डझनावारी मशिदींतून सकाळची 'अजान' पूर्ण पंचवीस मिनिटं लाउडस्पीकरवरून मोठ्या आवाजात ऐकवली जाते. त्यानंतर कुराणातली वचनं म्हटली जातात. आता पवित्र ग्रंथाच्या पठणावर रहदारीचा गोंगाट मात करतो.

'दक्षिण-पूर्व आशियातील राष्ट्रांमधले संबंध' या निधार्मिक विषयावर आमच्या परिसंवादाचा कार्यक्रम असतो. परिसंवादाची सुरुवात 'तिलावत'ने होते आणि भूतपूर्व

विदेशमंत्री आगाशाही यांच्यासह सगळे वक्ते 'बिस्मिल्ला-हिर-रहेमान-इ-रहीम'ने करत. एका रात्री पाकिस्तानी टेलिव्हिजनवर चर्चेचा कार्यक्रम माझ्या पाहण्यात आला. चर्चेचा विषय होता : इस्लामच्या शिकवणीच्या प्रसारात प्रसारमाध्यमांची भूमिका. चर्चेत आकाशवाणी आणि माहिती खात्याचे मंत्री आणि तीन दैवी तेजानं तळपणाऱ्या व्यक्तींनी भाग घेतला होता. दिल्लीच्या जामा मशिदीच्या शाही इमामाचे जुळे भाऊ शोभावेत, असे एक मौलवीसाहेब फार अस्वस्थ दिसत होते. त्यांची तक्रार होती द्विराष्ट्रवादाची भूमिका प्रभावीपणे प्रसारमाध्यमांतून मांडली जात नाही. दुसरे गृहस्थ पेशावर कॉलेजचे प्राचार्य होते. त्यांचे म्हणणे होते की, 'इस्लामचं सौंदर्य' या विषयावर पुरेसा भर दिला जात नाही. तिसरी व्यक्ती गंभीर चेहऱ्याची, काळा चश्मा घातलेली आणि डोकं झाकून घेतलेली स्त्री होती. तिची तक्रार होती की, आमच्या स्त्री- खेळाडू खेळताना अंग पुरेसे झाकणारे पोशाख करत नाहीत. संपूर्ण चर्चेत मंत्रिमहाशय बचावात्मक भूमिका घेत होते. त्यांनी दुसऱ्या दिवशी संध्याकाळी पकिस्तान सरकारच्या वतीनं भारतीय शिष्टमंडळासाठी डिनरचा बेत ठेवला होता. कार्यक्रमाच्या सुरुवातीला त्यांनी स्वागतपर अतिशय औपचारिक भाषण वाचून दाखवलं. मला उत्तर देणं भाग होतं. मी थोडं मद्य घेतलं होतं आणि आदल्या दिवशी संध्याकाळी झालेल्या त्यांच्या मुलाखतीचा उल्लेख करण्याचं धैर्य माझ्यात आलं होतं. पुढच्या वेळी सनातन्यांशी जेव्हा त्यांचा मुकाबला होईल, तेव्हा त्यांना उपयोगी पडणारा शेर मी त्यांना सांगितला.

'मुल्ला, गर असर है दुआ में
तो मस्जिद हिला के दिखा !
गर नहीं, तो दो घूँट पी
और मस्जिद को हिलता देख'

त्यावर टाळ्यांचा एकच कडकडाट झाला. त्यांत मंत्रिमहाशयही सामील झाले. माझ्या कानात कुजबुजत्या आवाजात ते म्हणाले,

''जर या मंडळींची सत्ता आली, तर आमच्या मुलींना बुरखा घालून हॉकी खेळायला लावतील!''

भारतीय आणि पाकिस्तानी कॉलेजकुमारींत फरक आहे. भारतात त्या एकत्र जमल्या की, सुंदर चेहरा शोधावा लागतो; पण पाकिस्तानात वेगळा प्रकार आहे. इथं एखादा सुंदर नसलेला चेहरा तुम्हाला शोधावा लागतो. म्हणूनच मुलाखती आणि लोकांच्या गाठीभेटीचा भरगच्च कार्यक्रम असताना किन्नार्ड कॉलेजच्या प्राचार्या श्रीमती फिबलस यांनी मला कॉलेजच्या मुलींसमोर भाषणाचं निमंत्रण दिल्यावर मी ताबडतोब होकार दिला. माझा मित्र एम. ए. रेहमाननं मला इशारा दिला.

“तुला बजावतो, हे सरकारी कॉलेज आहे. इथलं वातावरण फार जुन्या विचारसरणीचं आहे. तू काय बोलतोस, याची काळजी घे. अन्यथा मुलींचे पालक जाब विचारतील की, प्राचार्यांनी तुझ्यासारख्या माणसाला भाषणासाठी का बोलावलं?”

माझ्या मनात जे होतं, ते मी अचूकपणे सांगितलं. मी येण्याचं कबूल केलं, कारण सादिया दहलवीनं आधीच सांगून टाकलं आहे की, मी स्त्री असतो, तर नेहमी गर्भवती राहिलो असतो; कारण मला ‘नाही’ म्हणणं जमत नाही! मुलींनी एकच हास्यकल्लोळ केला. मी पुढं म्हणालो की, माझी इच्छा आहे की, त्यांच्या प्राचार्या (त्या मुलींसारख्या आकर्षक होत्या) सुद्धा नकार देण्याच्या बाबतीत संकोची स्वभावाच्या असत्या, तर त्याचे परिणाम अधिक फलदायी झाले असते! आणखी एक हास्यकल्लोळ झाला - त्यात प्राचार्याही सहभागी झाल्या. मी मुलींना पुढं म्हणालो की, कोणी मग तो देव असो, पवित्र ग्रंथ असो, सामाजिक रूढी असोत, सांगितलं म्हणून विश्वास ठेवू नका. तुम्ही स्वतः विचार करा आणि तर्कविचार आणि कारणपरंपरा यांच्या कसोटीवर जे उतरणार नाही, ते ताबडतोब झिडकारून द्या. मुलींनी माझे विचार व्यवस्थित ऐकून घेतले. मी त्यांना पुढं म्हणालो की, तुम्ही स्वतःच्या जबाबदारीवर चुका करायला शिका. तुम्ही लग्न कुणाशी करावं आणि कोणता अभ्यासक्रम निवडावा यांसारखे महत्त्वाचे निर्णय आपल्या पालकांवर सोपवू नका. त्यांनी मोठ्या आवाजात उत्स्फूर्तपणे प्रचंड प्रतिसाद दिला. नंतर मी त्या आणि भारतातील कॉलेजात शिकणाऱ्या मुलींमधला फरक बोलून दाखवला. त्यांनी किंचाळून, हर्षोत्फुल्ल होऊन विजयाची भावना व्यक्त केली. जणू काही त्यांनी भारत-पाकिस्तानमधलं युद्धच जिंकलं होतं. मी जे काही बोललो, त्याबद्दल नाराज होण्याऐवजी श्रीमती फिबलसनी माझे आभार मानले. त्या पुढं म्हणाल्या की, मी भाषणातून मांडलेल्या विचारांवर मुली कित्येक दिवस चिंतन आणि चर्चा करतील. घरी परतताना माझा मित्र मला नेल्याबद्दल पश्चात्तापाच्या सुरात म्हणाला,

“तू खून करून सहीसलामत सुटलास!”

माझ्या दृष्टीनं पाकिस्तान म्हणजे मन्झूर कादिर. मला माहीत असलेल्या लोकांत सर्वांत थोर माणूस. तो फार थोर कर्तृत्वाचा, अतिशय सत्य आचरणाचा आणि कमालीचा विनम्र असा माणूस होता. त्याच्या मृत्यूला कित्येक वर्षं झाली; परंतु जेव्हा मला एखादा निर्णय घ्यायचा असतो, तेव्हा माझ्याभोवती त्याचं अस्तित्व मला अजूनही जाणवतं. अजमेरला ख्वाजा मियाउद्दीन चिस्तीच्या थडग्यावर भाविक ज्या भावनेनं ‘झियारत’ करतात, त्याच भावनेनं मी जेव्हा जेव्हा लाहोरला जातो, तेव्हा तेव्हा त्याच्या थडग्याला भेट देतो. फरक एवढाच की, मन्झूर हा बराचसा ‘सूफी’ वृत्तीचा होता; परंतु धर्माच्या ठेकेदारांनी त्याला ‘मुल्हीद’ (पाखंडी) ठरवलं होतं. त्यानं ईश्वराच्या स्तुतीपर काही काव्य केलं होतं; पण जेव्हा तो स्वरचित अशी फार

अश्लील रचना गायचा, तेव्हा तो त्यात कमालीचा रंगून जायचा.

मियानी येथे लाहोरची सगळ्यांत मोठी थडगेबाग आहे. इथं मातीच्या ढिगात, त्यावर पांघरलेल्या मझारींत आणि जुजुबे वृक्षांत हजारो थडगी विखुरली आहेत. मन्झूरची बायको असघरी आणि तिची बहीण हुस्नारा माझ्यासमवेत होत्या. आम्ही लाहोरच्या अरुंद गल्यांच्या जाळ्यातून वाट काढत कारनं जात होतो. आमचं इच्छित स्थळ हुडकायला बराच वेळ लागला. मी ठरवलेल्या तीर्थयात्रेची बातमी आजूबाजूला पसरली होती. थडगेबागेत बरीच गर्दी झाली होती. त्यात हातांत फुलं घेतलेला मन्झूरच्या हातांखाली काम करणारा मुनशी सलीम आणि प्रेस फोटोग्राफर होता. मन्झूरच्या थडग्यावर गुलाबांच्या पाकळ्यांची पखरण केली होती. उदबत्त्यांचा सुवासिक धूर हवेत पसरला होता. मी अतिशय निराश झालो होतो. माझ्या मित्राबरोबर मला थोडा एकान्त पाहिजे होता आणि मला शांतपणे 'फतेहा' म्हणायचा होता; पण त्यांनी माझ्या भेटीला प्रेस कॉन्फरन्सचं स्वरूप आणलं होतं. तिथून लवकरात लवकर दूर जाण्याचं मी ठरवलं.

सकाळची वेळ, धूसर-गूढ हवा आणि बराच लांबचा पल्ला गाठायचा होता. ३०० किलोमीटर दूर असलेले 'हदाली' खेडेगाव गाठण्याआधी मला रावी, चिनाब, आणि झेलम या तीन नद्या पार करायच्या होत्या. माझ्या दिमतीला जपानी स्टेशन-वॅगन होती आणि एक निवृत्त कर्नल गुल हयात आवान माझ्या सोबतीला होता. आमचा ड्रायव्हर अमीनखाँ हा बन्नू गावचा पठाण होता. स्टीअरिंग व्हीलवर हात ठेवून तो मोठ्या आवाजात म्हणाला,

'बिस्मिल्ला.'

पाकिस्तानमधल्या प्रत्येक प्रवासाची सुरुवात देवाचं नाव घेऊन केली जाते आणि सुप्रसिद्ध 'आर्क'च्या प्रवासाला निघताना 'नोहा'नं केलेली प्रार्थना बऱ्याच वेळा म्हटली जाते-

'सुरक्षित जा आणि सुरक्षित या.'

इतक्या वर्षांनंतर लाहोर हळूहळू ओळखू येईनासं झालं आहे. नवीन इमारतींमुळे जुन्या इमारती गुदमरू लागल्या. वाढती लोकसंख्या आणि गोंधळून टाकणाऱ्या रहदारीची सोय करण्यासाठी प्रमुख रस्ते दुहेरी केले आहेत आणि ठिकठिकाणी रस्ता ओलांडण्यासाठी पूल बांधले आहेत. सायकली, रिक्षा, स्कूटर्स, टांगे, गाढवं आणि उंटांनी वाहणाऱ्या गाड्या... आणि बरेचसे रस्ते दोन्ही बाजूंनी गर्भवतीच्या पोटासारखे फुगतात. शहराबाहेर पडताना एके काळच्या माझ्या परिचित वास्तू मी कशाबशा ओळखू शकलो. चौबुरजी, डी. ए. व्ही. कॉलेज (आता त्याचं इस्लामीकरण झालं आहे) गोल बाग, न्यायालय आणि गव्हर्नमेंट कॉलेज इत्यादी. आम्ही बादशाही

मशीद आणि रणजितसिंहची समाधी मागे टाकली आणि रावी नदी ओलांडू लागलो. जहांगीरची प्रचंड कबर सकाळच्या धुक्यात दिसेनाशी झाली.

शेखपुरा मला चांगलं आठवलं. ज्या ज्या गावांतून आम्ही गेलो, ती आता भूतकाळाचे क्षीण प्रतिध्वनी उरले होते. चूर कना, पिंडी भट्टिया, चिनियोत, रबवा क्वादियानी मुसलमानांचे प्रमुख केंद्र) सरगोधा इत्यादी. इथं आपल्या पंजाबच्या विरुद्ध परिस्थिती होती. इथले ओबडधोबड रस्ते, रस्त्यावर फारसे न दिसणारे ट्रॅक्टर्स आणि नापीक जमिनीचे विशाल पट्टे. मला धान्यबिया, खतं अगर कीटकनाशक रसायनांचा एकही डेपो दिसला नाही. फक्त एक शीतगृह आणि एक धान्याची कणीग दिसली. हरयाना-पंजाबच्या रस्त्यावरच्या ढाब्यांत हमखास दिसणारं दृश्य म्हणजे टोपल्यात भरलेली अंडी. ती इथल्या चहाच्या दुकानात दिसली नाहीत.

आम्ही आमच्या मुक्कामावर दोन तास उशिरा पोहोचलो. इथं सत्तर वर्षांपूर्वी मी जन्मलो आणि इथून सरगोध्याला आणि तिथून दिल्लीला निर्वासित म्हणून जाऊन साठ वर्षं झाली. इथं पुन्हा परतणं झालं नाही. आता जे काही हदालीबद्दल आठवतं, ते म्हणजे तीनशे घरांपेक्षा कमी वस्ती असलेलं छोटं खेडं. इथले रहिवासी बलुच वंशाच्या मुसलमानाच्या वाधाल, मस्तियाल आणि आवानस अशा टोळ्यांत विभागले होते. इथले उंच, दणकट आणि आकर्षक व्यक्तिमत्त्वाचे पुरुष दिसण्यात रोमन योद्ध्याप्रमाणे होते. स्वतःच्या अश्वारोहणाचा, बहिरी ससाण्यांचा वापर करून पक्ष्यांच्या शिकारीतल्या कौशल्याचा आणि लढाऊ परंपरेचा त्यांना गर्व असायचा. इथल्या छोट्या रेल्वे स्टेशनवर संगमरवरी फलकावर मजकूर कोरला होता : या खेड्यातले ४३७ पुरुष (याचा अर्थ प्रत्येक सुदृढ पुरुष) पहिल्या महायुद्धात लढले होते आणि त्यांतले सातजण धारातीर्थी पडले होते. कोणत्याही भारतीय खेड्यातल्या जवानांनी एवढ्या मोठ्या प्रमाणात रणांगणावर आपल्या प्राणाची आहुती दिली नसेल. आता आठवतं, त्यांच्या स्त्रिया पुरुषांएवढ्या उंच होत्या. त्या बारीक कमरेच्या, गोल गरगरीत बांध्याच्या होत्या. डोक्यावर तीन घागरी आणि कमरेवर दोन्ही हातांनी एकेक घागर सहज वाहून न्यायच्या आणि खालच्या नजरेनं लगबग घराकडे जायच्या.

हदाली तेव्हा खेवराच्या मिठागराकडे पाहिल्यास, नजर पोहोचू शकत होती, तिथपर्यंत पसरलेल्या वाळूच्या टेकडीत हरवली होती. इथली वनश्री म्हणजे काही पामची झाडं. इथं दोन खारट पाण्याची तळी (तोभा) होती. आमच्या बैलासह आम्ही त्यांचं पाणी वापरत होतो. इथल्या विहिरी खोल, कोरड्या असल्यामुळे या तळ्यांचा मुख्यत्वे पिण्याच्या पाण्यासाठी उपयोग व्हायचा. वाळूच्या टेकड्या हे आमचं खेळण्याचं ठिकाण असे. आम्ही मुलं संध्याकाळी तिथं शौचाला जात असू. वाळूत खेळताना संध्याकाळ उलटून जात असे आणि घरून दरडावून बोलावणं येईपर्यंत

चांदण्यांत आणि चंद्रप्रकाशात आमचं खेळणं चालूच असायचं.

फाळणीनंतर हदालीत हिंदू किंवा शीख राहिले नाहीत. माझ्या वडिलोपार्जित घराचा ताबा रोहटकमधून आलेल्या मुस्लीम निर्वासिताच्या कुटुंबानं घेतला. माझ्या पिढीचे खेड्यातले रहिवासी धूळ चढलेल्या थडग्यांत चिरनिद्रा घेत होते. त्यांची मुलं माझं कसं स्वागत करतील? माझ्या वाडवडिलांची नावं कुणाला आठवतील?

आमच्या रस्त्यावर इतक्यात एक फाटा लागला. रस्त्याच्या कडेला 'हदाली' असं उर्दूत लिहिलेली पाटी होती. तिथं आम्ही जरा थांबलो. आमच्या कारभोवती वयस्कर माणसांचा वेढा पडला. त्यांनी स्वतःहून आपला परिचय करून दिला. मलिक हबीब नवाज, मलिक खुदाबक्ष तिवाना आणि इतरांची नावं मला आता आठवत नाहीत. त्यांतल्या एकाने माझे दोन्ही हात हातांत धरले; मला मिठी मारली आणि स्वागताचे शब्द गुंफलेल्या सोनेरी कलाकृतीच्या हारांनी गुदमरून टाकले. हवेत अग्निबाण उडाले आणि त्यांतून प्रकाशाची रंगीत कारंजी बाहेर आली. मला पुन्हा कारमध्ये बसवले गेले आणि गावातल्या रस्त्यांतून आमची मिरवणूक निघाली. पुरुषांनी घराच्या दरवाज्यात उभे राहून 'खूश आमदी' अशा घोषणा दिल्या. घरांच्या माळवदावरून स्त्रियांनी फुलांच्या पाकळ्यांचा वर्षाव केला. जिथं मी जन्मलो, ते घर या प्रसंगानिमित्तानं विशेष सजवलं होतं. ज्या माणसानं काहीही विशेष पराक्रम केला नाही, त्याचं एखाद्या वीरासारखं स्वागत झालं. नाही म्हणायला आपलं जन्मग्राम सहा दशकांनंतर कसं दिसत असेल, हे पाहण्याची त्याची प्रबळ इच्छा मात्र होती.

वाळवंटातल्या टेकड्या किंवा खारट पाण्याची ती तळी (तोभा) आता राहिली नव्हती. तिथं आता कालवा आला होता आणि वाळूच्या टेकड्यांचं रूपांतर आता हिरव्यागार वनश्रीत झालं होतं. तळ्याच्या ठिकाणी 'हायासिंथ' उगवलेली दलदल होती. हदालीची लोकसंख्या आता तिपटीहून अधिक झाली होती. त्यांनी एकच इमारत पूर्वी होती, तशीच ठेवली होती. तिच्यात आता कोणी राहतही नव्हतं. ती इमारत म्हणजे जिथं हिंदू व शीख पूजाविधी करायचे; ती धर्मशाळा होती. सरकारी शाळेच्या आवारात ध्वजस्तंभाभोवती हदालीचा समस्त पुरुषवर्ग जमला होता. प्रथम कुराणातील 'तिलावत'चं पठण झालं. त्यानंतर गावातील सर्व प्रमुख नागरिकांनी ओळीनं स्वागतपर भाषण केलं. सर्वांनी भाषणाची सुरुवात 'बिस्मिल्ला-हिर-रहेमान-ए-रहीम'नं केली. ते सगळेजण अत्यंत खराब उर्दूत बोलले. मी माझ्या खेड्यामधल्या बोलीभाषेत उत्तर दिलं. मी तिथं जमलेल्या मुस्लीम समुदायाला एवढंच सांगितलं की, हदालीला येणं म्हणजे माझ्या 'उमरा' आणि 'हाज' आहे. भावनावेग अनावर होऊन मी नको तेवढा वाहत गेलो. एके काळी जन्मगाव असलेलं आणि आता त्यांच्या गावाबद्दल मला वाटणाऱ्या प्रेमाचं स्वरूप बघून त्यांचं माझ्यावरचं प्रेम आणखी वाढलं. मला अजूनही माझं खेडं माझं वतन- (मातृभूमी) वाटते.

माणसाला आपल्या जन्मभूमीची वाटणारी ओढ ही एक नैसर्गिक प्रेरणा आहे. असं म्हणतात की, प्रेषित मोहम्मद आपली मातृभूमी सोडून अकरा वर्षं मदिना गावात राहिला होता. लढाईत विजय मिळवून तो- आपलं गाव- मक्केला परतला. गावात आल्यावर त्यानं काबाभोवती उत्कटतेनं प्रदक्षिणा घातल्या. 'मला एकान्तवास पाहिजे', असं बरोबरच्या लोकांना सांगितलं. तो रात्रभर आपल्या प्रथम पत्नीच्या थडग्याजवळ अश्रू ढाळत बसला होता.

हदालीच्या लोकांनी मला एकटं सोडलं असतं तर ती रात्र मी चंद्रप्रकाशात हदालीच्या गल्ल्यांतून फिरून काढली असती...

◆

दक्षिणेची सफर

मद्रासी लोकांशी वागताना आम्हा उत्तरेच्या लोकांना जो एक मोठा न्यूनगंड असतो, त्याची बाधा मलाही झाली आहे. मीनाम्बक्कम विमानतळावर उतरत असताना कानांची ऐकण्याची माझी शक्ती क्षीण होऊ लागली. परिणामी, इंजिनाचा कानठळ्या बसवणारा आवाज, सीटची बेल्टस् बांधण्याची सूचना आणि त्यानंतरच्या 'धूम्रपान करू नका, आपापली टेबल्स घडी करून ठेवा; खुर्च्या सरळ करा' इत्यादी सूचना मला ऐकू आल्या नाहीत. विमानातली हवेचा दाब नियंत्रित करणारी यंत्रणा नीट काम करत नसल्याने हा प्रकार नवीन नव्हता. गोवा सोडल्यापासून माझा घसा बसल्यामुळे तर मला जास्तच त्रास होत होता. मला उतरून घ्यायला आलेल्या सद्गृहस्थांपाशी मी दिलगिरी व्यक्त केली.

"माफ करा, मला ऐकू येईनासं झालं आहे."

त्यांनी मला खात्री दिली की, काही मिनिटांतच माझा हा त्रास जाईल; परंतु तसं झालं नाही. मी दोन दिवस-रात्री मद्रासमध्ये होतो. आयआयटीमधल्या माझ्या भाषणाच्या वेळी मला विचारण्यात आलेला प्रत्येक प्रश्न पुन्हा मोठ्या आवाजात विचारल्यावर मला ऐकू आला; त्यानंतर हॉटेल कॉनेमारात एका आंतरधर्मीय स्नेहसंमेलनात बोलताना मला माझं बोलणं ऐकू येत नव्हतं. तिथं बहिऱ्या लोकांप्रमाणे मी ओरडून बोलत होतो, याची मला खात्री आहे. ऐकू येण्यासाठी घेतलेल्या कुठल्याही औषधाचा उपयोग झाला नाही. बंगलोरला जाण्यासाठी विमान मद्रासच्या बाहेर आल्यावर मात्र ऐकू येऊ लागलं. तामिळनाडूतून जसजसं उत्तरेला जावं, तसतसा तुमच्यातला न्यूनगंड कमी होतो आणि त्यामुळे होणारे मानसिक आणि शारीरिक त्रास आपोआप नाहीसे होतात. तात्पर्य, मद्रासी लोकांच्या वाक्चातुर्याची बरोबरी करण्याची ज्यांना खात्री नाही, त्या पंजाबींनी तामिळनाडूपासून दूर राहिलेलं बरं!

मद्रासमध्ये थोडाफार पाऊस पडेल, अशी माझी अपेक्षा होती; पण पावसाचा एकही थेंब पडला नाही. हवा उष्ण, आर्द्र आणि नीरव होती. दिल्लीतल्यासारखे मॉन्सूनच्या आगमनापूर्वी येथेही गुलमोहोर बहरले होते. दिल्लीप्रमाणे उन्हाळ्याच्या ऐन मध्याला सूचना न देता वीज गेली आणि नळातून पाणी येणं बंद झालं. मला

मात्र फारसा त्रास झाला नाही, कारण मी राहत होतो त्या इमारतीचं सीलिंग खूप उंचीवर होतं आणि भिंती जाड होत्या. माझ्या तोंडात टूथपेस्ट असताना जेव्हा नळातून थेंब पडेना, तेव्हा मी कॅम्पाकोलानं तोंड धुतलं. तिथं शीतपेयाची मुबलकता होती. कारण माझी यजमानीण सुरजित कौर हिच्या मुलाचं शीतगृह होतं. फ्लोराईड टूथपेस्ट आणि कोला हे एक तोंड धुवायचं आनंददायक मिश्रण आहे. तोंड धुणं आणि दाढीत अडकलेला शांपू बाहेर काढणं हे एक त्रासदायक गणित आहे व ते मला एकट्यानं सोडवणं कधीच जमत नाही.

आणखी काही आश्चर्यकारक प्रसंग माझी वाट पाहत होते. मद्रास क्लबमधील जेवण हा एक निराशाजनक अनुभव होता. हा क्लब मद्रासमधील सर्वांत जुना आणि अतिशय हेकेखोर आहे. माझ्या यजमानबाईंनी मला खात्री दिला की, या क्लबमध्ये मद्रासमधला सर्वांत उत्तम बल्लवाचार्य आहे. मला वाटलं, त्या मित्रांना मी निमंत्रित करावं. मी निमंत्रित केलेल्या मित्रपरिवारात राजमोहन गांधी होते. दुसरी होती डॉ. गीता पद्मनाभन. तिच्या गालावर सुंदर खळी पडायची. बोलताना ती सतत मंदहास्य करीत असे. तिनं मला इशारा दिला होता की, पायात काहीही न घालता मी क्लबला जाऊ नये. (गोव्यातील हॉटेलात मला नेहमी अनवाणी वावरताना तिनं पाहिलं होतं.) क्लबच्या भव्य प्रवेशद्वारात आमची कार थांबली आणि बसण्यासाठी असलेल्या व्हिक्टोरियन काळातल्या दालनातून आम्ही भोजनगृहात गेलो. काळा कोट आणि नेकटाय घातलेल्या वेटरनं फेट्यापासून तळपायापर्यंत मला लक्षपूर्वक न्याहाळलं. आणि नंतर जाहीर केलं,

''सर आपणास प्रवेश देता येत नाही. आपण पायांत पायमोजे व बूट घातले पाहिजेत. तसंच, शर्टला कॉलर असली पाहिजे. हे क्लबचे नियम आहेत.''

''मी तुला सांगितलं होतं.'' गीतानं मला फैलावर घेतलं.

''मी अनवाणी नाही. मी सँडल्स घातले आहेत.'' मी विरोध प्रकट केला.

पण नुसते सँडल्स पुरेसे नव्हते. आम्हाला परत पाठवण्यात आलं. जेव्हा राजाजींचे (राजमोहनचे आजोबा) आणि दारूबंदीचं राज्य होतं, तेव्हा याच क्लबमध्ये मला धातूच्या भांड्यातून स्कॉच व्हिस्की दिली गेली होती!

''मद्रास फार रूढिप्रिय शहर आहे.'' राजमोहन गांधींनी शेरा मारला. ''कुठलाही बदल त्यांना आवडत नाही.''

हे मात्र खरं आहे. आपल्या चेहऱ्यावर जातिवाचक मुद्रा-टिळे मिरवणाऱ्या, पांढऱ्या लुंगीत आणि सदऱ्यात मिरवणारी, 'हिंदू' दैनिकाच्या मागच्या पानावरच्या धार्मिक मजकुराच्या वाचनाचं व्यसन असणारी, शहरातील समाजाचा कणा असणारी आणि सॉक्स व बुटाविषयीचे मूर्खपणाचे नियम पाळण्याबाबत क्लबना सूचना देणाऱ्या मंडळींशी माझं जमत नाही.

"असं शहर असल्यावर कोण दुसऱ्या ठिकाणी राहील?" मी स्वतःलाच प्रश्न केला.

मी एअरबसमधून बंगलोरच्या थंड आणि ताज्या हवेत आलो होतो. जेव्हा इथं उन्हाळ्याच्या दिवसांत पावसानं चिंब झालेल्या वाऱ्याच्या लहरी वाहतात, तेव्हा उत्तरेच्या सपाट प्रदेशातला तो गुदमरून टाकणारा उकाडा आणि धुळीच्या वादळापासून त्रास कशाला करून घ्यायचा? इथं जेव्हा तुम्ही उन्हाळ्याच्या उबदार उन्हाचा आनंद घेऊ शकता, ते उत्तरेतल्या हिवाळ्याच्या थंडीनं कशाला थरथर कापावे? हे आपलं नंदनवन आहे. इथं वाऱ्याच्या शिळेनं वाजवलेल्या बासरीच्या कर्णमधुर आवाजानं तुम्हाला जाग येते आणि घराची दारं, खिडक्या उघडल्यावर दवानं थबथबलेली आणि फुलांनी बहरलेली झाडं डोकावतात. गुलाबी दालचिनीची झाडं, आफ्रिकन ट्यूलिप, बिगॉनिया आणि गूढ आकाराचे अरुकारियास इथं बहरलेले आहेत. वृक्षांच्या पर्णराजीतून कोकिळा आणि बार्बेटस् साद घालत असतात आणि जाई व माऊलसरी (Maulsari) च्या फुलांनी संध्याकाळ सुगंधित होते.

आपण सर्वजण बंगलोरमध्ये का राहू शकत नाही, याला बरीच कारणं आहेत. इथं राहणाऱ्या तीस लाख लोकसंख्येनं हे शहर आता काठोकाठ भरलं आहे आणि आणखी अडुसष्ट कोटींचा भार हे शहर घेऊ शकत नाही. असो. कुठल्याही निमित्तानं कर्नाटकात राहता यावं, म्हणून आपण भारताच्या उरलेल्या भागाचा त्याग करू शकत नाही. खरं ना? माझ्यासारख्या माणसानं बंगलोरला स्थलांतर करण्याची कल्पना अजून काही काळ तरी दूर ठेवली पाहिजे. याला आणखी एक महत्त्वाचं कारण आहे. गुंडूराव पत्रकारांना पायांखाली तुडवण्याच्या लायकीचे साप आणि विंचवांप्रमाणे अपायकारक प्राणी मानतो. याचा अनुभव त्यानं सत्तेवर असताना घेतला असावा. देवराज अर्स यांनी पत्रकारांना आपलंसं करण्यासाठी आणि स्वतःची घरं बांधण्यासाठी नाममात्र किमतीला प्लॉट पाडून त्यांना जमीन दिली. पत्रकारांनी आपले प्लॉट विकून नफा कमावला. आज बंगलोरला पत्रकार वसाहतीत एकही पत्रकार राहत नाही!

उत्तर भारतीय घरांच्या तुलनेत त्याच थरांतल्या दाक्षिणात्यांची घरं फार ओकीओकी वाटतात. इथलं हवामान गालिचे वापरण्यास योग्य नसतं. खेरीज वयस्कर माणसांना डुलक्या घेण्यासाठी आणि दिवास्वप्नं पाहण्यासाठी आजोबा वापरतात, तशी आरामखुर्ची सोडली तर कुटुंबातली इतर मंडळी जमिनीवर बसतात आणि जेवतात; त्यामुळे घरात अतिशय मोजकं फर्निचर असतं. घरात तसबिरी असल्याच तर देवांची अथवा देवींची रंगीत चित्रं असतात किंवा कॅलेंडर्स असतात. साठवायच्या वस्तूंसाठी कपाटं असतात. भिंतीत ठोकलेले खिळे अगर एखाद्या खोलीत एखादी दोरी बांधलेली असते. तिच्यावर सदरा किंवा लुंगी टाकलेली असते. हे झालं त्यांचं कपड्याचं

कपाट किंवा वॉर्डरोब. दरमहा ३००० रुपये उत्पन्न असलेल्या कुटुंबाची ही राहण्याची पद्धत आहे. त्यांची मिरवण्याची एकच बाब आहे, ती म्हणजे त्यांच्या बायकांच्या कानांतले आणि नाकातले सोन्याचे व हिऱ्याचे दागिने आणि त्यांच्या शोभिवंत रेशमी साड्या! दक्षिण भारतीयांच्या अस्मितेचं ठिकाण म्हणजे त्यांचं स्वयंपाकघर. इथं त्या उत्तरेतल्या स्त्रियांपेक्षा जास्त वेळ असतात. त्यांना त्यांच्या पाककलेचा सार्थ अभिमान वाटतो. त्यांच्या जेवणातले पदार्थ पचायला सोपे आणि तोंडाला पाणी सुटणारे असल्यामुळे जास्त योग्य वाटतात. बैठं काम करणाऱ्या प्रत्येक भारतीयाला सांगावंसं वाटतं :

त्यानं उत्तर भारतातील तेलानं थबथबलेला आहार वर्ज्य करावा आणि उत्तप्पम् इडली-वडा आणि डोशाबरोबर स्वादिष्ट चटणी या पदार्थांकडे वळावं. एका नवीन पदार्थाची मी शिफारस करतो. तो म्हणजे थायिर सादम! आलं, लसूण आणि जिरं घालून केलेला भाताचा एक चविष्ट प्रकार.

शहरातल्या काही तासांच्या मुक्कामात या शहराच्या जराशा वेगळ्या वाटणाऱ्या नावाचा उगम कशात आहे, हे मला उमजलं नाही. शब्दकोडं तयार करणाऱ्यांचं ते एक आवडतं नाव आहे. नाना तऱ्हेच्या निर्बंधांनी भरलेलं शहर धडाकेबाज गोष्टींचं शहर (Banllgalore), बंगाली कथांत सांगितलं जातं, असं दक्षिण भारतातील शहर (Bangalore) वगैरे वगैरे. एका स्थानिक माणसानं खुलासा केला की, शहराचं नाव 'बंगलूरिया'वरून पडलं आहे. 'बंगलूरिया' म्हणजे किंचित भाजलेले हरभरे आणि जेव्हा केम्पे-गौडानं हे गाव जिंकलं आणि खायला या धान्याशिवाय काहीच मिळालं नाही, तेव्हा हे नाव पडलं, असं म्हणतात. एरवी याबाबतीत हॉब्सन जॉन्सनजवळ जास्त माहिती असायला हवी होती. तेही याबाबतीत काही सांगत नाहीत आणि बालफोरचा (Balfour's) भारताचा ज्ञानकोश (१९८३ मध्ये प्रकाशित) या ग्रंथात याबद्दल एक छोटी टीप आहे, ती अशी - 'हवामान जवळजवळ युरोपसारखं आहे; परंतु झाडी नसलेल्या भागातलं हवामान मुलांच्या दृष्टीनं योग्य नाही. बंगलोर पेट्टा अथवा शहरी लोकवस्तीचं गाव ब्रिटिशांनी २१ मार्च, १७९१ मध्ये हल्ला करून काबीज केलं. पाहा रेशीम-चहा.' बंगलोरमध्ये पाहण्यासारख्या वस्तूंच्या यादीत पुष्कळशा वस्तूंचा समावेश करता येईल. विमानं, टेलिफोन्स, घड्याळं, इलेक्ट्रॉनिक उपकरणं, मँगो टीन, ॲवाकाडो पेअर्सची फळं आणि कृशकटी, गुडघ्यापर्यंत केशसंभार आणि हेशबोन (Heshbone) च्या तलावाप्रमाणे काळेभोर डोळे असलेल्या सुंदर मुली!

◆

कलकत्ता

एक काळ होता, जेव्हा माझा विश्वास होता की, पृथ्वीवर बंगाली लोकांपेक्षा सुसंस्कृत लोक नाहीत आणि मी ठरवून टाकलं होतं की, आपल्याला जर सुसंस्कृत राष्ट्राची राजधानी निवडावी लागली, तर ती कलकत्ताच असू शकेल. तेव्हा गुरुदेव टागोर, रथिबाबू, नंदलाल बोस, जेमिनी रॉय आणि न्यू थिएटर्समध्ये उदय शंकरचा क्षितिजावर उदय होत होता. जसजसा काळ जाऊ लागला, तसतसा प्रत्येक बंगाली गोष्टीबद्दलचा माझा उत्साह ओसरू लागला. कलकत्त्याला वारंवार गेल्यानं हे असं झालं. एका वैभवशाली महानगरापासून, नीट देखभाल न ठेवलेली, अस्वच्छ आणि महानगराच्या आरोग्याला झेपतील, त्यापेक्षा जास्त लोकसंख्या राहणाऱ्या शहरात परिवर्तन झालं. किपलिंगनं वर्णन केल्याप्रमाणे लवकरच त्याचं रूपांतर धूसर धुक्याप्रमाणे भरावं, तसं मृत्यूच्या छायेत वावरणाऱ्या आणि खचाखच भरलेल्या अशा जीवघेण्या शहरात झालं. मला ते आवडेनासं झालं आणि तिथं जाणं मी टाळू लागलो. गेल्या दोन वर्षांत माझ्या कलकत्त्याविषयीच्या नाराजीचं रूपांतर भीतीत झालं आहे. मला या शहराची आणि इथल्या रहिवाशांची भीती वाटते. जेव्हा जेव्हा मी ग्रँड हॉटेलच्या दालनात चक्कर मारतो आणि चौरंगीमधून वाहणारी माणसांची दुर्लंघ्य भिंत समोर पाहतो, तेव्हा पावलं वाटेतच थबकतात आणि आपल्या खोलीत मी केव्हा पळतो, असं होतं. त्या कुबट वासाच्या मानवी प्रवाहात बुडी मारण्यासाठी, रेटारेटी आणि धक्काबुक्कीला तोंड देण्यासाठी, खड्डे पडलेल्या आणि वेड्यावाकड्या झालेल्या फूटपाथवर अडखळणं टाळण्यासाठी आणि सदासर्वकाळ आढळणारा रस्त्यावरचा चिखल टाळण्यासाठी, सर्व बाजूंनी तुमच्या अंगावर धावून येणाऱ्या आणि खचाखच भरलेल्या बस आणि टॅक्सींना चुकवण्यासाठी तुम्हाला सगळं धैर्य एकवटावं लागतं. घाण आणि गलिच्छपणा यांच्याशी निगडित सगळ्या तऱ्हेच्या मानसिक तिटकाऱ्याच्या भावना माझ्या मनात निर्माण झाल्या आहेत आणि सगळ्यात जास्त प्रबळ भीती मनात आहे, ती म्हणजे गर्दीची भीती. कलकत्त्याच्या लोकांपेक्षा जास्त रागीट आणि चिडखोर लोक जगात नसतील. एखाद्या मोटारीनं जर रस्त्यावरच्या माणसाला धक्का दिला, तर लोक झटकन जमा होतील, त्या गाडीचा ताबा घेतील, ती उलटी होईपर्यंत धक्के देतील आणि तिला पेटवून देतील. अजूनही माझा विश्वास आहे की, बंगाली लोक भारतातील कोणत्याही माणसापेक्षा जास्त मनमोकळे आहेत.

त्यांच्या स्त्रियांचे केस अतिशय लांबसडक आणि सुंदर असतात. त्यांचे डोळे सगळ्यात सुंदर आणि विशाल असतात; पण मला समजत नाही की, कलकत्त्यासारखं शहर त्यांनी कसं काय निर्माण केलं आहे आणि जर कलकत्त्यावाचून त्यांचं चालतच नसेल, तर त्याबाबतीत ते काही करत का नाहीत? उदाहरणार्थ, बॉम्बनं हे शहर ते उडवून का देत नाहीत?

आताशी अगदी आवश्यक असेल, तेव्हाच मी कलकत्त्याला जातो. 'टेलिग्राफ' दैनिकासाठी काँग्रेसच्या ७७व्या खुले अधिवेशनाचा वृत्तान्त देण्यासाठी एकदा कलकत्त्याला गेलो होतो. आपल्या राज्यकर्त्यांची अफवा निर्माण करण्याची आणि अफवा टिपण्याची माझी भूक कधीही न भागणारी आहे. काँग्रेसजनांच्या अधिवेशनापूर्वी त्यांच्या जमण्यामुळे दुर्वर्तनासंबंधीच्या बातम्यांची मेजवानीच मिळणार होती. पुढील सार्वत्रिक निवडणुकीविषयी काही कुजबूज कानांवर आली, तर ती ताबडतोब टिपता येईल आणि राजीव गांधी एक राजकारणी व्यक्ती म्हणून कसा आकार घेत आहे, हे जवळून पाहता येईल, अशी मला आशा वाटत होती. माझा तिथला पाच दिवसांचा मुक्काम फार फलदायी ठरला. या शहराविषयीची माझी घृणा या मुक्कामात बळावली, काँग्रेसवाल्यांच्या छंदीफंदी वर्तणुकीच्या रसाळ गोष्टी मला समजल्या आणि येऊ घातलेल्या निवडणुकीविषयीची निरनिराळी मते माझ्या कानांवर आली. तसेच, राजीव गांधीला कामकाजात भाग घेत असताना मला पाहता आलं.

अधिवेशनात सुरुवातीला फार पक्का असलेला बंदोबस्त शेवटी फार कच्चा ठरला. टेबल टेनिसच्या मॅचेस्साठी आयोजित केलेल्या नेताजी स्टेडियममध्ये अधिवेशनाच्या बैठका घेण्यात आल्या. तेथील ध्वनिनियंत्रण व्यवस्था तपासण्याची तसदी कोणीही घेतलेली नव्हती. भाषणं त्यांच्या उठणाऱ्या प्रतिध्वनीमुळे नीट ऐकू येत नव्हती. आतल्यापेक्षा स्टेडियमबाहेर उभं राहून भाषणं जास्त चांगली ऐकू येत होती. परिणामी, भाषणातून काय सांगितलं जात आहे, याकडे कोणी लक्ष देत नव्हतं आणि आपल्या राष्ट्रीय पातळीवरच्या खेळात म्हणजे गप्पा मारण्यात प्रत्येकजण वेळ घालवत होता. हजारो लोकांच्या आपापसांतल्या बोलण्याचा गोंगाट पसरला होता. असा एकही क्षण नव्हता की, शे-दोनशे लोक कोठून तरी येत नव्हते अगर कुठं जात नव्हते; त्यामुळे श्रीमती गांधी पाचही दिवस रागात का होत्या, हे समजण्यासारखं होतं. त्या वारंवार बेशिस्त वागणुकीबद्दल लोकांची कानउघाडणी करत होत्या. (आणि प्रेस फोटोग्राफर्स सगळ्यांत जास्त दोषी होते.) त्या पुन:पुन्हा श्रोत्यांना बजावून विचारत होत्या, 'तुम्ही शांतपणे ऐकून का घेत नाही?' श्रोतृवर्ग त्यांच्या सूचनांकडे लक्ष देत नव्हता, हेही समजण्यासारखं होतं. एक तर तिथं होत असलेली भाषणे नीट ऐकू येत नव्हती व दुसरं म्हणजे, तिथं होणाऱ्या भाषणातले

सगळे मुद्दे श्रीमती गांधींनी मुंबईत काही आठवड्यांपूर्वी केलेल्या भाषणात आणि त्यानंतरच्या त्यांच्या व्याख्यानात लोकांनी ऐकले होते. मग श्रीमतीजी एवढा त्रागा का करून घेत आहेत? तथापि, त्यांनी सांगितलेल्या दोन गोष्टी माझ्या लक्षात राहिल्या. आपण निलगिरीची झाडं लावता कामा नयेत. कारण या झाडांची वाढ जलद असली तर त्यामुळे जमिनीचं नुकसान होतं आणि काँग्रेसच्या नेतेमंडळींना 'साध्या आणि पारदर्शक' राहणीमानाचं उदाहरण घालून देण्याबद्दलचा त्यांचा सल्ला. कलकत्त्याच्या सर्वांत महागड्या अशा दोन हॉटेलांत - 'ग्रँड' आणि 'पार्क'मध्ये बहुतेक नेतेमंडळी राहत होती!

शिस्तशीरपणा? त्याचा मागमूसही नव्हता. उचलून फेकणं, ढकलाढकली, प्रवेशद्वारातून घुसणं आणि खिडक्यांची तावदानं फोडणं हे प्रकार चालू होते. सेवा दलातले स्वयंसेवक आणि प्रेक्षक यांच्यातली झटापट ही दररोजची बाब होती. डोकं थंड ठेवून वेळोवेळी गर्दीवर नियंत्रण ठेवणारी एकच व्यक्ती होती - राजीव गांधी. व्यासपीठावरची त्याची उपस्थिती पाहून मला आनंद आणि आश्चर्य वाटलं. ज्या तऱ्हेनं तो बोलत होता, त्यानं मी प्रभावित झालो. एकदा तो वस्तुस्थिती आणि आकडेवारी सांगताना चुकला, तरी त्याला जे सांगायचं ते त्यानं प्रभावीपणानं आणि स्पष्टपणे सांगितलं. देवाची कृपा की, त्याला त्याच्या पक्षातील लोकांप्रमाणे पोकळ बडबड करण्याची सवय नव्हती.

अधिवेशनाची शेवटची दुपार हा एक भयानक अनुभव होता. दुपारपासून घोषणा देत देत काँग्रेसजनांची एक प्रचंड मिरवणूक श्रीमती गांधींचं भाषण ऐकण्यासाठी मार्ग काढीत मैदानाकडे सरकत होती. संध्याकाळी चार वाजेपर्यंत हे अखंड चालू होतं आणि विमानतळावर पोहोचण्यासाठी मला फक्त एक तास उरला होता. माझ्या ड्रायव्हरनं कौशल्यानं गाडी चालवली नसती तर विमानतळावर पोहोचणं अवघड होतं. मला सांगण्यात आलं की, क्रुश्चेव्हच्या भेटीनंतर कलकत्त्यात एवढा मोठा समुदाय पाहण्यात आला नव्हता. त्या वेळी डाव्या विचारसरणीचा पगडा असलेला जनसमुदाय क्रुश्चेव्हचं स्वागत करण्यासाठी आला होता. या वेळेस लोक कम्युनिस्ट राजवटीविरुद्ध आपला असंतोष व्यक्त करण्यासाठी जमा झाले होते.

मला दिल्लीला घेऊन जाणाऱ्या विमानातल्या मंडळींचा सहवास आनंददायक होता. एका विमानात इतक्या मोठ्या संख्येनं उच्च पदस्थ मंडळी प्रवास करताना मी कधी पाहिलं नाही. केंद्रीय मंत्रिमंडळातील कमीतकमी बारा मंत्री, काही मुख्यमंत्री आणि दोन डझनावर पार्लमेंटचे सदस्य होते.

'हे विमान पडलं तर माझ्या स्मरणार्थ कोणी चार ओळीसुद्धा लिहिणार नाहीत.'

मी विनोदानं म्हणालो.

'म्हणून तर मी स्वतः विमान चालवायचं ठरवलं' इंडियन एअरलाइन्सचा सर्वांत ज्येष्ठ वैमानिक छड्डा म्हणाला.

'काळजी करू नका.' शंकरानंदांनी आश्वासन दिलं, 'मला ॲक्सिडेंटपासून भय नाही. मी जेव्हा प्रवास करतो, तेव्हा कुणालाही इजा होत नाही.

'त्यामुळे आम्हाला हायसं वाटलं. एम् के. एल. भगत, मक्वाना आणि साळवे यांना मी ताजे पंजाबी जोक सांगितले आणि लोकसभेच्या स्त्री सदस्यांना आणि हवाईसुंदरींना शेरशायरी ऐकवून काही प्रतिष्ठितांच्या मनांत असूया निर्माण केली.

चौधरी बन्सीलालनी एका नवविवाहित दाम्पत्याचा फोटो मला भेट दिला.

दाढी पांढरी पडलेल्या, फेटा घातलेल्या नवरदेवाचा तरुण व नाजूक वधूबरोबरचा तो फोटो होता.

फोटोतल्या वयस्कर नवरदेवांकडे बोट दाखवून ते म्हणाले-

'हे तुम्ही आहात आणि ही आहे...'

चौधरीसाहेबांनी माझं मीलन कुणाबरोबर केलं हे मी सांगू शकत नाही. एवढंच सांगतो की, मी एका पायावर तयार होतो!

एका स्मरणीय अधिवेशनाची ही रोमहर्षक समाप्ती म्हणायची.

इतर शहरांतल्या वारांगनांबरोबर भरपूर मजा करून एखादा माणूस त्याच्या प्रेयसीकडे येतो, त्याप्रमाणे मी नेहमी दिल्लीला परततो. माझी प्रिय नगरी काय सुंदर स्वागत करते. त्या रात्री उष्मा आणि उकाडा खूप होता. घरात आल्यावर मी कपडे भिरकावून देतो. बाथरूममध्ये जाऊन पाण्याचा नळ सोडतो. नळातून गढूळ थेंब पडतात. थोडं गढूळ पाणी येतं. नंतर पादल्यासारखा आवाज येतो. नळाला पाणी नाही. मी अंघोळीचा बेत रद्द करतो.

मी स्टडीत जातो आणि फोन उचलतो आणि पाणीखात्याच्या माणसाचा नंबर फिरवतो. लाइनवर दोन मुली त्यांच्या 'डॅडीजी' आणि 'अंकलजी'बद्दल गप्पा मारत असतात. मी रिसीव्हर खाली ठेवून पुन्हा नंबर फिरवतो. त्या मुलींच्या गप्पा अजून चालूच असतात. या वेळेस गप्पांचा विषय 'मम्मीजी' आणि 'आँटीजी' असतो. मी त्यांच्या आई-वडिलांवर अश्लील भाषेत टिप्पणी केली.

'कुणीतरी हलकट माणूस लाइनवर आलेला आहे...' त्यांतली एक म्हणाली, 'नंतर फोन करते.'

मी मला हवा असलेला नंबर फिरवला. एंगेजचा आवाज. पुन्हा नंबर फिरवला. पुन्हा एंगेजचा आवाज. मग कम्प्लेंटला फोन केला. तिथल्या मुलीनं 'असिस्टंट्स'ला फोन करायला सांगितलं. 'असिस्टंट्स'च्या ड्यूटीवरच्या मुलीनं सांगितलं,

हा नंबर आउट ऑफ ऑर्डर आहे. ही लाइन तूर्त बंद आहे. 'कम्प्लेंट'ला फोन करा. '

मी 'कम्प्लेंट'चा नंबर फिरवतो. टेलिफोन डेड होतो.

बेडरूममध्ये जाऊन माझं नग्न शरीर आणि अनावर राग थंड करण्यासाठी एअर कंडिशनर चालू करतो. एक क्षीण आवाज करून तो माझं स्वागत करतो. त्याच्या घरघरीमुळे मला डुलकी लागते. मी केलेल्या दुर्लक्षामुळे त्याला राग येतो आणि नंतर क्षीण होत तो बंद पडतो. कलकत्त्याच्या काळ्या विवराप्रमाणे बेडरूमला स्वरूप येते.

पॉवर कट! दिवे नाहीत. पंखे नाहीत. ती रात्र मी बागेतल्या हिरवळीवर खुर्ची टाकून हातानं डासांना मारत आणि आकाशातल्या तारका मोजत घालवली. आकाशात निस्तेज चंद्राचं भ्रमण चालू होतं. पहाटेच्या तारका दिसू लागल्या. मी घरात जाऊन खिडक्या उघडतो. मधुमालतीच्या सुगंधानं सुवासित होऊन हवेची थंडगार झुळूक येते आणि रात्रीच्या निष्प्राण हवेमुळे आलेली मनाची मरगळ नाहीशी होते. तुतीच्या झाडाच्या अंधाऱ्या पानांतून धूसर प्रभात डोकावू लागली. रॉबिन पक्षी शीळ घालू लागला. त्याच्या मधुर स्वरानं कोकिळा जाग्या झाल्या आणि आपल्या 'कुहुकुहू'नं आणखी एका दिवसाच्या आगमनाची घोषणा करू लागल्या.

वटवाघळं आपल्या पंखांचा आवाज न करता प्रचंड अर्जुनवृक्षावरच्या घरट्याकडे उड्डाण करतात. वरच्या बाजूला राहणारी म्हातारी पावलांचा आवाज न करता रस्त्यावर येते, माझ्या कुंपणावरची Libiscusची फुलं तोडते, दुपट्ट्यात लपवते आणि हलक्या पावलानं देवळाच्या दिशेनं जाते. आता तिचा म्हातारा नवरा येतो. तोही माझ्या कुंपणाजवळ थांबतो. आजूबाजूला कोणी नाही ना, हे पाहतो; पोट दाबतो आणि पादतो. तो हलक्या पावलानं चालू लागतो. त्याच्या सुरकुत्या पडलेल्या चेहऱ्यावर 'हे कुणी केलं बुवा' असा भोळा भाव असतो. समोरच्या इमारतीत दिवे लागतात. एक स्त्री खिडकीवरचे पडदे सरकवते. आपल्या विस्कटलेल्या केसांचा आंबाडा बांधते आणि माझ्या दिशेनं आळोखे-पिळोखे देते. कावळे एकमेकाला साद घालतात. कुंपणावर चिमण्यांचं राज्य सुरू होतं. जवळच्या मशिदीतून मुअझ्झिनची बांग अल्लाची महती सांगत आभाळापर्यंत जाते. देवांना त्यांच्या डुलकीतून जागे करण्यासाठी देवळात घंटानाद होतो. दूधवाला दुधाच्या बरण्या सावरत सायकलवरून येतो. त्याच्या पाठोपाठ दुसरा सायकलवरून भसाड्या आवाजात ओरडत येतो- 'इश्टेटमन, टैम ऑफ इंडिया, एक्सप्रेस, हिंदुस्तान टाइम- पेपरवाला!' माझ्या दरवाज्याखालून पेपर सरकवल्याचा आवाज येतो.

◆

निसर्ग

भारतात असं कितीतरी आहे की, ज्याच्यावर अजून लिहिलं गेलं नाही. कारण इथल्या आघाडीच्या पत्रकारांच्या डोळ्यांवर एक प्रकारची झापड आली आहे; त्यामुळे राजकीय घडामोडींपुरतीच त्यांची दृष्टी मर्यादित झाली आहे. इथं निसर्गाचं एक विश्व आहे आणि या विश्वात सुंदर गोष्टींचा अमर्याद साठा आहे. या सृष्टीचा आम्ही शोध घेतला नाही की तिचा आस्वाद घेतला नाही.

'मे'चा महिना

मे हा अमलताश वृक्षांचा महिना आहे. गुलमोहोर प्रखर तांबड्या, केशरी आणि पिवळ्या रंगांनी उजळून निघतात. त्यातला रसरशीतपणा आता ओसरला आहे आणि आता आपली कामगिरी त्यांनी अमलताशवर सोपवली आहे, याची तुम्हाला जाणीव होते.

गुलमोहोरप्रमाणे अमलताश हे झाड दिल्लीकरांचं फार लाडकं आहे. कारण या दोन्ही झाडांची फार जलद वाढ होते आणि दोन्हींचे रंग फार मनोहर दिसतात. दोहोंपैकी अमलताशचं आगमन फार प्रेक्षणीय असतं. सुरुवातीला त्यांची पानं गळून पडतात आणि एप्रिलच्या दुसऱ्या पंधरवड्यात त्यांच्या निष्पर्ण फांद्यांवर तुम्हाला काळसर करड्या रंगाच्या लांबुळक्या शेंगा लोंबताना दिसतात. नंतर सोनेरी रंगाच्या द्राक्षाच्या घडाप्रमाणे दिसणाऱ्या मोहोराचं अचानक आगमन होतं. भारतीय अमलताशचं सौंदर्य वर्णनातीत आहे. कुठल्याही कवीनं अगर लेखकानं त्यावर लिहिण्याचं धाडस केलं नाही. फक्त चित्रकारांनीच त्यांना न्याय दिला. अरेरे! त्याचं वैभव फार अल्पजीवी असतं. पंधरा दिवससुद्धा टिकत नाही. त्यानंतर त्या जागी पानं येतात. अमलताशच्या बियांच्या चूर्णाचं एक परिणामकारक रेचक होतं आणि त्याच्या दालचिनीसारख्या सुवासिक खोडाचा उपयोग चर्मउद्योगात करतात.

दरवर्षी या दिवसांत एका तेवढ्याच सुंदर फुलांच्या झाडांना मोहोर येतो आणि तो अमलताशपेक्षा कित्येक आठवडे जास्त टिकतो. ते झाड म्हणजे पिंक कॅशिया. हे एक बारीक फांद्यांचं काटेरी झाड आहे. यावर गुलाबी आणि पांढऱ्या रंगाच्या फुलांचे झुबके येतात. जणू काही सुंदर युवतींच्या मनगटावरची कंकणंच!

मे हा रणरणत्या उन्हाचा महिना आहे. या महिन्यात पारा क्वचितच ४० डिग्रीखाली जातो, बऱ्याच वेळा ४२ डिग्रीला स्पर्श करतो आणि शेवटीशेवटी ४५ डिग्रीपर्यंत जातो. एका पत्रकारानं शेरा मारला आहे. भारतात फक्त दोन ऋतू असतात. एक उष्ण व एक अति उष्ण. उष्म्याबरोबर 'लू' येतात. आता राजस्थानातून अतिउष्ण वारे वाहू लागतात. आमची 'लू' तितक्याच भयंकर उष्णतेच्या लाटेसारखी किंवा कडाक्याच्या थंडीच्या लाटेप्रमाणे जीवांचा घास घेते. अतिउष्ण दिवसांत 'लू'ची मगरमिठी बेसावध जीवांचा थरकाप करते आणि त्यांना चिरंतन झोपवून कायमची शांत करते.

मे आणि जूनमध्ये उठणाऱ्या तप्त धुळीचं आणि वाळूच्या वादळाचं संस्मरणीय वर्णन किपलिंगनं केलं आहे. 'एक संभ्रमित सकाळ' या कथेत तो लिहितो, हवा हळूहळू तापत होती, हे मला जाणवत होतं; परंतु चंद्र दिसेनासा होईपर्यंत आणि समुद्रगर्जनेसारखे रोरावत प्रचंड तापलेले वारे मोसंबीच्या झाडांना तडाखा देऊ लागले, तोपर्यंत कुणाच्या लक्षात आलं नाही. आम्ही कुठं आहोत, हे समजेपर्यंत धुळीच्या वादळानं आम्हाला वेढून टाकलं आणि जिकडं पाहावं तिकडं घोंघावणारा आणि घुसळणारा अंधार पसरला. दुसऱ्या एका कवितेत किपलिंग उष्णतेनं तापलेल्या आणि धुळीनं भरलेल्या अशा न संपणाऱ्या दिवसाबरोबर येणारा बधिरपणा आणि थकवा वर्णन करतो :

आशेचा किरण नाही,
काही बदल नाही!
मेघांतून खिन्न होऊन सूर्य आमच्यावर आघात करतो
संत्रस्त नगराच्या वक्षावर
विसरलेल्या पापासारखी रात्र जडशीळ होऊन पडते.
निद्रा न चाळवता किंवा विश्रांतीच्या विचाराला धक्का न लावता,
तासामागून तास जातात, डोळे तारवटून चंद्र धुळीत वाट पाहतो
आणि पाण्यात पडणाऱ्या प्रकाशात थट्टेने हासतो
तक्रार न करणाऱ्या वृक्षांच्या यातना
खूप दूरवर होणारा ढगांचा गडगडाट निराशा व्यक्त करतो
तीनदा भाजून होरपळून गेलेली धरती, प्रतिध्वनीचा हुंकारा देते
विजांचे व्यर्थ चमकणे, गोळा झालेले ढग मदतीचा हात नाही देत
ओझ्याने थकलेली हवा प्रभातसमयाची प्रतीक्षा तर करत नाही?
पण हे काय? वेदनेने कण्हत असलेल्या आकाशातून
पेटती तलवार उपसून कृतज्ञ दिवस चाल करून आला

सहन करायला अवघड असे दिवस आता हळूहळू मोठे होत जातात. महिन्याच्या पहिल्या दिवशी सूर्योदय सकाळी ५.४० ला होतो आणि संध्याकाळी ६.५६ला सूर्य मावळतो आणि आपल्याला सव्वातेरा तासांपेक्षा जास्त वेळ नरकवास भोगावा लागतो. महिनाअखेर सूर्य १६ मिनिटे लवकर उगवतो (पहाटे ५.२४ला) आणि १७ मिनिटे उशिरा (सायंकाळी ७.१३ ला) मावळतो, अशा रीतीने न आवडणाऱ्या दिवसाच्या वेळात जवळजवळ अर्ध्या तासाची भर पडते. समुद्रकिनाऱ्यावरच्या आपल्या गावात त्या आणि शहरातल्या दमट, चिकट, उष्ण अशा नि:स्तब्ध वातावरणापेक्षा कोरडी उष्ण हवा सहन करणं अधिक सोपं असतं. कोरड्या हवेत

आपली खूप दमछाक होत असली, तरी दमट हवेमुळे अंगातून येणाऱ्या घामापेक्षा जास्त आरोग्यदायक असते. अर्थात बोचऱ्या उष्णतेमुळे मानेभोवती पुरळ उठतो; पण माझी आजी एका गोष्टीचं समर्थन करायची आणि मला ते पटलं - ते म्हणजे उष्णतेमुळे येणारे पुरळ हे चांगल्या तब्येतीचं लक्षण आहे. ज्यांना उकाडा असह्य होतो, त्यांच्यासाठी कूलर्स आहेत. यात उष्ण हवेचे झोत पाण्यानं भिजलेल्या वाळ्याच्या पडद्यातून नेले जातात. पहिल्या पावसाचे थेंब जमिनीवर पडल्यावर येतो, तसा मातीचा वास कूलरमधून बाहेर पडणाऱ्या हवेला येतो.

मे हा धुळीच्या वादळांचा, ढगफुटीचा आणि चक्रीवादळाचा महिना आहे. फार थोड्या सूचनेनं ते येतात. सुरुवातीला वातावरण कसं शांत असतं. अनेक दिवसांच्या निवांत शांततेनंतर वादळाची पूर्वचिन्हं तुमच्या क्वचित लक्षात येतात. फक्त पाकोळ्या ढगाळ आकाशात भिरभिरताना काहीतरी येत आहे, याची पूर्वसूचना देतात. मग अचानक आपल्या विराट स्वरूपात वादळ अवतीर्ण होतं आणि हां हां म्हणता सगळं वातावरण ढवळून काढतं. तुमचे डोळे आणि नाकपुड्या धुळीनं भरून जातात. या वादळानंतर वळवाच्या पावसाच्या जोरदार सरी पडतात. हे चक्रीवादळ आणि असा तडाखेबाज पाऊस अनेक वृक्षांचा बळी घेतात. पार्लमेंट स्ट्रीटच्या दोन्ही बाजूंना अनेक वर्षं पहारा देत असलेले फार पुरातन असे वटवृक्ष मुळासह उखडून गेलेले आणि अशोभनीय तऱ्हेनं डांबरी रोडवर कोसळलेले मी पाहिले आहेत. मे महिन्याच्या एका दुपारी वादळानं उन्मळून पडलेले निंबाचं प्रचंड झाड रणरणत्या उन्हापासून आडोसा घेण्यासाठी सावलीत उभ्या असलेल्या अर्धाएक डझन मोटारींवर कडाकडा आवाज करत पडलं आणि एका फियाट कारचे दोन तुकडे झाले. माझ्या अपार्टमेंटच्या बाहेर असलेल्या मधुमालतीच्या झाडाची एका चक्रीवादळात वाईट अवस्था झाली. पन्नास वर्षं वयाच्या या वृक्षाच्या सावलीत रोज सकाळी गाडी पार्क करून सावलीवर माझा हक्क मी सांगत असे. एके दिवशी पोहण्याच्या तलावाकडे जाण्यासाठी घर सोडतो, न सोडतो, तोच प्रचंड वारं सुटलं. मी शंभर यार्ड जातो, न जातो, तो मधुमालतीच्या झाडाच्या तीन फांद्या बुंध्यापासून उखडल्या गेल्या आणि जिथं मी कार पार्क करत असे, त्या जागेवर पडल्या. तिथं माझी नवी कोरी नाजूक 'मारुती गाडी' असती, तर तिचा चेंदामेंदा झाला असता. मी जर कारमध्ये असतो तर हे लिहायला जिवंत राहिलो नसतो! त्या दुपारी मुसळधार पावसाचे तडाखे खात मोतीलाल नेहरू मार्गावरून बुद्ध जयंती पार्क ओलांडून रिज मार्गावर गेलो. रस्त्यात सगळीकडं जांभूळ, लिंब आणि महुआच्या फांद्या तुटून पडलेल्या होत्या. काटकुळ्या निलगिरीच्या झाडाला म्हणण्यासारख्या फांद्या नसतात; त्यामुळे बरीचशी झाडं अख्खीच्या अख्खी पडली होती. या रस्त्यावरून गाडी चालवणं धोक्याचं होतं आणि सुरक्षेसाठी मी रस्त्याच्या मधून गाडी चालवत होतो.

मे आणि जूनच्या तीव्र उष्म्यात धुळीची वादळं आणि ढगफुटीखेरीज गारांचा पाऊस पडून तापमान काही वेळेपुरतं एकदम खाली उतरतं. काही वेळा गारा वाळूच्या छोट्या खड्याच्या आकाराच्या असतात; पण काही वेळा कबुतराच्या अंड्याएवढ्या असतात. क्रिकेटच्या चेंडूच्या आकाराच्या गारांमुळे गुरं आणि माणसं मेल्याचं ऐकिवात आहे. मुरादाबादला १८८८ मध्ये झालेल्या गारांच्या वादळात २४६ लोक काही मिनिटांत मृत्युमुखी पडल्याचं ऐकिवात आहे.

निंब, वड, पिंपळ आणि महुआसारख्या पानगळ झाडांची पानं गळून पडल्यावर नवीन वस्त्रं घालणं चालू होतं. एव्हाना शिवरीच्या झाडांनी माणसाला आपल्याजवळ होतं नव्हतं तेवढं दिलेलं असतं. मे महिन्यात गरीब कुटुंबं शिवरीचा कापूस रिकाम्या गोणीत गोळा करताना दिसतात. ते हा कापूस गाद्या-उशा करणाऱ्या लोकांना विकतात.

फुलांनी बहरलेल्या वृक्षांच्या बुंध्याजवळ पाकळ्या गळून पडतात. अमलताश वृक्ष आपल्या पायथ्याशी सोनेरी गालिचे अंथरतात.

वनस्पतींच्या बाबतीतलं सत्य प्राण्यांना लागू आहे. पक्ष्यांच्या जगात मे महिना पक्ष्यांच्या संगीताचा, प्रणयाराधनाचा आणि मीलनाच्या तृप्तीचा असतो. घारी आणि गिधाडांचं प्रणयाराधन हिवाळ्यात सुरू होतं. Ailanthus किंवा Semul च्या झाडांच्या फांद्यावर खूप उंचीवर तयार केलेल्या घरट्यावर पहारा देत त्या बैठक मारून बसून राहतात. कोकिळांचे साद आता जास्त जोरात आणि आक्रमक बनत आहेत. कावळे कोकिळांच्या हेतूंविषयी जास्त संशयी बनतात आणि कोकिळ पक्षी घरट्याजवळ आढळल्यास त्यांना तिथून हुसकावून लावून त्याचा दूरवर पाठलाग करताना दिसतात.

कोकिळांच्या सादाकडे लक्ष देऊन ऐकल्यास त्यात एक विशिष्ट पद्धत तुमच्या लक्षात येईल. पूर्वेला तांबडं फुटल्यावर नरकोकिळ स्वतःच्या अवकाश प्रदेशावर हक्क सांगताना पाच-सहा वेळा 'उरूक उरूक' असा आवाज करतात. मानवी भाषेत सांगायचं तर हा इतरांना दिलेला इशाराच म्हणावा लागेल. 'दूर राहा' हा तुम्हाला दिलेला इशारा आहे, 'तुम्ही दूर राहा.' दिवसात उरलेल्या वेळात 'कू कू' असा एक सुरातला साद ऐकू येतो. प्रणयाराधनाच्या वेळी मादी तिच्या जोडीदाराबरोबर वृक्षाच्या पर्णराजीतून फिरत असताना 'किक', 'किक' असे किंचाळून ओरडते. कोकिळांचं मीलन सहसा कुणाच्या नजरेस पडत नाही. मादी अंडी घालण्याच्या तयारीत असताना तिचा प्रियकर कावळ्यांना घरट्यातून बाहेर काढण्यात पुढाकार घेतो. मादी कोकिळा कावळ्यांच्या अंड्यांच्या ढिगात झटकन अंडी घालते आणि आपल्या जोडीदाराला तिची कामगिरी फत्ते केल्याचं 'कुईल कुईल' असा आवाज करून घोषित करते. कोकिळचालीनं फसवण्यासाठी कावळ्यांना खूप धूर्तपणा आणि वेळेचं

चांगलं भान बाळगावं लागतं. कावळ्यांनी आधीच अंडी घातलेलं घरटं कोकिळांना शोधावं लागतं. नाही तर कावळ्यांना संशय यायचा. दिसायला ही अंडी कावळ्यांच्या अंड्यांप्रमाणे असली पाहिजेत आणि ती लवकर उबवली पाहिजेत. कावळ्यांची अंडी उबवायला पंधरा दिवसांपेक्षा जास्त वेळ लागतो, तर कोकिळांची पिल्लं त्यापेक्षा एक-दोन दिवस आधी अंड्यांतून बाहेर पडण्याच्या तयारीत असतात. त्यांच्यात कावळ्यांच्या पिलांना घरट्याबाहेर ढकलण्याची आणि दत्तक आई-वडिलांनी आणलेलं अन्न मटकावण्याची त्यांची तयारी असते. ऑगस्टच्या अखेरच्या दिवसांत किंवा सप्टेंबरच्या सुरुवातीला कोकिळांच्या पिलांना कावळे भरवताना आणि त्यांच्या दत्तक आई-वडिलाप्रमाणे 'काव काव' असा आवाज करताना बरेचदा पाहायला मिळतात.

मैना (Pied) आपली घरं पुन्हा बांधतात. टेनिस कोर्टाच्या एका बाजूला असलेल्या सिरिसच्या खोडात आपलं घरटं बांधताना एका जोडीला मी बरीच वर्षं पाहत होतो. मी खेळत असताना शीशमच्या झाडावरून ऐकू येणारे सोनेरी ऑरिओल पक्ष्यांचे मधाळ स्वर, जवळच्या पार्कमधून ऐकू येणारे मोराचे तुतारीसदृश ललकार आणि दूरवरून ऐकू येणारी मैनेची साद माझं लक्ष वेधून घेत असे. पहाटे क्लबच्या वाटेवर, तासाभराच्या टेनिसच्या खेळात आणि घरी परतताना निसर्गाचं मला जेवढं दर्शन होतं तेवढा उरलेला वेळ मी स्वतःला अभ्यासिकेत कोंडून ठेवत असल्यामुळे एरवी होत नसे. टेनिस कोर्टावर दरवळणारा सुगंध हा 'सिरीस'चा आहे, हे मला अनेक वर्षं खेळातल्या तन्मयतेमुळे समजलं नाही. मेच्या मध्यात सिरीसच्या फिकट पिवळ्या मोहोराच्या रांगोळीची जमिनीवर पखरण होते; त्यामुळे मातीत मिसळून गेल्याने लोकरीच्या उलगडून ठेवलेल्या धाग्यांसारखं दृश्य दिसतं. तीच गोष्ट गुलमोहोराची. गुलमोहोराच्या झाडाखाली खेळण्यासाठी आपल्या टर्नची वाट पाहत बसणाऱ्यांसाठी खुर्च्या ठेवलेल्या होत्या. या वृक्षाच्या अस्तित्वाकडं माझं लक्ष नसायचं. क्वचितच मी त्याच्याकडे नीट लक्ष देऊन पाहिलं असेल. एका उन्हाळ्यात त्याच्या लक्षवेधी रूपानं माझे डोळे दिपून गेले, त्याच्या ज्वालेसमान झळाळत्या सौंदर्यानं माझं लक्ष वेधून घेतलं.

सतत तीन दिवस आणि रात्री आकाशात एक भयानक ढग जसा तरंगत राहतो, त्याप्रमाणे वातावरणात धूळ भरून राहिली होती. एक पान हललं नाही की पक्षी गायला नाही. अपार्टमेंटपुढची एकेकाळची हिरवळ वाळून पिवळी पडावी, तशी आता दिसू लागली आहे. फुलं त्यांच्या वाफाऱ्यात कोमेजून गेली आहेत. मनात विचार आला की, या कॅक्टससारख्या देशात फक्त कॅक्टसची झाडं तग धरून राहतील! दिवसातला उष्मा कमालीचा वाढला, पंख्यांमुळे गरम हवा खेळवण्याची थांबली, मी घामानं थबथबून गेलो. मानेभोवती उठणारे पुरळ पाहण्याव्यतिरिक्त काही करता येण्यासारखं नव्हतं. दिवसभर अंगावर साठलेली धूळ आणि घाम धुऊन

काढण्यासाठी शॉवरखाली जाऊन उभा राहिलो आणि नळ फिरवला. नळातून माफीच्या सुरातले खोकण्याचे आवाज आले; पण पाण्याचा एक थेंब काही पडला नाही! एकदा रात्री एअर कंडिशनरनं माझ्यासमोर 'राम' म्हटला आणि माझ्या थंड बेडरूमचं रूपांतर कलकत्त्याच्या कृष्ण विवरांमध्ये झालं! मी मनाशी प्रश्न करतो : देवानं त्याग केलेल्या या देशात मी कशासाठी राहतो आहे?

दुसऱ्या दिवशी दुपारच्या वेळी धुळीच्या वादळानं राक्षसी संतापानं शहरामध्ये थैमान घातलं. पार्लमेंट स्ट्रीटवर एक फार पुरातन असं वडाचं झाडं होतं. त्या वडाला मी चिरंतनाचं प्रतीक मानत होतो. या वादळानं ते मुळासह उखडून टाकलं. रस्त्यावरची वाहतूक कित्येक तास बंद पडली. वृक्षाचे अवयव छाटून टाकले, तेव्हा वाहतुकीचा ओघ सुरळीत चालू झाला. संधिप्रकाश पडेपर्यंत एक तासभर वादळ रोरावत होतं. ढगांचा गडगडाट आणि विजांचा चमचमाट धुळीनं भरून गेलेल्या वातावरणाचा भेद करत चालू होता. नंतर पाऊस पडायला सुरुवात झाली. तो फक्त पंधरा मिनिटं टिकला; पण तेवढ्या थोड्या वेळात गटारं भरून वाहू लागली. रस्ते पाण्याखाली गेले, इलेक्ट्रिसिटी सप्लाय कोलमडून पडला आणि दिल्लीचे बहुतेक सर्व टेलिफोन्स प्राणघातक तडाख्यानं निर्जीव दगड झाले. मी शिव्या देत पुटपुटलो, मी ही विटंबना का सहन करत आहे? जगातल्या ज्या भागात या सर्व यंत्रणा उत्कृष्टपणे चालवल्या जातात, तिथं जाऊन का राहत नाही?

दुसऱ्या दिवशी पहाटे मी टेनिस खेळण्यासाठी बाहेर पडतो. प्रत्येक झाडावरचं पान् न पान स्वच्छ न्हाऊन गेलं होतं. हवेत सिरीसचा मंद सुगंध दरवळत होता. सोनेरी ओरिओल्स साद देत होते. टेनिस कोर्टाजवळची गुलमोहोराची झाडं आपल्या शेंदरी आणि पिवळ्या फुलांनी ज्योतिर्मय दिसत होती. सगळ्यांत उंच फांदीवर एक शामा पक्षी (magic robin) बसला आणि तो मोठ्यानं गाऊ लागला...

आमोन देश्ती कोथाओ खोजाय
पाबे नो को तुमी
शोकोल देशेर रानी शेजेय
आमार जोन्मो भूमि

सगळीकडे शोधलंत, तरी या देशाइतका सुंदर देश पृथ्वीवर सापडणार नाही. सगळ्या देशांत माझी जन्मभूमी एखाद्या राणीसारखी शोभते.

दुसरीकडे राहण्याचा मी विचार तरी कसा करू शकलो बरं?

◆

कल्पित साहित्य

मी जेव्हा इंग्लंडमधून सुट्टीवर परत आलो तेव्हा माझ्या सुरुवातीच्या कल्पना राज्यातल्या चढाया या इंग्लिश स्त्रियांचा मी जो अनुभव घेतला त्याबद्दलच्या बढाया होत्या.

कर्म

रेल्वे स्टेशनच्या पहिल्या वर्गातील वेटिंग रूममधील आरशात सर मोहनलाल स्वतःला न्याहाळत होते. आरसा अर्थातच भारतात बनवलेला होता. आरशामागे लावलेला पारा अनेक ठिकाणी निघून गेला होता आणि काचेच्या अर्धपारदर्शक रेषा पुढील भागापर्यंत आलेल्या होत्या. दयेच्या आणि पोषणकर्त्याच्या भावनेनं सर मोहननं आरशाकडे पाहून स्मितहास्य केलं.

'या देशातील इतर अनेक गोष्टींसारखा तूदेखील अकार्यक्षम, घाणेरडा आणि दुसऱ्याची उपेक्षा करणारा आहेस. '

सर मोहनकडे पाहून आरशानं प्रतिहास्य केलं आणि म्हणाला,

'भल्या गृहस्था, तुझं थोडंसं बरोबर आहे. अत्यंत प्रसिद्ध, कार्यक्षम आणि देखणा असं तुझ्या बाबतीत म्हणता येईल. तुझी नीट कोरलेली दाढी- 'साविल रो'मध्ये शिवलेला सूट, काज्यामध्ये खोवलेलं कार्नेशनचं फूल, यूडी कोलोन, टाल्कम पावडर आणि सुगंधित साबणाचा तुझ्या सर्वांगाला येणार सुवास! होय, माझ्या मित्रा, तुझं थोडं बरोबर आहे!'

सर मोहनची छाती फुगली. त्यांनी स्वतःचा 'बॉलिओल' टाय अनेक वेळा सरळ केला आणि हात हलवून आरशाचा निरोप घेतला. त्यानं घड्याळात पाहिलं. एक छोटा पेग घेण्यासाठी अजूनही वेळ होता.

'कोई है?'

जाळीच्या दरवाज्यातून पांढरा पोशाख घातलेला बेअरर आत आला.

'एक छोटा पेग...' सर मोहननं ऑर्डर दिली आणि विचार करीत पिण्यासाठी तो बांबूच्या प्रशस्त खुर्चीवर जाऊन बसला.

वेटिंग रूमबाहेर सर मोहनच्या सामानाचा ढीग भिंतीशी रचून ठेवलेला होता. तपकिरी रंगाच्या एका छोट्या ट्रंकेवर लक्ष्मी-मोहनलालची पत्नी, पान चघळत बसली होती. ती वर्तमानपत्रानं वारा घेत होती. ती बुटकी आणि लठ्ठ होती. तिचं वय चाळिशीच्या आसपास असावं. ती तांबड्या काठाची मळकी पांढरी साडी नेसली होती. तिच्या एका नाकपुडीवर हिऱ्याची नथ होती आणि हातात सोन्याच्या खूप बांगड्या होत्या. ती बेअररबरोबर बोलत होती. इतक्यात सर मोहननं त्याला आत येण्याविषयी ओरडून सांगितलं.

बेअरर जाताच तिनं जवळून चालणाऱ्या हमालाला बोलावलं.

'बायकांचा डबा कुठं थांबतो?'

'प्लॅटफॉर्मच्या अगदी टोकाला. '

हमालानं डोक्यावरचं पागोटं दाबून व्यवस्थित केलं, स्टीलची ट्रंक डोक्यावर ठेवली आणि प्लॅटफॉर्मच्या टोकाच्या दिशेनं चालू लागला. लाल बाईंनी पितळेचा टिफिन कॅरीअर उचलला आणि हमालामागोमाग धीम्या गतीनं चालू लागल्या. वाटेत ती पानाच्या ठेल्यावर थांबली. तिनं चांदीच्या पानाच्या डब्यात पानं भरून घेतली आणि हमालाला गाठलं. हमालानं ट्रंक खाली ठेवली. ती त्यावर बसून हमालाशी बोलू लागली,

'या मार्गावरच्या गाड्यांत फार गर्दी असते काय?'

'आजकाल सगळ्या गाड्यांतून गर्दी असते; पण बायकांच्या डब्यात तुम्हाला जागा मिळेल.'

'तर मग जेवण तरी उरकून घ्यावं.'

लाल बाईंनी पितळी डबा उघडला आणि कोंबून बसविलेली पोळ्यांची चळत आणि थोडं आंब्याचं लोणचं बाहेर काढलं.

ती जेवत असताना हमाल तिच्यासमोर बैठक मारून बसला आणि बोटानं वाळूत रेघा ओढू लागला.

'ताई, तुम्ही एकट्या प्रवास करता आहात?'

'नाही, भय्या. माझ्याबरोबर माझे पती आहेत. ते वेटिंग रूममध्ये आहेत. ते प्रथम वर्गानं प्रवास करतात. ते 'वझीर' आणि 'बॅरिस्टर' आहेत. त्यांना गाडीत अनेक अधिकारी आणि इंग्लिश लोक भेटतात. मी साधी गावठी बाई. मला त्यांच्या चालीरीती माहीत नाहीत. म्हणून मी बायकांसाठी असलेल्या दुसऱ्या वर्गाच्या डब्यात बसते.

'लक्ष्मी मजेत गप्पा मारत होती. तिला गप्पागोष्टी करण्याची आवड होती आणि घरी बोलायला कोणी नव्हतं. ती घराच्या वरच्या मजल्यावर राहत असे आणि तो तळमजल्यावर. त्याला तिचे गरीब नातेवाईक बंगल्यात वावरलेले आवडत नसे. त्यामुळे ते कधी तिकडे फिरकत नसत. तो कधीतरी रात्री यायचा आणि थोडा वेळ थांबायचा. तो इंग्लिशमिश्रित हिंदुस्थानीतून तिला हुकूम सोडायचा आणि ती निमूटपणे मानायची. या वैवाहिक भेटीतून अद्याप काही फलश्रुती झाली नव्हती.

सिग्नल खाली पडला आणि घंटेनं गाडी येत आहे, असा इशारा दिला. लालबाईंनी घाईघाईनं जेवण संपविलं. लोणच्यातील आंब्याची बाठ चोखत ती उठली. सार्वजनिक नळावर हात-तोंड धुण्यासाठी जाता जाता तिनं मोठ्यानं एक दीर्घ ढेकर दिला. हात-तोंड धुऊन तिनं ते साडीच्या पदरानं कोरडे केले. आपल्या

पत्र्याच्या ट्रंकेकडे परत जाताना ती ढेकर देत पोटभर जेवण दिल्याबद्दल देवाचे आभार मानत होती.

धूर सोडत गाडी स्टेशनात शिरली. गाडीच्या टोकाला, गार्डच्या डब्याशेजारी असलेला स्त्रियांसाठी राखून ठेवलेला दुसऱ्या वर्गाचा डबा लक्ष्मीला सहज सापडला. गाडीचे बाकीचे डबे खच्चून भरलेले होते. तिनं आपलं ठुसकं जाड शरीर धापा टाकत दरवाज्यातून आत ढकललं आणि खिडकीजवळची जागा पकडली. पदराच्या टोकाला बांधलेलं दोन आण्याचं नाणं तिनं हमालाला दिलं आणि त्याची बोळवण केली. नंतर तिनं पानाच्या डब्यातून दोन पानं काढली, चुना आणि कात लावला, त्यावर सुपारीची खांड ठेवली; वेलदोडे टाकले आणि ती दोन्ही पानं गाल फुगेपर्यंत तोंडात कोंबली. तळव्यावर हनुवटी टेकून ती प्लॅटफॉर्मवरची धावपळ निवांतपणे पाहत राहिली.

गाडी आल्यामुळे सर मोहन लालच्या थंडपणात काही बदल झाला नाही. त्यानं स्कॉचचे घुटके घेत बेअररला हुकूम सोडला की, फर्स्ट क्लासच्या डब्यात सामान ठेवावं आणि मग येऊन सांगावं. उतावीळ होणं, धक्काबुक्की आणि घाईगर्दी करणं हे त्याच्या दृष्टीनं वाईट संस्कारांचं लक्षण होतं. सर मोहनलाल प्रतिष्ठित घरात सुसंस्कारांत वाढलेला होता. त्याला प्रत्येक गोष्ट व्यवस्थित आणि नीटनेटकी लागत असे. त्याच्या परदेशच्या पाच वर्षांच्या वास्तव्यात सर मोहननं तिथल्या उच्चभ्रू लोकांच्या चालीरीती आणि शिष्टाचार घेतले होते. तो क्वचितच हिंदुस्तानी बोलत असे; मोजके, आवश्यक शब्द आणि तेही इंग्रजी पद्धतीनं उच्चारलेले. ऑक्सफर्ड युनिव्हर्सिटीसारख्या महत्त्वाच्या ठिकाणी शिकल्यामुळे आपलं इंग्रजी सफाईदार आणि शुद्ध झालं आहे, अशी त्याची भ्रामक समजूत होती. त्याला संभाषणाची आवड होती. सुसंस्कृत इंग्लिशमनसारखा तो साहित्य, राजकारण, समाज अशा कुठल्याही विषयावर बोलू शकत असे. तो इंग्लिशमनसारखा इंग्लिश बोलतो; असे इंग्लिश लोकांचे उद्गार त्यानं अनेक वेळा ऐकले असतील!

आपल्याला एकट्यालाच तर प्रवास करावा लागणार नाही ना, अशी शंका त्याच्या मनात निर्माण झाली. ते स्टेशन एका कॅन्टोन्मेंटमध्ये होतं, तेव्हा काही इंग्रजी ऑफिसर्स गाडीत असतीलच, असं त्याला वाटलं. त्यांच्याबरोबरच्या संभाषणात त्यांच्यावर आपल्याला छाप टाकता येईल, या संभाव्य शक्यतेनं त्याचं हृदय भरून आलं. इंग्लिश माणसाशी बोलण्यास बहुतेक हिंदुस्थानी अधीर असतात. तशा अधीरपणाचं कोणतंही लक्षण तो दाखवीत नसे. तो त्यांच्यासारखा मोठमोठ्यानं, आक्रमकपणे आणि ठाशीवपणे मतंही व्यक्त करीत नसे. तो चेहऱ्यावर कोणतेही भाव न दाखविता वस्तुस्थितीला अनुसरून व्यवहार करीत असे.

तो कोपऱ्यातील खिडकीशेजारी बसेल आणि 'द टाइम्स'चा अंक बाहेर काढेल.

आपल्या हातातील वर्तमानपत्राचं नाव दुसऱ्याला सहज दिसावं अशा पद्धतीनं तो अंकाची घडी घालेल आणि शब्दकोडं सोडवत बसेल. टाइम्सचा अंक नेहमी लोकांचं लक्ष वेधून घेतो. 'माझं वाचून झालं आहे,' अशा आविर्भावात तो पेपर बाजूला ठेवेल, तेव्हा कोणीतरी तो वाचायला मागून घेईल. एखाद्या वेळेस कोणीतरी त्याचा 'बॉलीओल टाय' ओळखेल. प्रवास करताना हा टाय तो नेहमी घालतो. त्या टायच्या निमित्तानं त्याला ऑक्सफर्ड कॉलेजमधील 'परी-जगता'सारख्या दिवसांची स्मृतिचित्रे तेथील प्रगाढ विद्वान, दादागिरी करणारे विद्यार्थी, शिक्षकवर्ग, बोटींच्या शर्यती आणि रगर (rugger) मॅचेस् अशा विषयांवर गप्पा मारता येतील. टाइम्स आणि टाय, दोन्हींचा उपयोग झाला नाही तर सर मोहन वेटरला 'कोई है' असं पुकारून 'स्कॉच'ची ऑर्डर देईल. इंग्लिशमनचं लक्ष वेधण्यात आतापर्यंत व्हिस्की कधीही अयशस्वी झाली नव्हती. नंतर सर मोहन इंग्लिश सिगारेटनी भरलेली सोन्याची सिगारेट केस काढेल.

इंग्लिश सिगारेटस् आणि हिंदुस्थानात? त्यानं या कशा बरं मिळविल्या? जर एखादी सिगारेट ओढली, तर त्याची हरकत तर नसेल? आणि सर मोहन समजुतदारपणे हसेल - हो, हो, त्यात कसली हरकत? त्याच्या प्रिय अशा गतकाळच्या इंग्लंडबरोबर संवाद साधण्यासाठी इंग्लिश लोक उपयोगी पडू शकतील काय? ऑक्सफर्डमधील त्या करड्या रंगाच्या बॅगा आणि गाउन्स, स्पोर्टसचे ब्लेझर कोटस् आणि मिक्सड डबल्स, 'इन्स ऑफ कोर्टस'मधील रात्रीच्या मेजवान्या आणि पिकॅडेली येथील वेश्यांबरोबर घालविलेल्या रात्री! अशी भरगच्च रोमहर्षक पाच वर्षं! गावंढळ आणि गलिच्छ भारत, इथं यशस्वी होण्यासाठी स्वीकाराव्या लागलेल्या मार्गाचे भयंकर तपशील, संभोगसुखासाठी वरच्या मजल्यावरच्या रात्रीच्या भेटी, घामाचा आणि कच्च्या कांद्याचा वास येणाऱ्या, लठ्ठ शरीराच्या लक्ष्मीबरोबर केलेले झटपट संभोग - यांत घालविलेल्या पंचेचाळीस वर्षांपेक्षा ती रोमहर्षक पाच वर्षं कितीतरी जास्त सुखदायक!

इंजिनजवळच्या फर्स्ट क्लासच्या डब्यात साहेबांचं लगेज ठेवलं आहे, असं बेअररनं सांगितल्यावर सर मोहनची विचारमालिका तुटली. सर मोहन रुबाबात फर्स्ट क्लासच्या डब्याकडे चालत गेला. त्यांनी डब्यात पाहिलं. त्याची निराशा झाली. डब्यात कोणी नव्हतं. सुस्कारा टाकून तो कोपऱ्यात बसला आणि अनेक वेळा वाचलेला 'द टाइम्स'चा अंक त्यानं उघडला.

सर मोहननं डब्याच्या खिडकीतून प्लॅटफॉर्मवरच्या गर्दीकडे पाहिलं. डब्यात जागा शोधण्यासाठी डोकावत, चालत येत असलेले दोन इंग्रज शिपाई त्याला दिसले. सर मोहनचा चेहरा खुलला. त्या शिपायांच्या पाठींवर सामानाच्या पिशव्या

होत्या आणि ते अडखळत चालत येत होते. त्यांना फक्त सेकंड क्लासनं जाण्याची परवानगी होती, तरी सर मोहननं त्यांचं स्वागत करण्याचं ठरविलं. त्याबद्दल नंतर गार्डशी बोलता येईल, असं त्याच्या मनात आलं.

शिपायांपैकी एकजण शेवटच्या डब्यापाशी आला. त्यानं खिडकीतून डोकावून डब्याचं निरीक्षण केलं. त्याला रिकामा बर्थ दिसला.

'ए बिल...' तो ओरडला, 'इथं एक बर्थ आहे.' त्याचा मित्र पुढे आला. त्यानंही आत डोकावलं आणि सर मोहनकडे पाहिलं.

'या निगरला बाहेर काढ,' तो आपल्या मित्राला अडखळत म्हणाला.

त्यांनी दरवाजा उघडला आणि अर्धवट हसत आणि अर्धवट विरोध करण्याचा प्रयत्न करणाऱ्या सर मोहनकडे मोर्चा वळविला.

'रिझर्व्हड!' बिल ओरडला.

'जनता-रिझर्व्हड, आर्मी-फौज' आपल्या खाकी शर्टकडे बोट दाखवत जिम ओरडला.

'एकदम जाओ- गेट आउट!'

'आय से, आय से, शुअरली' ('मी म्हणतो, मी म्हणतो, होय नक्की,') सर मोहननं विरोध करत ऑक्सफर्डच्या उच्चारात म्हटलं. शिपाई थबकले.

हे काहीतरी 'इंग्लिश'सारखं वाटतंय असं त्यांना जाणवलं; पण स्वतःच्या प्यालेल्या अवस्थेत ते कानांवर कसा विश्वास ठेवणार? त्यापेक्षा आपल्याला आधी वाटलं ते बरोबर होतं असे त्यांना वाटले. तेवढ्यात इंजिननं शिट्टी दिली आणि गार्डनं हिरवा बावटा फडकावला.

शिपायांनी सर मोहनची सूटकेस उचलली आणि प्लॅटफॉर्मवर फेकून दिली. त्यापाठोपाठ त्याचा थर्मास फ्लास्क, ब्रीफकेस, बेडिंग आणि 'द टाइम्स'चा अंक भिरकावून दिला. सर मोहन रागानं काळा-निळा पडला.

'हा अपमान आहे अपमान,' तो रागाने घोगऱ्या आवाजात म्हणाला.

'मी तुम्हाला कैद करेन - गार्ड, गार्ड!'

बिल आणि जिम पुन्हा थबकले. कानांवर इंग्लिशसारखं काहीतरी पडलं खरं; पण ते उच्चभ्रू इंग्लिश त्यांना परवडण्यासारखं नव्हतं.

'तुझं थोबाड बंद ठेव!' आणि जिमने त्याच्या मुस्काटात भडकावली.

इंजिनाने एक छोटी शिट्टी दिली आणि गाडी चालू झाली. शिपायांनी सर मोहनला बखोटीला धरलं आणि गाडीबाहेर ढकलून दिलं. तो पाठीवर कडमडला, बेडिंगला अडखळला आणि सूटकेसवर आपटला.

धा ऽऽड! असा आवाज झाला.

सर मोहनचे पाय जमिनीवर खिळले आणि त्याची बोबडी वळली. गाडी वेग घेत

त्याच्या जवळून गेली आणि तो खिडकीच्या उजेडाकडे एकटक पाहत राहिला. गाडीच्या मागील लाल दिवा दिसू लागला. हातात बावटा घेतलेला गार्ड दरवाज्यात उभा होता.

उजळ वर्णाची आणि लठ्ठ बांध्याची लक्ष्मी इंटर क्लासच्या बायकांच्या डब्यात बसली होती. तिच्या नाकात हिऱ्याची नथणी चमकत होती. पानाच्या रसानं तिचं तोंड फुगलं होतं. स्टेशन संपताच तो रस थुंकून टाकण्यासाठी तिनं तो तोंडात दाबून धरला होता! प्लॅटफॉर्मचा उजेड संपताच लालबाईंनी पान थुंकून टाकलं आणि अंधारात लाल मुखरसाची पिचकारी मारली!

◆

दंगल

वसंत ऋतू. स्वच्छ संधिप्रकाशामध्ये शहर जणू गुंगीत विसावलं होतं. दुकानं बंद होती. घराच्या दारांना आतून कड्या लावल्या होत्या. निर्मनुष्य रस्ते दिव्याच्या मंद प्रकाशानं उजळले होते. डोक्यावर स्टील हेल्मेट घालून आणि पाठीवर रायफली लटकावून फक्त काही पोलिस हिंडत होते. जाड खिळे ठोकलेल्या त्यांच्या बुटांच्या आवाजामुळे गावातील शांततेचा भंग होत होता.

संधिप्रकाश अंधारामध्ये विलीन झाला. चंद्रकोरीने शांत रस्ते प्रकाशित केले. मंद वाऱ्यानं वर्तमानपत्राचे तुकडे फूटपाथवरून रस्त्यावर आणि रस्त्यावरून फूटपाथवर सारखे उडत होते. हवा थंड होती, हवेला वसंतातला गंध होता. थंडाव्याला वसंत ऋतुचा गंध होता. काही कुत्री अंधाऱ्या बोळातून बाहेर आली. दिव्याच्या खांबाभोवती जमली. काही पोलिस स्मितहास्य करीत, रमतगमत कुत्र्याजवळून गेले. त्यांच्यापैकी एक काहीतरी अश्लील पुटपुटला. दुसऱ्यानं एक दगड उचलला आणि कुत्र्यांकडे फेकण्याचा अभिनय केला. कुत्री विरुद्ध दिशेला पळाली आणि सुरक्षित अंतरावर त्यांनी पुन्हा प्रियाराधन सुरू केलं. राणी ही हलक्या जातीची कुत्री होती. तिच्या पिलावळींनी गल्लीबोळ व्यापले होते. गावात सामान्य जातीची, बारीक-किडकिडीत कुत्री असतात, त्याचा ती आदर्श होती. तिच्या अंगावरची कातडी लूत भरलेली होती. त्यातून काही कुजट मांस दिसत होतं. तिचे सुकलेले स्तन बरगडीतून लोंबकळत होते. शेपटी नेहमीप्रमाणे मागच्या पायांत दुमडलेली. भीतीनं मान खाली आणि भेकड वृत्ती.

खरं तर, राणी उपासमारीनं मेली असती; पण तिला पहिल्यांदा एकदम आठ पिल्लं झाली, तेव्हा राम जवाया नावाच्या एका हिंदू दुकानदाराच्या औदार्यानं ती जगली. त्याच्या अंगणातच राणीनं गर्भाशय रिकामं केलं होतं; त्यामुळे रामच्या कुटुंबीयांनी तिला खाऊपिऊ घातलं. पिल्लं रस्त्यावर पळू लागेपर्यंत आणि चोरून अन्न मिळवेपर्यंत त्यांनी राणीचं पोषण केलं. रामच्याच औदार्यानं तिला पुसून घेण्याचीही सवय लागली होती. प्रत्येक वर्षी वसंत ऋतू आला की, तिला रमझान या मुस्लीम दुकानदाराशी रेंगाळायला काही कारण सापडत असे. रमझानचं फळं, भाज्यांचं छोटंसं दुकान होतं. त्यात फळं-भाज्या ठेवलेल्या लाकडी फळ्यांच्या खाली मोठा, दांडगा असा मोती कुत्रा राहत असे. प्रत्येक शरद ऋतूमध्ये, राणी-

मोतीच्या अर्ध्या डझन पिल्लांची 'भेट' रमझान कुटुंबाला मिळत असे. न्यू फौंडलँड आणि स्पॅनियल यांच्या संबंधांतून मोती झालेला होता. त्याची भरभरीत कातडी आणि गुरगुरणारी नजर ही रमझानच्या अभिमानाची गोष्ट होती. त्यानं मोतीची शेपूट आणि कान कापून टाकले होते. मोठा आणि दणकट होईपर्यंत त्यानं मोतीला खायला घातलं होतं; त्यामुळे तो गावातल्या कुत्र्यांचा 'दादा' बनला. राणीला अनेक शत्रू होते; परंतु वर्षानुवर्षं वसंत ऋतूचं आगमन होताच, राणीची कल्पनाशक्ती मोतीच्या विचारांकडे वळत असे आणि ती रमझानच्या छोट्या दुकानाजवळ इकडेतिकडे रेंगाळत भटकत असे.

वसंत ऋतूचे दिवस आले. जातीय दंगली आणि संचारबंदी यांच्या भीतीमुळे गावातील व्यवहार बंद पडले होते. दहा-वीसजणांचं घोळके दिवसा एकत्र येऊन कोपऱ्याकोपऱ्यांवर कुजबूज करीत बोलत असत. दुकानं उघडलेली नव्हती. संचारबंदी व्हायच्या खूप आधी रस्ते ओस पडलेले होते. रस्त्यांवर फक्त भटके आणि मिश्र जातीचे कुत्रे आणि पोलिस इकडून तिकडे फिरत होते.

त्या रात्री मोतीसुद्धा हरवला होता. खरं तर, संचारबंदी चालू झाल्यापासून रमझाननं त्याला घरातील पलंगाला बांधून ठेवलं होतं. घराचं रक्षण करण्याच्या दृष्टीनं रस्त्यावर रेंगाळणाऱ्या कुत्र्यांपेक्षा तो अधिक उपयोगी होता. रमझानच्या दुकानाजवळ राणी आली आणि आजूबाजूला हुंगू लागली; परंतु मोती तिथं नव्हता, राणी निराश झाली. संपूर्ण शहर फक्त स्वतःचंच असावं; उत्सुकतेनं पाहणारी मुलंही नाहीत की आई-वडीलही नाहीत. निर्लज्ज वर्तन पाहून कुत्र्यांवर दगड भिरकावणारेही नाहीत, असा वसंत ऋतू क्वचितच येतो. राणीनं मोतीचा नाद सोडला आणि ती राम जवायाच्या घराकडे डुलतडुलत चालू लागली, तेव्हा लग्नाची मागणी घालणारी एक रांगच तिच्या मागोमाग चालू लागली!

राम जवायाच्या पायऱ्यांसमोर राणी उभी होती. मागणी घालणाऱ्यांपैकी अनेकांना तिने पृष्ठभाग दाखविला. ते गुरगुरून, झटापट करीत एकमेकांशी भांडू लागले. त्यांचा 'निर्णय' होईपर्यंत राणी निर्विकारपणे उभी राहिली. काही थोड्या मिनिटांनंतर एका बेढब काळ्या कुत्र्यानं 'विशेष सन्मान' मिळविला. तो राणीचा स्वतःचा वंशज होता. इतरजण 'खाली मान' घालून निघून गेले.

रमझानच्या घरात चौपाईखाली बसून मोती दुःखी डोळ्यांनी मालकाकडे पाहत होता. वसंत ऋतूतल्या हवेनं काही दिवस त्याला अस्वस्थ केलं. त्यानं रस्त्यावरून गुरगुरण्याचा आवाज ऐकला, त्याला राणीचा वास आला; परंतु रमझाननं त्याला जाऊ दिलं नाही. मोतीनं दोरखंडाला हिसका दिला, क्षणभर थांबला; नंतर पुन्हा दोराला तडाखे देऊ लागला. रमझानचा दणकट हात त्याला लागत होता. थोड्या वेळानं मोतीने, पुन्हा तडाखे सुरू केले. रात्री पहारा करीत असल्यामुळे रमझानला

झोप मिळत नसे; त्यामुळे झोप अगदी अनावर झाली होती. तो घोरू लागला. मोतीनं जोरदार झडप टाकली आणि विश्वासघात करणाऱ्या प्रेयसीच्या नावानं केविलवाणा आक्रोश केला. दोरखंडाला जोरदार हिसका देऊन उतावीळपणे दोर तोडण्याचा तो पुन:पुन्हा प्रयत्न करू लागला, नंतर भुंकू लागला. मोतीला मारण्यासाठी रमझान चौपाईवरून उठला. मोतीनं दरवाज्याला धक्का दिला. त्याच्याबरोबर ती हलकी चौपाई फरफटत गेली. वासावरून तो दाराजवळ आला आणि झटकन बाहेर पळाला; पण चौपाई दारातच अडकून बसली आणि दोरखंडानं त्याची मान आवळली गेली. त्यानं रानवटपणे एक जोरकस हिसका दिला, दोरखंड तुटून पडला आणि अधीरतेनं मोती रस्त्यावर पळत सुटला. रमझान धावतच खोलीत गेला, एक सुरा झटकन शर्टाखाली घातला आणि तोही मोतीमागे पळत सुटला.

राम जवायाच्या घराबाहेरच भटकी राणी आणि अतिसामान्य काळा कुत्रा अनैतिक संबंधांत गुंतून पडले होते. अचानकपणे दाणगट मोती त्यांच्या दृष्टीस पडला. रागानं गुरकावतच मोतीनं राणीच्या प्रियकरावर उडी मारली. इतर कुत्रीही त्या 'धूमश्चक्रीत' सामील झाली आणि एकमेकांना खेचू लागली. ओरबाडू लागली; खेचाखेच करू लागली.

राम जवायानंसुद्धा गेले कित्येक दिवस रात्री पहारा करून, जागून काढल्या होत्या. त्यानं मुस्लिमांच्या किंकाळ्या ऐकल्या; परंतु थकवा आणि झोप यामुळे पुन्हा तो झोपला. चौपाईखाली दगडांचा ढिगारा आणि हाताजवळ ॲसिडनं भरलेल्या सोडा-वॉटरच्या बाटल्यांची थप्पी ठेवून तो गाढ झोपला. बाहेरच्या आवाजानं त्याला अचानक जाग आली. त्यानं एक मोठा दगड उचलला आणि दार उघडलं. मोठ्यांदा देवाचं नाव घेऊन त्यानं तो दगड कुत्र्यांवर भिरकावला. एक माणूस अचानकपणे कोपऱ्यावरून येत होता, तो दगड त्याच्या पोटावर बसला.

फेकलेल्या दगडामुळे रमझानचं विशेष नुकसान झालं नाही; पण अचानक हल्ल्यानं तो आश्चर्यचकित झाला. तो किंचाळून ओरडला. 'खून! खून!' आणि त्याने शर्टाखालचा सुरा काढला. काही किराणा दुकानदारांनी आणि अन्य दुकानदारांनी थोडा वेळ एकमेकांकडे पाहिलं आणि नंतर आरडाओरडा करीत ते आपापल्या घराकडे पळू लागले. ते निश्चल शहर जिवंत झालं आणि आरडाओरड्यात भर पडली. शीख मंदिरात युद्धाच्या वेळी वाजणारी ढोलकी असतात, ती मोठ्यांदा वाजू लागली. वातावरण युद्धमय होऊ लागलं.

पुरुष आपापल्या घरातून चौकशी करीत गडबडीनं बाहेर आले. 'मुस्लीम किंवा हिंदू यांपैकी कुणावर तरी हल्ला झाला आहे, कोणाला तरी पळवून नेलं आणि कोणाला तरी भोसकण्यात आलं.' असे लोक बोलत होते. गुंडांची एक टोळी हल्ला करण्याच्या तयारीत होती; पण कुत्री चुकायला लागली. तरीही त्यांनी एका स्त्रीवर

हल्ला केला आणि तिच्या मुलांना ठार मारलं. (हे मात्र थोपवायला हवं होतं.) याला कोणाचा तरी विरोध व्हायला हवा होता, तो झाला. दहाजणांना पाचजण मिळाले. दहाजण वीसजणांना मिळाले. असे अनेक होत शंभरजण हातात सुरे, भाले, कुऱ्हाडी आणि रॉकेलचा डबा घेऊन राम जवायाच्या घराकडे निघाले. त्याच्यावर दगड, सोडा-वॉटरच्या बाटल्या आणि ॲसिडचा भडिमार केला गेला. त्यांनी पुन्हा आंधळेपणानं मारा केला. तारतम्य न ठेवता रॉकेलचे डबेच्या डबे ओतले आणि घरे पेटवली गेली. आकाशात ज्वाळा भडकून उठल्या. राम जवायाचं घर आणि परिसरातील हिंदू-मुस्लीम-शीख या सर्वांनाच ज्वाळांनी वेढलं.

पोलिस धावत पळत त्या जागेवर आले आणि त्यांनी बंदुकीच्या फैरी झाडल्या. घंटेचा दणदणीत आवाज करीत आगीचा बंब आला आणि त्यानं आकाशात पाण्याचे फवारे उडविले. याशिवाय शहरात इतर जागीही आगी लावण्यात आल्या होत्या; आगीचे बंब मात्र पुरेसे नव्हते.

ती संपूर्ण रात्र आणि संपूर्ण दुसरा दिवस आगी भडकत होत्या, घरं पडत होती आणि लोक मरत होते. राम जवायाचं घर जळून गेलं आणि तो जिवानिशी कसातरी सुटला.

भग्न अवशेषांमधून अनेक दिवस धूर बाहेर पडत होता. एके काळी गजबजलेल्या शहरातील इमारतींचा कोळसा होऊन ढीग झाले होते.

काही महिन्यांनंतर शांतता प्रस्थापित झाली. राम जवाया आपलं घर पाहाण्यासाठी आला. विटांचे पर्वताएवढे ढीग सर्वत्र अस्ताव्यस्त पडलेले होते. सर्वत्र गोंधळ होता. अंगणातील एका कोपऱ्यात थोडी स्वच्छ जागा होती. तिथं राणीच्या वाळक्या स्तनांमध्ये पिलावळ गुरफटून पडली होती. आपल्या नसलेल्या, अनैतिक अशा पिलावळीचं रक्षण करीत मोती तिच्या शेजारी उभा होता.

◆

धर्म

एका पंजाबी सूफी कवीच्या एका सुंदर कडव्यात प्रार्थना स्थळांविषयीच्या माझ्या भावनांचा मथितार्थ आला आहे :

मशीद फोडून टाका, मंदिर फोडून टाका
जवळपास असलेलं सर्व फोडून टाका
माणसांच्या हृदयावर मात्र कधी घाव घालू नका
कारण तिथंच असतं साक्षात परमेश्वराचं वास्तव्य

जादूचे शब्द

सर्व धर्मांत असे काही शब्द असतात की, ज्यात रक्षण करण्याची आणि रोगमुक्त करण्याची शक्ती असते. त्यामागचं गूढ उकलणं फार अवघड असतं. हिंदू धर्मांत 'ओम' किंवा 'ॐ' हा स्वर आहे. तो लांबवून म्हटला जातो आणि सर्व ध्वनी त्यातून प्रकट होतात, असं मानलं जातं. त्याच्या उच्चारानं किंवा देवाच्या एखाद्या नावाबरोबर जसं, 'हरि ओम्' त्याचा उच्चार केला, तर जीवनकलहानं थकलेल्या मज्जातंतूंवरचा ताण नाहीसा होतो आणि एका मानसिक शांतीचा उगम होतो.

शिखांच्या धर्मात 'एक ओंकार' (जगात एक देव आहे!) हा समानार्थी शब्द 'ओम्'पासून तयार झाला आहे; पण 'ओम्' हा शब्द हिंदूंमध्ये जेवढा रुजला आहे, तेवढा 'एक ओंकार' शब्द शिखांमध्ये रुजला नाही.

मुसलमानांत 'ओम्'सारखा एकाक्षरी शब्द नाही; पण 'अल्ला हो अकबर' सारखे काही शब्द आहेत व जपाच्या माळेचे मणी ओढताना या शब्दांचा जप केला जातो. कुराणातल्या काही निवडक ओळी इतर मजकुरापेक्षा जास्त प्रभावी मानल्या जातात. त्या ओळी पुन:पुन्हा म्हटल्या जातात. जास्त उद्धृत केल्या जाणाऱ्या ओळी अर्थातच कुराणाच्या आरंभीच्या ओळी आहेत- याला 'अल् फतिहा' म्हणतात.

अल्लाचा जयजयकार असो
सर्व जगांचा हा परमेश्वर
अतीव कल्याणकारी, करूणेचा सागर,
निवाड्याच्या दिवसाचा अधिपती
आम्ही फक्त तुझीच पूजा करतो
आणि फक्त तुझ्याजवळ मदतीसाठी हात पसरतो

सत्प्रवृत्तीच्या मार्गावर हे प्रभू, आम्हाला मार्गदर्शन कर
ज्यांना तुझे आशीर्वाद लाभले आहेत, त्यांचा मार्ग,
ज्यांनी तुझा क्रोध ओढवून घेतला आहे,
जे भलत्याच मार्गावर भरकटत गेले, त्यांचाही मार्ग तो नव्हे.

- अहमद अली

फतेहानंतर सगळ्यांत लोकप्रिय असलेलं काव्य म्हणजे 'अयात-उल-कुर्सी' 'सिंहासनाच गीत' : ते असं

देव : विश्वात देव असा नाही, फक्त 'तो' आहे : म्हणजे चिरंतन
चैतन्यमय, चिरंतन भासमान, विश्वाच्या मुळाशी असलेली प्रेरणा,
कुठल्याही तऱ्हेची मोहिनी किंवा निद्रा यांचा त्याच्यावर अंमल चालत नाही.
पृथ्वीवर व स्वर्गात जे जे खरे आहे, त्यावर त्याची मालकी आहे.
आणि त्याची कृपा झाल्याखेरीज त्याला कोण ओळखणार?
भविष्यात आणि अज्ञातात दडून बसलेलं मानवाच्या समोरचं सत्य
याचं त्याला ज्ञान आहे
आणि त्यानं दिलेल्या थोड्याशा ज्ञानाखेरीज आणि त्याच्या कृपेशिवाय
त्या थोड्याशा ज्ञानालादेखील जाणण्याची शक्ती माणसात आहे काय?
त्याची सत्ता स्वर्ग आणि पृथ्वीवर चालते
स्वर्ग आणि पृथ्वीच्या संरक्षणात तो कधीही कंटाळा करत नाही
तो एकच सर्वश्रेष्ठ आणि सर्वशक्तिमान आहे.
श्रद्धेच्या बाबतीत सक्ती नको.
चुकीचा मार्ग टाळण्यासाठी मार्गदर्शन सुस्पष्ट आहे.
पापाच्या तावडीतून जो बचाव करतो आणि प्रभूवर ज्याची श्रद्धा
आहे, तो बळकट आहे आणि कधीही न तुटणारा आहे;
अशा आधाराला तो नक्कीच धरून राहील.
कारण देव सर्व ऐकू शकतो आणि प्रत्येक गोष्ट जाणू शकतो.

- अहमद अली

'अयात उल कुर्सी'च्या या ओळी पदकावर कोरतात आणि ही पदकं मुस्लीम स्त्रिया आपल्या कंठमालेत घालतात. मुसलमानांच्या थडग्यावर कोरल्या जाणाऱ्या या सर्वप्रिय काव्यपंक्ती आहेत. तिसऱ्या स्थानावर लोकप्रिय असलेलं 'सुरा यासिन' हे काव्य आहे. 'सुरा' म्हणजे मोठ्या थडग्यावर कोरल्या जाणाऱ्या लोकप्रिय काव्यपंक्ती आहेत. ताजमहालच्या प्रवेशद्वारावर त्या पूर्णपणे उद्धृत केल्या आहेत.

हिंदूंमध्ये यजुर्वेदातला गायत्री हा मंत्र सर्वांत जास्त प्रभावी मानतात. सुरुवातीला ही सूर्याची उपासना वाटली आणि मला त्यातील गर्भित अर्थ उलगडला नाही. 'गायत्री'चा अर्थ समजून घेण्यासाठी मी माझ्या हिंदीच्या शिक्षकाकडे गेलो. (उर्दूचा अभ्यास करण्याआधी मी हिंदी फक्त दोन वर्षं शिकलो) डॉ. दशरथ ओझा हे दिल्ली युनिव्हर्सिटीतून निवृत्त झालेले हिंदी आणि संस्कृतचे प्राध्यापक होते. त्यांनी अत्यंत आपुलकीने मला हा अर्थ समजावून दिला. त्यांनी लावलेला अर्थ मला पटला.

ओम् भूः भुवः स्वः
तत् सवितुर्वरेण्यम्
भर्गोः देवस्य धीमहि
धियो यो नः प्रचोदयात्

मंत्राचा शब्दशः अर्थ असा आहे :
ईश्वराचे चिंतन करू या. त्याचे कर्तृत्व महान आहे.
या विश्वातल्या प्रत्येक गोष्टीचा तो निर्माता आहे.
तो सर्वव्यापी, सर्वशक्तिमान, सर्वज्ञ आणि स्वयंभू, चैतन्यस्वरूप असा आहे.
तो मनातले सर्व अज्ञान आणि मालिन्य नाहीसे करतो.
- आणि आपली बुद्धी सुतेजित करतो.
(असा हा परमेश्वर) आमची बुद्धी प्रकाशित करो.

डॉ. ओझांनी सांगितले की, मंत्राच्या संपूर्ण अर्थाचं आकलन होण्यासाठी प्रत्येक कडव्यानंतर थांबलं पाहिजे आणि त्याचा भावार्थ मनात झिरपू दिला पाहिजे.

'ओम्'च्या उच्चारानंतर 'भूः भुवः स्वः' म्हणजे पृथ्वीवर (भूः), आकाशात (भुवः) आणि सूर्यावर (स्वः) असणाऱ्या स्वर्गलोकात, 'तत्' हा शब्द 'ईश्वर'या अर्थानं आला आहे. 'सवितुः' म्हणजे सृष्टी निर्माण करणारा आणि सृष्टीचं पालन करणारा असा 'ईश्वर'. 'वरेण्यम् याचा अर्थ 'परमेश्वर' हा इंद्रियगोचर शक्तीपलिकडचा आहे. 'भर्गोः ' याचा अर्थ तो अंधाराचा नाश करणारा प्रकाश आहे. 'देवस्य' म्हणजे तो सर्व प्रकाशाचा प्रकाशक आणि जीवाला सौख्य देणारा आहे. 'धीमहि'मध्ये त्याचं ध्यान करण्याचं आवाहन आहे. 'धियो: यो' हा बुद्धीचा प्रकाशक या अर्थाने वापरलेला आहे. 'नः' म्हणजे आपल्या, 'प्रचोदयात्' ही ईश्वराला केलेली प्रार्थना आहे - हे ईश्वरा, आमची शक्ती सत्कृत्यांत, सद्विचारात आणि सदाचरणात व्यतीत होवो.

डॉ. ओझांच्या म्हणण्यानुसार गायत्री मंत्राचा जप करण्याचा उद्देश पुढीलप्रमाणे आहे : हा मंत्र ईश्वराच्या अनादी आणि अनंत अशा स्वरूपाचं आवाहन करतो. साकार देवतांच्या पूजनात ज्या मर्यादा येतात, त्या जप करण्याच्या उद्देशात अभिप्रेत नाहीत; त्यामुळे मनातील अशुद्ध भाव संपूर्णतया विशुद्ध होतात आणि जसजसं जपाबरोबर त्यातील अर्थाचं पुन:पुन्हा मनन होतं, तसतसे त्यातील अभिप्रेत असलेले सुप्त विचार जास्तीतजास्त विशाल रूप धारण करतात. या मंत्रानं आपली बुद्धी अधिक प्रकाशमान होते. या मंत्रामुळे ध्यानात ईश्वराविषयीचे अधिकाधिक ज्ञान होत जातं आणि चित्ताच्या एकाग्रतेमुळे निसर्गातली रहस्यं उकलण्याची शक्ती प्राप्त होते. यामुळे आपल्या अस्तित्वाच्या मूळ स्रोताची जाणीव आपल्याला सतत राहते.

मनाच्या अमर्याद अशा जाणिवेच्या स्तरावर, लक्ष केंद्रित केल्यानं आपल्याला चालू जीवनाच्याच नव्हे, तर पूर्वजन्माच्या वासना आणि प्रेरणा यांच्या मुळापर्यंत जाता येतं.

सर्व धर्मसंहितांमध्ये अशा काहीतरी अंगभूत गोष्टी असल्या पाहिजेत, ज्यामुळे इतर धर्मांविषयी ते असहिष्णू होतात. हा प्रकार तेव्हा जास्त डोळ्यांत भरतो, जेव्हा अनुयायांचा एक गट मुख्य धर्म संस्थांपासून अलग होतो आणि स्वतःचे निराळे प्रेषित, धर्मग्रंथ, प्रार्थनास्थळं आणि सामाजिक संस्था निर्माण करतो. कुठलीही धर्म व्यवस्था असहिणूतेच्या कर्करोगातून मुक्त असलेली मला माहीत नाही.

एक जातिव्यवस्था सोडली, तर हिंदू धर्म सर्व धर्मांत सर्वांत अधिक सहिष्णू धर्म असा जोरदार दावा करतो; परंतु तो त्याच्यापासून फुटलेल्या जैन अगर बुद्धधर्मीय विचारसरणीपासून बचाव करू शकला नाही. जेव्हा हिंदू धर्माचं वर्चस्व पुन्हा प्रस्थापित झालं, तेव्हा त्यानं जैनांविरुद्ध आणि बुद्धांविरुद्ध भयानक सूड घेतला आणि स्वतंत्र धर्म संस्था म्हणून त्यांची नामोनिशाणी ठेवली नाही.

ख्रिस्ताच्या आगमनाचा स्वीकार 'ज्यूडाइझम' करू शकला नाही आणि ख्रिस्ताला 'पाखंडी' ठरवून त्याची निंदा करण्यात आली. ज्यूंनी ख्रिश्चनांच्या प्रेषिताबरोबर जे दुर्वर्तन केलं, त्याबद्दल ख्रिश्चनांनी ज्यूंना कधीही क्षमा केली नाही आणि आजतागायत ज्यूंचा छळ चालू आहे. नंतर ख्रिश्चन धर्म अनेक पंथांत विभागला गेला. जसे कॅथॉलिक, ग्रीक ऑर्थोडॉक्स, प्रोटेस्टंट आणि इतर डझनभर पंथ. कॅथॉलिक आणि प्रोटेस्टंट हे एकमेकांविरुद्ध लढले आणि एकमेकांच्या अनुयायांच्या कत्तली करत राहिले. जेव्हा इस्लाम मूर्तिपूजकांविरुद्ध, ज्यूडाइझम व ख्रिश्चनिटीविरुद्ध उभा ठाकला, तेव्हा त्यालाही याच भवितव्याला तोंड द्यावं लागलं. त्यांनी ज्यू आणि ख्रिश्चन जमातीची त्याच तऱ्हेनं लढाया करून परतफेड केली.

शिखांसारखा लहान धार्मिक समुदायही द्वेष भावनेतून सुटला नाही. त्यांनी संख्येनं जास्त प्रबळ अशा हिंदू आणि मुस्लिमांशी तडजोड केली; पण शीख धर्माच्या मुख्य प्रवाहातून फुटलेल्या उपपंथांविषयी सहिष्णुता दाखवली नाही.

शिखांमधील नामधारी आणि निरंकारी असे दोन पंथ स्वतःच्या गुरूंना मानतात. त्यांना शिखांनी बहिष्कृत केलं. गुरुद्वारात त्यांच्यापैकी कुणालाही प्रवेश करण्याची परवानगी मिळत नाही आणि अमृतधारी शीख त्यांच्याशी बेटी- व्यवहार करत नाहीत. भिंद्रानवालेंनी निरंकारींचा निःपात करण्याची प्रतिज्ञा करून त्याचं रूपांतर श्रद्धेच्या भावनेत केलं. त्यांचे पवित्र ग्रंथ 'अवतार बानी' आणि 'युगपुरुष' हे शिखांच्या गुरूंची विडंबना करणारे आहेत, असा आरोप ठेवला गेला. (मला त्या ग्रंथांत अपमानास्पद असं काही सापडलं नाही) आणि बाबा गुरुवचन सिंगाचा खून करण्यात आला.

बाह्यतः इस्लाम हा एक ऐक्य असलेला, एकसंध धार्मिक पंथ वाटतो. तो तसा नाही. महम्मद पैगंबरानंतर त्याची दोन शकलं झाली. बहुसंख्य लोकांनी पहिले तीन खलीफा अबू बकर, ओमार आणि ओथमान यांना पैगंबराचे वारस मानले. एका लहानशा समुदायानं त्यांना पैगंबराचा वारसा हक्क बळकावणारे मानले आणि महम्मदाचा जावई 'अली' यालाच खरा वारस मानलं. त्यानंतर इस्लामिक जग हे 'शिया' व 'सुन्नी' या उपपंथांत विभागलं गेलं. त्यांच्या प्रत्येकाच्या मशिदी, उपासना पद्धती आणि स्मशानभूमी वेगवेगळ्या आहेत.

मुस्लीम धर्मांतून फुटून निघालेले बहाई आणि क्वादिनींबद्दल त्यांची भयानक असहिष्णू वृत्ती डोळ्यांत भरणारी आहे. अयातुल्ला खोमेनीच्या राजवटीत शेकडो बहाई त्यांनी कुठलाही गुन्हा केला नसताना, ते केवळ बहाई आहेत, म्हणून मारले गेले. पाकिस्तानी क्वादिनींचा छळ करण्याच्या ईर्ष्येत मागे पडले नाहीत. १८८९ मध्ये क्वादियनमध्ये (आता हा भाग भारतातील पंजाबमध्ये आहे) मिर्झा गुलाम महम्मद याच्या नेतृत्वाखाली इस्लाम धर्मीयांचा नवीन पंथ निर्माण झाला. या पंथानं अमेरिकेत आणि युरोपात इस्लामचा संदेश पसरविण्यासाठी मुसलमानांच्या इतर पंथांच्या धर्म उपदेशकांच्या कामगिरीच्या तुलनेत खूप चांगली कामगिरी केली. या पंथाच्या समाजात पाकिस्तान सुप्रीम कोर्टाचे जज्ज आणि नंतर पाकिस्तानचे परराष्ट्रमंत्री झालेले चौधरी झाफरुल्ला खान आणि नोबेल प्राइज जिंकणारे पाकिस्तानातील एकमेव प्रोफेसर अब्दुस सलाम यांच्यासारख्या अतिशय महत्त्वाच्या व्यक्ती निर्माण झाल्या. तथापि, मुस्लीम मूलतत्त्ववाद्यांनी त्यांना आपलं लक्ष्य बनवलं होतं. झेलमच्या काठावर वसलेल्या त्यांच्या 'राबवा' या गावानं खूप क्रौर्य पाहिलं. त्यानंतर देशातील सर्वोच्च न्यायपीठानं अहमदियांना 'गैर मुस्लीम' ठरवलं. मशिदीच्या मिनाऱ्यांवरून प्रार्थनेसाठी आवाहनाची त्यांना मनाई आहे. तसेच, स्वतःला मुस्लीम म्हणवून घेण्याससुद्धा मनाई आहे. अहमदियांनी स्वतःला 'अल्पसंख्य' म्हणून जाहीर केलं आहे.

लिहिण्याचा उद्देश असा की, उलेमांच्या मते इस्लाम महम्मदाला अखेरचा प्रेषित मानतो. (खात्मुन नबी) आणि महम्मदानंतर एखाद्याला प्रेषित म्हणून जो कुणी मानेल, तो पाखंडी ठरवला जातो. महम्मदाच्या एकमेव प्रेषितपदाला आपण आव्हान देतो, याचा अहमदिया ठामपणे इन्कार करतात आणि मिर्झासाहेब व त्यानंतर होऊन गेलेल्या धर्मगुरूंकडे केवळ 'मार्गदर्शक' म्हणून पाहतात. पाकिस्तानी उलेमांना एवढंच पुरेसं नव्हतं.

आगाखानला एक 'जिवंत देव' म्हणून त्याचे इस्माईली अनुयायी मानतात, ही वस्तुस्थिती आहे. पीरांना पुजणारे असंख्य उपपंथ आहेत, ही वस्तुस्थिती याबाबत गैरलागू आहे, असं मानलं जातं. तर्कशास्त्र हा कुठल्याही प्रस्थापित धर्माचा

महत्त्वाचा आधार मानला जात नाही किंवा धर्ममार्तंडांच्या मनात दुसऱ्या एखाद्या दृष्टिकोनाला स्थान असत नाही.

श्रीमती इंदिरा गांधींनी सैन्याला सुवर्ण मंदिरात घुसण्याचा हुकूम दिला. तिच्या शरीररक्षकांनी तिला ठार मारून त्या अपमानाचा बदला घेतला. शिखांनी इंदिरा गांधींना ठार मारलं म्हणून हिंदूंनी इंदिरा गांधींच्या खुनाचा सूड हजारो शिखांना ठार मारून घेतला. श्रीमती गांधींच्या खुन्यांना फाशी दिली, म्हणून खलिस्तानी दहशतवाद्यांनी काही निरपराध हिंदूंना फाशी देऊन मारलं. ही सूडाची भावना मानवी मनात फार खोलवर रुजली आहे. त्याला पशुवृत्ती म्हणता येणार नाही. कारण पशू सूड घेण्यासाठी ठार मारत नाहीत; फक्त स्वतःचं संरक्षण करण्यासाठी अगर अन्नासाठी दुसऱ्याला ठार मारतात.

मानवी मनातून सूड भावना नष्ट करण्यासाठी सर्व धर्मसंस्थांनी आपापल्या परीनं प्रयत्न केले. काहींनी पीनल कोड करून याबाबतीत लक्षणीय यश मिळवलं. या पीनल कोडमुळे आपापसातल्या हेव्यादाव्यांतून सूड घेणं लोकांना मना केलं गेलं आणि गुन्ह्यासाठी शिक्षा करणं ही राजसत्तेच्या अधिकार कक्षातली बाब ठरवली गेली.

हे महत्त्वाचं स्थित्यंतर ओल्ड टेस्टामेंट आणि न्यू टेस्टामेंटच्या दरम्यानच्या काळात घडलं आहे. ज्यूडाइझममध्ये सूडाची संकल्पना मान्य आहे. न्यू टेस्टामेंटचा महत्त्वाचा भाग मानलेल्या पर्वतावरच्या प्रदेशात जीझसची शिकवण म्हणून नमूद केलेल्या उपदेशात म्हटलं आहे, 'सूडाची परतफेड सूडानं करावी' अशा अर्थाचं तुमच्या दुष्टप्रवृत्तीशी तुम्ही झगडा करू नये, असं माझं तुम्हाला सांगणं आहे. तुमच्या उजव्या गालावर जर कुणी मारलं, तर दुसरा गाल त्याच्यासमोर करा. एखादा कायदेशीर कारवाई करून तुमचा कोट हिरावून नेईल, तर त्याला अंगावरचं वस्त्रसुद्धा देऊन टाका. (मॅथ्यू ५.३९-४०)

ज्यूडाइझमबद्दल आपण समतोल भावना बाळगली पाहिजे. 'जशास तसे' या शिकवणीचं ज्यूडाइझमनं जरी समर्थन केलं असलं, तरी एखाद्या व्यक्तीनं कायदा हातात घेण्याच्या कृतीच समर्थन त्यानं केलं नाही. सूड भावनेनं एखाद्याचा डोळा फोडला गेला असेल अगर दात पाडला गेला असेल, तरी या कृत्यांचा सूड घेण्याचं काम अपराधित व्यक्तीचं नाही; पण न्याय संस्थेकडे त्याबाबतीत तक्रार नोंदवणं आणि ज्या व्यक्तीनं अशा तऱ्हेनं दुखापत केली आहे, त्याला त्याच तऱ्हेची शिक्षा देणं अगर दंड करून अपराधाची भरपाई करणं याबाबतचा फैसला न्याय संस्थेवर सोपवावा, हाही ज्यूडाइझमच्या शिकवणीचा एक अविभाज्य भाग आहे.

इस्लामनं ज्यूडाइझम व ख्रिश्चन धर्माच्या विचारसरणीतून बरंच काही आत्मसात

केलं, अपराध व त्याबद्दलची शिक्षा यात समतोल साधला. सूडाच्या प्रतिशोधाचं तत्त्व मान्य करताना गुन्हेगाराला त्याच तऱ्हेनं शासन देण्याऐवजी थोर नीतिमूल्यांच्या भूमिकेतून आणि एका उच्चकोटीच्या क्षमाशील भावनेनं गुन्ह्याला बळी पडलेल्या व्यक्तीवरच्या अन्यायाची भरपाई करण्यास इस्लामनं संमती दिली.

हिंदू, जैन, बौद्ध किंवा शीख यांपैकी कुठल्याही धर्मानं 'बदला' अथवा 'सूड' भावना कधीही मान्य केली नाही. जैन धर्मानं 'अहिंसा परमो धर्मः' हाच सर्वश्रेष्ठ धर्म मानला आणि अन्नासाठी प्राण्याच्या हत्येलासुद्धा मनाई केली. त्याचप्रमाणे बुद्धानं 'अहिंसेला अहिंसेनं उत्तर द्या' अशी शिकवण दिली. शीख पंथाच्या पहिल्या नऊ गुरूंनी शीख धर्माच्या शिकवणीतून 'दुसऱ्याला प्रत्युत्तर देण्याऐवजी आपला दुसरा गाल पुढं करण्याच्या कृतीतील, नैतिक श्रेष्ठता प्रतिपादन केली. सगळ्यांत जास्त उद्धृत केल्या जाणाऱ्या काव्याच्या पंक्तीत मुस्लीम संत बाबा फरीदच्या काव्य पंक्तीची गणना करावी लागेल. तो म्हणतो,

"तुम्हाला हाताच्या मुठीनं जे मारतात,
वळून त्यांना मारून प्रत्युत्तर देऊ नका
त्यांच्या घरातून त्यांना बाहेर बोलवा
आणि त्यांच्या पायांचं चुंबन घ्या"

शेवटचे गुरू गोविंदसिंगांनी शिखांचे लढवय्या जमातीत परिवर्तन केले आणि अन्याय्य आक्रमण झाल्यास शिखांना धर्मयुद्धासाठी प्रेरित केले. तथापि, एखाद्या व्यक्तीनं कायदा हातांत घेण्याचं त्यांनी समर्थन केलं नाही आणि इतर सगळे उपाय संपल्यावर बळाचा वापर करण्याची किंवा तलवारीला हात घालण्याची अनुज्ञा लोकांना दिली. एका अविस्मरणीय संदेशात ते लिहितात :

'प्रत्येक वेळी आपल्या न्याय्य अधिकारांचं रक्षण करण्यासाठी आणि जगातलं पाप व दुष्टपणा नष्ट करण्याच्या कर्तव्यभावनेनं मी जगात आलो आहे. हे पवित्र मानवांनो, तुम्ही तुमच्या मनात पक्की खूणगाठ बांधा की, मी जन्माला येण्याचं एकमेव कारण म्हणजे, न्याय्य प्रवृत्तींचा उत्कर्ष व्हावा, सज्जन लोकांना जगता यावं आणि जुलमी लोकांना मुळापासून उखडून टाकलं जावं.'

सूड भावनेच्या इतर बाजूंचा विचार करणं जरुरीचं आहे. ज्यानं तुमच्यावर अन्याय केला, त्या अन्यायकर्त्याच्या अपराधाची परतफेड त्याच प्रकाराने करून सूड घेण्यात काही समर्थन असू शकते. एका चुटक्यात म्हटले आहे :

जशास तसे
याची आठवण ठेवा

तू मारलंस माझं कुत्रं
मी मारेन तुझं मांजर...

तुमच्या मुलीवर ज्या माणसानं बलात्कार केला, त्याला ठार मारल्याशिवाय अगर त्याला कापल्याखेरीज तुमच्या मनाला शांती मिळणार नाही. अशा तऱ्हेनं अन्यायाचा सूड घेण्यात एक तर्कसुसंगती आहे; परंतु ज्यानं अपराध केला, त्याच्या जातीवर अगर समाजावर सूड घेतला, तर त्याचे परिणाम फार भीतीदायक होतात. दुर्दैवानं हा प्रकार आपल्या जीवनाचा एक नियमित भाग होऊन बसला आहे. जेव्हा एखादा माणूस पूजास्थानाची मोडतोड करतो, तेव्हा आपण त्या जातीच्या लोकांच्या पूजास्थानाची केवळ मोडतोड करत नाही, त्यांच्या जातीवर किंवा पंथावरही आपण सूड उगवत असतो. मन उद्‌विग्न करणारे जातीय दंगे हे सर्व भडकलेल्या सूडभावनेचे साक्षीदार आहेत. बंद आणि घेराव, रेल्वेगाड्या रुळांवरून ढकलून, बसेस् जाळून आणि सार्वजनिक मालमत्तेची तोडफोड करून आपण सर्व समाजावर सूड घेण्यापर्यंत मजल मारतो.

सूड घेण्याच्या भावनेला धार्मिक उपदेशानं आवर बसेल, असं समजणं भोळेपणाचं ठरेल. क्षमाशीलता ही एक दुर्मिळ चीज आहे. क्रूसावर खिळे ठोकून बांधलेल्या अवस्थेत जीझसनं आपल्याला यातना देणाऱ्या लोकांबद्दल करूणा भाकली :

'हे ईश्वरा, त्यांना क्षमा कर. कारण ते काय करत आहेत, हे त्यांना माहीत नाही.'

जीझससारखे लोक जगात फारसे आढळणार नाहीत. तथापि, अन्याय करणाऱ्याला क्षमा करणं कितीही अवघड असलं, तरी बदला घेण्याच्या विषारी वृत्तीवर एवढा एकच उपाय आहे.

एखाद्या स्थळाला पावित्र्य कसं प्राप्त होतं आणि अंधश्रद्धा ठेवणाऱ्या लोकांचा काही वेळा फायदा कसा होतो, यावर इस्त्राईल झांगविल यांनी एक कथा लिहिली आहे. पोलंडच्या पूर्वेला एका दुर्गम प्रदेशात एकाकी खेड्यात एक गरीब ज्यू लाकूडतोड्या त्याच्या तरुण बायकोबरोबर राहत असे. त्याच्या घराजवळ एक मध्यमवयीन स्त्री स्वतःच्या अपंग मुलासह राहत असे. तिच्याजवळ जेवढे पैसे होते ते मुलाच्या औषधांसाठी खर्च झाले. तथापि, गुण काही आला नाही.

ख्रिसमस आला. ते खेडं आणि त्याभोवतालचा भूप्रदेश बर्फाच्या थराखाली गेला. शेकोटीसाठी लागणारी लाकडं विकून लाकूडतोड्याला थोडे पैसे मिळाले आणि बऱ्याच दिवसांनी पोटभर जेवण मिळणार, याकडे त्याचे डोळे लागले.

ख्रिसमसच्या दिवशी भल्या पहाटे लाकूडतोड्याची बायको घर सुशोभित करण्यासाठी पवित्र आणि छोटी रोपं गोळा करायला जंगलात गेली.

आवश्यक तेवढी पवित्र आणि छोटी रोपं गोळा झाल्यावर, तिला वाटेत बर्फानं गोठलेलं पाण्याचं छोटं तळं आढळलं. तिला आठवलं की, बरेच दिवस तिनं स्नान केलं नव्हतं आणि नवरा ज्यू असला, तरी हा सण थोड्या निराळ्या पद्धतीनं साजरा करावा, असं त्याला वाटत असणार. तिनं कपडे काढले, बर्फ फोडला आणि थंडगार पाण्यात उडी मारली. इतक्यात तिला तिच्या दिशेनं माणसांचे आवाज येत असल्याचे जाणवले. ती त्या छोट्या तळ्यातून बाहेर आली; आपले कपडे गोळा केले आणि घराच्या दिशेने जंगलातून नग्न अवस्थेत पळत सुटली.

माणसांच्या बोलण्याचे आवाज दोन शेतकऱ्यांचे होते. ते बंदुका घेऊन बाहेर पडले होते. एखाद्या रानटी सशाची अथवा दुसऱ्या एखाद्या सावजाची शिकार झाली, तर ख्रिसमसच्या मेजवानीची तरतूद होईल, म्हणून ते दोघे बाहेर पडले होते. बर्फाच्या तळ्यातून बाहेर पडणाऱ्या एका लहान मुलीची आकृती त्यांना दिसली. ती आकृती नंतर बर्फात अंतर्धान पावली. ते खेड्यात परतले आणि त्यांना कुमारी मेरी दिसली, अशी कथा सगळीकडे पसरली. लगेच सगळं खेडं ते छोटंसं तळं पाहायला लोटलं. कुणीतरी स्नान केल्याच्या तिथे खुणा होत्या. कुमारी मेरीनं तिथं स्नान केल्यामुळे तिथलं पाणी निश्चितच पवित्र झालं असलं पाहिजे.

मध्यमवयाच्या विधवा स्त्रीनं ती गोष्ट ऐकली आणि आपल्या अपंग मुलाला हातानं उचलून घेऊन ती लगबगीनं त्या तळ्याकडे गेली. काहीतरी चमत्कार होईल, या पूर्ण श्रद्धेनं त्या गोठलेल्या पाण्यात तिनं मुलाला डुबकी दिली. त्या अतिशय थंड पाण्यानं मुलाला एक मानसिक आणि शारीरिक धक्का बसला. औषधोपचार आणि निरनिराळ्या शास्त्रीय पद्धती जे करू शकल्या नाहीत, ते त्या धक्क्यानं केलं. त्या मुलाचा अर्धांगवात संपूर्णपणे नाहीसा होऊन तो मुलगा पूर्णपणे बरा झाला.

या चमत्कारपूर्ण रोगमुक्तीची गोष्ट जंगलातल्या वणव्याप्रमाणे पसरली. सुरुवातीला भेट देणाऱ्या मोजक्या यात्रेकरूंच्या लहान धारेचं रूपांतर नियमित प्रवाहात झालं. ज्यू लाकूडतोड्या आणि त्याच्या बायकोचा धंदा जोरात चालला. तळ्यातील पाणी लहान बाटल्यांत भरून त्या रोगनिवारक औषध म्हणून जास्त किमतीत विकल्या जाऊ लागल्या. पोपच्या प्रतिनिधीनं त्या स्थळाला भेट दिली. कुमारी मेरीनं त्या स्थळाला खरोखरच भेट दिली आणि तिथलं पाणी पिऊन अनेकजण रोगमुक्त झाले असं त्यानं खात्रीपूर्वक सांगितलं. त्या खेड्यात एक प्रचंड कॅथेड्रल बांधण्यात आलं आणि लवकरच ते एक तीर्थक्षेत्राचं ठिकाण झालं. सगळ्यांत मोठा फायदा त्या लाकूडतोड्याचा झाला. त्यानं जमीन विकली आणि तळ्यातील पाण्यानं भरलेल्या लक्षावधी छोट्या बाटल्यांतून ते पवित्र पाणी विकून तो लक्षाधीश झाला

झांगविलची गोष्ट ही एक दंतकथा आहे; पण यातही सत्याचा एक अंश आहे. ज्यांची चमत्कारावर अंधश्रद्धा आहे, ते लोक चमत्कारपूर्ण रीतीनं रोगमुक्त झाले आहेत, अशी माहिती आहे. फ्रान्समधील 'लूअर्डस्'चा शोध कसा लागला, हे मला खात्रीशीररीत्या माहीत नाही; पण जो तिथं जातो, त्याला जे चालू शकत नव्हते, त्यांनी टाकलेल्या, त्यांच्या रोगमुक्तीचा पुरावा असलेल्या असंख्य कुबड्या तिथं पडलेल्या दिसून येतात. 'लूअर्डस्'ला लाखो लोक उपचारासाठी जातात. कदाचित बरे होण्याच्या बेतात असलेले मूठभर लोक रोगमुक्त होत असतील; पण असे चमत्कार शक्य आहेत, अशी अफवा ते जागरूक ठेवतात.

प्रत्येक धर्माचा चमत्कारावर विश्वास आहे. गंगेच्या आणि कुरुक्षेत्र व अजमेरनजीकच्या पुष्कर तलावाच्या पाण्याच्या 'पापमुक्त' करणाऱ्या गुणधर्मावर हिंदूंचा असलेला विश्वास हे एक ठळक उदाहरण आहे. पवित्र स्नान हे हिंदू-शिखांच्या बाबतीतलं एकमेव वैशिष्ट्य मानावं लागेल. आकाशातले ग्रह-तारे 'कुंभयोगा'सारखे अधिक पवित्र दिवस ठरवतात. या दिवसांत स्नान करणं जास्त पुण्यदायी असतं, असं मानलं जातं. या काळात काहीजण भूतकाळात केलेलं सगळं पाप नष्ट करून टाकतात!

गुरू नानकानं उद्घोषित केलं,

'परमेश्वराच्या नावाखेरीज माझ्याजवळ चमत्काराची शक्ती नाही.'

तथापि, त्यांच्या नावावर आणि ज्या स्थळांना त्यांनी भेट दिली, त्या स्थळासंबंधी बरेच चमत्कार चिकटवले गेले आहेत. रावळपिंडीपासून फार दूर नसलेला एक जिवंत पाण्याचा झरा आहे. त्या झऱ्यावर खडकाचा एक सुळका आहे. खडकावर माणसाच्या हाताचा तळवा कोरल्यासारखा दिसतो. गुरुचा मत्सर करणाऱ्या मुसलमान पीरानं एक मोठी शिळा त्यांच्यावर ढकलली, ती गुरुनं हाताच्या तळव्यानं थोपवली, तो हा तळवा. त्या स्थळावर बांधलेल्या गुरुद्वाराला 'पंजासाहेब' म्हणतात. इथं वर्षातून एकदा यात्रा भरते. तिला जगातल्या सर्व भागांतून शीख येतात.

तेथील पर्वतावर दुसऱ्या एका जागी रिठ्याचं झाड आहे. रिठा हा सामान्यतः फार कडू असतो. तथापि, या विशिष्ट झाडाचं फळ फार गोड आहे. कारण गुरू या वृक्षाच्या सावलीत बसले होते. श्रद्धाळू शिखांना सांगण्यात काही अर्थ नाही की, हे झाड गोड रिठे येणाऱ्या झाडाच्या जातीतलं आहे.

हिंदूंप्रमाणे शिखांमध्ये देवळातलं पाणी पवित्र मानलं जातं. ज्यावरून अमृसरला आपलं नाव प्राप्त झालं, त्या अमृताच्या तलावात स्नान करणं हे सर्व शिखांचं परम कर्तव्य असतं. त्याच बरोबर हरिद्वाराला 'हरकी पौरी' या पवित्र स्थळातील तसेच सुवर्णमंदिराच्या मुख्य मंदिरामागे असलेलं पाणी पूज्यभावनेनं प्यायलं जातं आणि आपल्या नातेवाइकांना देण्यासाठी बाटल्यांत भरून नेलं जातं. त्याचप्रमाणे नवी

दिल्लीतील गुरुद्वारा 'बंगलासाहेबा'जवळच पाणी पवित्र मानलं जातं. इथं हरि किशन लहान वयात देवीच्या रोगानं मृत्यू पावण्याअगोदर थोडे दिवस राहिला होता.

चमत्कारावर विश्वास हा धर्माचा अंगभूत भाग आहे. अनेक प्रगाढ श्रद्धाळू लोक अशा चमत्कारांकडे अंधश्रद्धा आणि मूर्खपणा झाकण्यासाठी केलेली ढोंगी कृत्यं मानतात. चमत्काराचा प्रसार करण्यावर बंदी आणण्यासाठी न्यायालयीन कारवाई करता येईल. कारण अशा प्रचारानं भोळ्या लोकांचं नुकसान होतं. बऱ्याच वर्षांपूर्वी 'नानक नाम जहाज है' असा सिनेमा आला होता. त्याची कथा अशी होती की, एक तरुण मुलगा अपघातात आपली दृष्टी गमावतो. जेव्हा कोणत्याही वैद्यकीय उपचारांचा उपयोग होत नाही, तेव्हा तो प्रमुख गुरुद्वारांना भेट देतो. अखेर अमृतसरमधल्या हरमंदिरातून दिव्य प्रकाशाचा एक झोत बाहेर पडतो आणि त्याला त्याची दृष्टी मिळवून देतो. लाखो शीख आणि हिंदू लोकांनी ही फिल्म अनेक वेळा पाहिली. फिल्मच्या निर्मात्यानं लाखो रुपये कमावले आणि तर्कशून्य अंधश्रद्धेच्या संदेशाचा प्रसार केला. चमत्कारांनी धर्मसंस्थांना सर्वांत जास्त पैसे मिळवून दिले आहेत.

◆

गुरू नानक यांचे जीवन

गुरू नानकांच्या आयुष्यावरील मेहेरवानच्या 'जनम्' साखीमधील संवत् पाठ : 'वैशाख महिन्यातील पूर्ण चंद्राची रात्र होती. तलवंडी राय भोयच्या मेहता कलियान दास बेदी याची बायको तुप्ता हिला वेदना होत होत्या. रात्रीचे तीन प्रहर उलटले होते. पूर्वेच्या आकाशामध्ये सकाळचा तेजस्वी तारा उगवला. तिनं मुलाला जन्म दिला, तेव्हा पहाटेची सुरुवात झाली होती.

नानकांचा जन्म अशा तऱ्हेने १५ एप्रिल, १४६९ रोजी झाला. तरीसुद्धा जुनी परंपरा चालू ठेवण्यासाठी हा प्रसंग नोव्हेंबर महिन्यातील पूर्ण चंद्राच्या रात्री साजरा केला जातो. त्यांचा जन्म आजी-आजोबा (आईकडूनचे) म्हणजे नानके (Nankey) यांच्या घरी झाल्यामुळे त्यांचं नाव 'नानक' ठेवलं, असं समजलं जातं. हे घर लाहोर जिल्ह्यातील कहेन कच किंवा चलेवाल या दोन खेड्यांपैकी कोणत्या तरी खेड्यात होतं. नानक एक अलौकिक मूल होता. तो हसरा होता आणि बालपणातच तो उठून बसू लागला. तो पाच वर्षांचा होता, तेव्हा लोकांच्या असं लक्षात आलं की, तो इतर मुलांबरोबर खेळत नाही; त्याच्या वयाच्या मानानं तो अधिक शहाणपणाचे शब्द बोलतो. लोकांच्या इतर प्रतिक्रियाही मनोरंजक होत्या. हिंदू किंवा मुस्लीम, जो कोणी त्याचं बोलणं ऐकत असे, त्यांना अशी खात्री वाटत असे की, देवच या मुलामार्फत बोलतो आहे. नानक जसा मोठा होत गेला, तसा हा विश्वास बळावत गेला. वयाच्या सातव्या वर्षी नानकाना शिक्षणासाठी एका पंडिताकडे नेलं. प्रत्यक्षात मात्र त्यानं आपल्या शिक्षकांवर मात केली. त्याचे शिक्षकांबरोबरचे संवाद हे श्री रागामधील सुंदर प्रार्थनेचा विषय आहेत.

नानक म्हणतात : देवाची पूजा किंवा इतर सर्व कर्मकांड निरुपयोगी आहे, हे समजणं, हेच खरं शिक्षण. निर्मात्याविषयीच्या ज्ञानाशिवाय शहाणपण म्हणजे एखाद्याच्या गळ्याभोवती असलेला फास आहे. या जगामध्ये जो देवनाम जप करतो, त्याला त्याचं फळ मिळेल.

नानक म्हणतात : माणूस या जगामध्ये कसा आणि का येतो आणि तो का जातो, हे तुम्हाला माहीत आहे का? काहीजण श्रीमंत का होतात आणि इतरजण गरीब का राहतात? काहींना राजवाडा मिळतो, तर काहींना दारोदार भीक मागत हिंडावं लागतं; असं का? भिकाऱ्यांमध्येसुद्धा काहींनाच भिक्षा मिळते, तर इतरांना

मिळत नाही, असे का? अहो विद्वान, आता माझं ऐका. आयुष्यात ज्यांनी केवळ मजा आणि सुख उपभोगलं आहे आणि नामस्मरण केलं नाही, त्यांना निश्चितच शिक्षा होईल. ज्याप्रमाणे धोबी मळलेले कपडे दगडी चौथऱ्यावर आपटतो, त्याप्रमाणे त्यांना मार मिळेल. तेल काढण्यासाठी तेली ज्याप्रमाणे तेलबिया चिरडतो, त्याप्रमाणे ते चिरडले जातील. गिरणीवाला चक्कीमध्ये धान्य फोडतो, त्याप्रमाणे ते फोडले जातील. याउलट गरीब, भिकारी आणि श्रद्धाळू लोकांना देवाच्या दरबारामध्ये न्याय आणि सन्मान मिळेल.

नानक म्हणतात : ज्याला देवाची भीती आहे, तो इतर सर्व प्रकारच्या भीतीपासून मुक्त आहे. सम्राट किंवा सामान्य माणूस, जो कोणी देवाला भीत नाही, त्याची माती होईल आणि नरकयातना भोगण्यासाठी तो पुन्हा जन्म घेईल. खोटेपणानं मिळविलेलं सर्व मलीन होतं. देव हे एकच सत्य आहे. आपलं प्रेम फक्त अमर देवासाठी असावं. जे नष्ट होणार आहे, त्यावर प्रेम कशाला करायचं? मुलगा, बायको, सत्ता, संपत्ती, तारुण्य हे सर्व मर्त्य आणि नाशवंत आहेत. (मेहेरवान : जनम साखी)

एक वर्षानंतर अरेबिक आणि इतर विषय शिकण्यासाठी नानकाला खेड्यातील एका मशिदीत पाठविण्यात आलं. इथंसुद्धा नानकानं आपल्या शिक्षकाला आश्चर्यचकित केलं.

मुल्लानं अलिफपासून यीपर्यंत (alif to yea) ही अरेबिक मुळाक्षरं लिहिली. नानकानं तत्परतेनं लिहिणं आणि शब्दोच्चार यांवर प्रभुत्व मिळविलं आणि थोड्या दिवसांतच तो अंकगणित, हिशेब आणि मुल्ला शिकवू शकेल, ते सर्व शिकला. मुल्लाला आश्चर्य वाटलं.

'देवा, तू थोर आहेस! इतर मुलं दहा वर्षं धडपड करताहेत आणि एका अक्षरापलीकडे दुसरं काही सांगू शकत नाहीत! आणि हा मुलगा तुझ्या कृपेनं थोड्या दिवसांत सर्व शिकला.' (मेहेरवान : जनम साखी)

अगदी लहानपणापासून नानक हा लहरी होता. कित्येकदा अनेक दिवस तो कोणाशीही बोलत नसे. तो भान विसरून रानामधील निसर्गातील घटना पाहत हिंडत असे. मधमाशा आणि फुलपाखरं यांच्या आगमनानं वसंत ऋतूची सुरुवात होते. उन्हाळ्यातील उष्णता झाडं-झुडपं भाजून काढतात, नंतर लगेच पडणारा मोसमी पाऊस आश्चर्यकारक रीतीनं जीवन पुन्हा सुरू करतो आणि परिसर हिरवागार करून टाकतो; जंगलातील पशूपक्ष्यांचं जीवनही चैतन्यमय करतो. हे सर्व पाहून नानकाचं मन गोंधळात पडलं. निर्माता, जतन करणारा आणि विनाशक यांच्या व्यक्तिमत्त्वाबद्दल तो चिंतन करू लागला. हिंदू-मुस्लीम यांच्या कर्मकांडाच्या सामर्थ्याबद्दल प्रश्न विचारू लागला.

गुरू नानक नऊ वर्षांचा होता, तेव्हा त्याला पवित्र धागा म्हणजे जानवं घालण्यासाठी ब्राह्मण गुरुजी आले होते. नानकानं त्यांना प्रश्न विचारला : हा पवित्र धागा हरवला, तर ब्राह्मण-क्षत्रिय यांची श्रद्धा नाहीशी होते का? धाग्यामुळे की कर्मामुळे श्रद्धा टिकून राहते?

नानकानं आई-वडिलांचा अपेक्षाभंग केला. कोणत्याही प्रकारचं काम तो नाकारीत नसे. जर त्याला गाई-गुरांबरोबर पाठवलं, तर तो गुरांना इतरांच्या शेतात भटकू देत असे. त्याला व्यापारधंदा करण्यासाठी पैसे दिले, तर तो गरीब-भुकेलेल्यांना वाटून टाकत असे. नानकाचे चमत्कार पाहणारे अनेकजण होते. त्यांमध्ये खेडूत लोक, आई-बहीण हे होते आणि ते वडिलांच्या रागापासून नानकाला वाचवत असत.

वयाच्या १६व्या वर्षी नानकाचं लग्न बटाला येथील मूलचंद चोना यांची मुलगी सुलखनी हिच्याशी झालं. त्यांना श्रीचंद आणि लखमीदास नावाची दोन मुलं होती. अर्भकावस्थेतच एखादी मुलगी (कदाचित मुलीही) गेली असावी. कौटुंबिक वातावरणात नानक फार काळ रमला नाही. तसा तो लहरी होता. कित्येक दिवस तो बोलत नसे. नंतर शांतपणे देव, माणूस, मृत्यू, कर्मकांड, नैतिक मूल्यं अशा विषयांवर चर्चा करीत असे. पती आणि पिता झाल्यावरही कमावण्याबाबत तो पूर्वीसारखाच निरिच्छ राहिला.

(मेहेरवान : जनम साखी सांगतात)

जुलै महिना होता. तलवंडीमधील एका संध्याकाळी आकाश काळ्या ढगांनी गडद झालं आणि पाऊस पडू लागला. रात्री विजेच्या कडकडाटानं आकाश अक्षरशः फाटत होतं आणि भयावह असा गडगडाट होऊन मुसळधार पाऊस पडू लागला. नानक देवस्तुती असलेली प्रार्थना म्हणू लागला. आई जवळ आली आणि त्याला म्हणाली,

'बाळ, आता तू थोडी झोप घे! '

त्याच वेळेला कोकिळेनं 'पी यू ऽऽ पी यू' असा आवाज केला.

नानकानं उत्तर दिले,

'माझ्या बरोबरचा जागा आहे, तेव्हा मी कसा झोपू?'

आता लोकांच्या लक्षात आलं की, सत्याच्या शोधासाठी नानक लवकरच वैराग्य स्वीकारेल. कारण एकदा तलवंडीमधून साधूंचा जथा गेला, तेव्हा नानकाच्या आईने आपली भीती व्यक्त केली.

'मला माहिती आहे,' ती म्हणाली, 'एखाद्या दिवशी तूसुद्धा मला सोडून यात्रेला जाशील. माझी काही तक्रार नाही; पण पवित्र स्थानाला जाऊन काय मिळतं? हे मला समजावून घ्यायचंय.'

‘काही नाही, ’ नानक स्पष्टपणे म्हणाला, ‘आपल्याला आपल्या शरीरातच देऊळ बांधायचं आहे. मायेच्या पाशातून आपलं मन मुक्त करायचं आहे. दुष्कृत्याचा त्याग केला पाहिजे आणि आपल्या निर्मात्याची स्तुती केली पाहिजे. असं करणं हे यात्रेच्या ६८ पवित्र ठिकाणी स्नान करण्यासारखं आहे. ’

‘मग या साधूंना सांग की, ते चुकीच्या मार्गानं जात आहेत,’ नानकाची आई म्हणाली, ‘त्यांना सांग की, देव त्यांना घरातच सापडेल.’

‘प्रत्येकाला स्वतःचा मार्ग शोधू दे.’ नानकाने उत्तर दिले, ‘त्यांच्या मार्गाबद्दल मी माझ्या डोक्याला कशाला त्रास करून घेऊ?’

वसंत ऋतू होता. रानामध्ये नेहमीचं सौंदर्य बहरलं; परंतु नानकाच्या दृष्टीनं सौंदर्याला दुःखाची अपरिमित छटा होती. ऋतुमानाप्रमाणे न बदलणारं, वास्तवातील अंतिम सत्य त्याला जाणून घ्यायचं होतं. राग बसंतमधील प्रार्थनेमध्ये सुंदर भावना व्यक्त झाल्या आहेत :

तो वसंत ऋतू होता. झाडांना नवी पालवी फुटली होती. रानटी झुडपांना फुलं आली होती. तलवंडीजवळील रान हे एक सुंदर दृश्य होतं. गावातील काही तरुण माणसं आली आणि म्हणाली,

‘नानक, हा वसंत ऋतू आहे. आमच्याबरोबर चल, आपण निसर्गाचे चमत्कार पाहू या.’

‘चैत्राचा महिना’ नानक म्हणाला, ‘वर्षातील बारा महिन्यांतील हा सर्वांत सुंदर महिना आहे. सर्वत्र हिरवंगार आहे. प्रत्येक सजीव वस्तू पूर्णत्वानं फुललेली आहे; परंतु देवाचा आशीर्वाद मिळत नाही, तोपर्यंत माझं हृदय निसर्गदृश्यानं उल्हसित होणार नाही. प्रथम आपल्या अहंकाराचा त्याग केला पाहिजे. देवाचं स्मरण केलं पाहिजे. नंतर आपली हृदयंसुद्धा सुगंधित होतील.’

‘तुम्ही काय म्हणताय ते आम्हाला समजत नाही,’ त्याला विरोध दर्शवीत ते म्हणाले, रानातील झाडं इतकी हिरवीगार आहेत की, त्यांचं वर्णन करायला शब्दच सापडत नाहीत. रानातील अनेक प्रकारच्या फुलांचं सौंदर्य शब्दातीत आहे. फळांचा गोडवा स्तुतीपलीकडे आहे. झाडांना थंड आणि सुगंधित सावली आहे. तुम्ही या सगळ्या गोष्टी डोळ्यांनी अनुभवल्या पाहिजेत.’

‘देवाची कृपा’ नानक म्हणतात, ‘झाडांना नवी पालवी देते. देवाच्या आज्ञेनंच झाडं फुलून, सौंदर्य बहरतं, फळांमध्ये रस तयार होतो. झाडांना पालवी फुटते, तेव्हा देव सावली थंड आणि सुगंधित करतो. माझ्या हृदयामध्ये अशी पालवी आहे. (अशाच तऱ्हेची फुलं, फळं आणि थंड सावली असलेली थंड पालवी माझ्या

हृदयात आहे आणि लोक तिचा आश्रय घेतात.)

त्या महान परमेश्वरानं बघायला डोळे, ऐकायला कान आणि बोलायला (आणि उगवणारं धान्य खायला) तोंड दिलंय. या सर्व गोष्टी का दिल्या?

डोळे हे केवळ सौंदर्य पाहण्यासाठी नाहीत, तर रानातील निर्मिती आणि चमत्कार अनुभवण्यासाठी आहेत. दैवी संवाद ऐकण्यासाठी कान दिले आहेत आणि सत्य बोलण्यासाठी जीभ दिली आहे. याशिवाय जे काही मिळविता, ती तुमची खरी संपत्ती व पोषण आहे.

नानकानं सांगितलेलं सगळं काही त्या तरुणांना कळलं नाही. त्यांनी निसर्गात जाण्यासाठी नानकाचं मन वळविण्याचा प्रयत्न केला.

'वर्षातून एकदाच वसंत ऋतू येतो आणि निसर्ग त्याचा पेहराव एकदाच करतो. नंतर पानझड येते. जंगलं शुष्क होतात. चैत्र महिन्यात सर्वांत उत्तम निसर्ग असतो, तो पाहा.'

'महिने आणि ऋतू नेहमी येतात जातात आणि पुन्हा येतात,' नानकानं उत्तर दिलं, झाडा-झुडपांना एका ऋतूत पालवी फुटते, दुसऱ्या ऋतूत जाते. पुन्हा नवीन ऋतू येतो, तेव्हा निसर्ग पुन्हा हिरवा होतो. यातून धडा असा घ्यायचा की, चांगलं काम करणाऱ्यांना चांगलं फळ मिळतं दुष्कृत्य करतात, ते शुष्क होतात आणि मरतात. जे देवाचं नाव घेतात, त्यांच्या हृदयांत नेहमीच वसंत असतो. मोसम असतो, तेव्हाच द्राक्षांत रस निर्माण होतो; परंतु चांगल्या माणसांना नेहमीच फळ मिळत असतं. मनुष्याच्या जीवनात जन्म-मृत्यू-पुनर्जन्म असंच वसंत ऋतूतील चक्र असतं. आताची वेळ ही चांगल्या कृत्याचं बी पेरण्याची आहे; पुढील आयुष्यात त्याचं फळ मिळेल. यामध्ये खंड पडू देऊ नका.'

जगण्याच्या पाशापासून दूर होत गेला. त्याचं बायको-मुलांकडे, मालमत्तेकडे आणि भोवतालच्या माणसांकडे दुर्लक्ष होऊ लागलं. आता त्याचं आयुष्य म्हणजे प्रार्थना, दानधर्म, विधिपूर्वक स्नान आणि ज्ञान मिळविणं एवढंच! नाम, दान, इस्नान आणि ग्यान. नानकाचं हृदय सत्य आणि समाधानाच्या आशीर्वादानं भरलं, तेव्हा वासना, संताप आणि अहंकार त्याच्यापासून दूर गेले. त्याची बहीण नानकी हिचा विवाह झाला आणि तिनं सर्व सूत्रं आपल्या हातांत घेतली. तोपर्यंत नानक 'एखाद्या प्यायलेल्याप्रमाणे' अवस्थेमध्ये काही वर्षं राहिला. नानकानं सुलतानपूरला यावं, याबाबत आपला नवरा जयराम यांचं मन बहिणीनं वळविलं, तसंच, आपला मालक नवाब दौलत खान लोधी याच्याकडे त्याला नोकरी देण्याविषयी सांगितलं.

लोधीचा एक मुस्लीम नोकर मर्दाना याच्याबरोबर नानक सुलतानपूरला गेला. काही दिवसांनंतर मर्दाना नानकाचा सर्वांत जवळचा साथीदार झाला. जनम साखी

असं सांगते की, मर्दाना हा दारू गाळणारा होता. त्याला संगीताची देणगी होती. मर्दाना रबाब वाजवत असे आणि प्रार्थनासुद्धा गात असे. नानकाच्या सचोटीनं (प्रामाणिकपणाने) नवाब दौलत खान लोधी प्रभावित झाला होता. मध्यस्थांकडून (Agent) नानक लाच घेत नसे. तसेच, पूर्वीच्या लोकांचा भ्रष्टाचार त्यानं बंद केला. सुलतानपूरमधील लोक नानकाची स्तुती करू लागले.

नानकानं आदर्श रीतीनं आपला दिनक्रम आखला होता. झोपण्यापूर्वी तो आणि मर्दाना दररोज संध्याकाळी प्रार्थना म्हणत असत. अंधार असतानाच नानक उठत असे. जवळच्या नदीमध्ये एक डुबकी घेतल्यावर अनुयायांच्या जथ्याबरोबर तो प्रार्थना म्हणत असे. त्यानंतर ठरलेल्या वेळी नानक नवाबाच्या राजवाड्यात जात असे आणि कामाला सुरुवात करीत असे.

नानकानं मालकाची आणि व्यवहार करणाऱ्यांची मर्जी मिळविली होती, तरी ते दुःखी होते.

नानक म्हणाला : माझ्या गळ्याभोवती हे अचानकपणे पाश टाकले आहेत. तो स्वतःशीच बोलला, कोणाची चाकरी करावीच लागणार असेल, तर स्वतःमध्ये असलेल्या स्वतःच्याच मालकाची चाकरी करणं शहाणपणाचं होणार नाही का? असं जर असेल तर त्याच्यापेक्षा ज्ञान आणि शहाणपणा मिळवणं चांगलं आहे, तरीसुद्धा चांगल्या कृत्याचं बी पेरलं, तरच मायेच्या पाशातून सुटका होईल. नोकरीशिवाय वेतन मिळत नाही आणि वेतनावरील आसक्ती सर्वसंग परित्यागाच्या आड येते. तर सर्वांचाच मालक असलेल्या त्या परमेश्वराची नोकरी का करू नये? असा विचार केल्यावर नानकाने स्वतःचा विचार पुढे ढकलला. मी नानक, इतरांपेक्षा चांगला नाही. इतरजण माझ्यापेक्षा वाईट नाहीत. ईश्वराच्या इच्छेचा नानक आदर करेल आणि त्याची आज्ञा पाळेल. (मेहेरवान : जनम साखी)

यावरून हे स्पष्ट होतं की, निर्णायक वेळ आता जवळ आली होती.

जमा-खर्च लिहिण्यामध्ये नानकाचे दिवस चालले होते. हिशेबाच्या जुळणीसाठी दिवसअखेर तो सर्व आकडेमोड करीत असे. अनेक वेळा म्हणजे जवळजवळ नेहमीच रात्री उशिरापर्यंत दिव्याच्या उजेडात त्याला आकडेमोड करीत थांबावं लागत असे. एकदा रात्री तो स्वतःवरच खूप रागावला आणि लेखणी, हिशेबाच्या वह्या फेकून दिल्या.

'मी या गोष्टीत का गुंतून पडलो आहे? आणि विश्वकर्म्याला का विसरलो आहे? रात्रंदिवस हिशेब लिहिण्यात घालविणं हेच माझं विधिलिखित आहे काय? मी एका मोठ्या जाळ्यात अडकलो आहे. मी जर असेच दिवस जाऊ दिले, तर हा फास माझ्याभोवती घट्ट बसेल. रात्री तेल जाळावंच लागणार असेल, तर ते योग्य

कारणासाठी असू दे.'

नानकाने या मुद्द्यावर रात्रभर विचार केला आणि घरी यायच्याऐवजी तो स्नान करण्यास नदीवर गेला.

'ईश्वरा, मला एक गुरू, एक मार्गदर्शक हवा आहे. तो तुझ्या महालाकडे जाणारी वाट दाखवेल.'

त्याच रात्री देव स्वतः नानकांसमोर प्रकटले. नानकानं ईश्वराजवळ माफीची भीक मागितली आणि मायेच्या जाळ्यात पकडणाऱ्या जगापासून मुक्ती द्यावी, अशी तळमळीनं प्रार्थना केली. ईश्वरानं नानकाला विचारलं,

'तू इतका व्याकूळ का झाला आहेस? तू काही एक चूक केली नाहीस.'

'मी माझं मन तुझ्यापासून दूर, छोट्या-क्षुल्लक गोष्टींकडे जाऊ दिलं.' नानक उत्तरला.

'मी तुझ्या चुका माफ केल्या आहेत. ज्या मायेबद्दल तक्रार करीत आहेस, तो माझाच एक अंश आहे. तू पाहतोस ती फक्त त्याची छाया आहे.'

'देवा, ऐहिक फायद्याबद्दलची माझी आसक्ती नष्ट कर.'

'नानक, ऐहिक फायद्याविषयीची तीव्र इच्छा तू यापुढं धरणार नाहीस. मी तुझ्यावर प्रसन्न आहे. तुला माझे आशीर्वाद आहेत.' (मेहरवान : जनम साखी)

ज्या गूढ अनुभवामुळे अखेर नानकांनी ईश्वराचं कार्य स्वीकारलं, तो प्रसंग विविध प्रकारे सांगितला आहे. ऑगस्ट १५०७ मध्ये पौर्णिमेनंतरच्या तिसऱ्या रात्री हा प्रसंग घडला.

चंद्र अस्ताला गेला होता, (जनम साखी सांगते) अंधार होता. चांदण्या अजूनही चमकत होत्या. नानकापाठोपाठ त्याचा नोकरही नदीवर गेला. त्यांनी कुडता आणि धोतर काढलं व ते नदीत उतरले. त्यांनी नाकपुड्या बंद केल्या आणि पाण्यात डुबकी घेतली. ते वर आलेले नाहीत. नोकर थोडा वेळ पाहत राहिला. नंतर घाबरून नदीकाठावर नोकर धावपळ करू लागला. पाण्यामधून एक अनोळखी आवाज आला.

'धीर सोडू नकोस.'

तरीसुद्धा मर्दाना पळत सुलतानपूरला गेला. रडतरडत त्यानं हकीकत सांगितली. ती ऐकून गावात मोठी खळबळ उडाली. हिंदू-मुस्लीम, गरीब-श्रीमंत सर्वांचंच नानकावर प्रेम होतं. दौलत खान लोधीनं ही घटना ऐकली, तेव्हा त्याला खूप दुःख झालं.

तो म्हणाला,

'मित्रांनो, नानक देवाचा माणूस आहे. आपण नदी उपसून त्याला बाहेर काढू या.'

सुलतानपूरचे लोक नदी उपसत होते. नानकांना मात्र ईश्वराचं मार्गदर्शन मिळत होतं.

सर्वशक्तिमान परमेश्वरानं त्याला दुधाचा वाडगा दिला.

'नानक, हा वाडगा पिऊन टाक.' त्यानं आज्ञा केली, 'हे वाटतं तसं दूध नाही, अमृत आहे; त्यामुळे तुला प्रार्थनेची शक्ती, पूजा, सत्य आणि समाधान यांचं प्रेम मिळेल.'

नानक अमृत प्याले आणि अमृतावरही त्यानं विजय मिळविला. त्यानं पुन्हा एकदा नम्रतेनं नमस्कार केला. सर्वशक्तिमान परमेश्वरानं त्याला आशीर्वाद दिला.

'मी तुला जन्म, मरण आणि पुनर्जन्म या चक्रातून मुक्त करतो. जो तुझ्याकडे श्रद्धेनं पाहील, त्याला संरक्षण मिळेल. विश्वासानं तुझे शब्द ऐकेल, त्याला मी मदत करेन. तू क्षमा करशील, त्याला मीसुद्धा क्षमा करेन. मी तुला मुक्ती देतो. नानक, या पापी जगात परत जा आणि स्त्री-पुरुषांना प्रार्थना, दान आणि स्वच्छता (स्नान) शिकव. चांगली कृत्यं करून जगाची पापी काळापासून (कलियुगापासून) सुटका कर.' (मेहेरवान : जनम साखी)

तीन दिवसांनंतर पहाटे म्हणजे ऑगस्टमधील पौर्णिमेच्या दिवशी नानक बियास नदीतून पुन्हा वर आले. नानक आता ३६ वर्षांचे होते. आता ते परिवर्तन झालेलं आणि दृढनिश्चयी झालेलं असं व्यक्तिमत्त्व होतं. नवा मसीहा (त्राता) समजून लोकांनी त्यांचं मोठ्या उत्साहानं स्वागत केलं; परंतु त्यांनी त्याकडे फारसं लक्ष दिलं नाही.

'मी अशा माणसांबरोबर काम कसं करावं बरं!' ते स्वतःशीच म्हणाले.

स्वतःकडे असलेलं सर्व त्यांनी गरिबांना देऊन टाकलं; स्वतःचे कपडेसुद्धा टाकून दिले. स्वतःसाठी फक्त कमरेभोवतीचं कापड ठेवलं. त्यांनी घर सोडले आणि ते संन्याशांमध्ये सामील झाले.

माणसं लवकरच एकमेकांमध्ये उघडपणे बोलू लागली.

'नानक हा जाणकार होता,' काहीजण म्हणाले, 'आणि तो स्वतःचा राहिला नाही.'

'नदीमध्ये त्याला कशाची तरी बाधा झाली.'

काहीजणांना ते पटलं आणि सवयीनं ते म्हणू लागले;

'जादूटोण्याचा परिणाम झालेला एक वेडा.'

'परमेश्वरानं आता माझा ताबा घेतला आहे आणि त्यानं मला वेडा केलं आहे.' नानकांनी स्पष्ट करून सांगितलं. 'माझं कर्तृत्व ईश्वराला जाणवलं, तर मला माझा

दुराग्रह सिद्ध करावा लागेल.'

'नानक, तुम्ही होतात, त्यापेक्षा खूप वेगळे आहात.' लोक मोकळेपणानं म्हणू लागले, 'तुम्हाला जो अपेक्षित मार्ग आहे, तो आम्हालाही सांगा. आम्हाला फक्त दोनच मार्ग माहिती आहेत - एक हिंदूंचा आणि दुसरा मुसलमानांचा.'

'हिंदू असा कोणी नसतो, मुसलमान असा कोणी नसतो.' नानकांनी सांगितलं. 'तुम्ही गूढ भाषेत बोलत आहात,' लोक म्हणाले, 'या जगामध्ये आम्हाला दोनच मार्ग कळतात-हिंदुत्वाचा आणि इस्लामचा.'

'मुसलमान असे कोणी नसतात, हिंदू असे कोणी नसतात,' नानकांनी पुन्हा सांगितले. (मेहेरवान : जनम साखी)

नानकांनी आणखी दोन वर्षं सुलतानपूरच्या आसपास व्यतीत केली. राहतं घर सोडून ते जंगलात गेले आणि एकान्तात राहू लागले. विश्वासू मर्दाना त्यांचा एकमेव साथीदार होता. आता त्यांनी एक वेगळा पोशाख स्वीकारला. एक कापडी टोपी, भिक्षेवर उपजीविका करणाऱ्या मुस्लीम साधूसारखा एक मोठा पायघोळ, एक वाडगा, एक दंडुका आणि प्रार्थनेची चटई.

असा अपरिचित पोशाख का घालता? असं नानकांना विचारलं, तेव्हा नानकांनी उत्तर दिलं,

'मालकाची करमणूक करणाऱ्या विदूषकासारखा मी वेश घातला आहे. माझा पोशाख त्याला आवडला, तर मला आनंद होईल.'

नानकांनी प्रथम पूर्वेकडील हिंदूंच्या धार्मिक यात्रा-स्थळांचा प्रवास केला. त्यातून जाणवलेलं निसर्गप्रेम त्यांनी बारकाईनं (तपशीलवार) अनेक प्रार्थनापदांतून व्यक्त केलं आहे.

मेहेरवान : जनम साखी सांगते, एके दिवशी प्रवास करताना हंसांचा थवा डोक्यावरून उडताना नानक आणि मर्दाना यांनी पाहिला. नानकांना भुरळ पडली आणि ते पक्ष्यांवर लक्ष केंद्रित करून त्यांच्यामागे धावू लागले. मर्दाना त्यांच्या पाठोपाठ गेला. तो थवा एका शेतात खाली उतरला. कसलीही, कोणतीही भीती न वाटता नानक त्या थव्याकडे आकृष्ट झाले. नानकांना भीती वाटली नाही, कारण नानक हे देवाचेच होते, त्यांनी कोणाचंही नुकसान केलेलं नव्हतं. नानकांनी पक्ष्यांचं कौतुक केलं : त्यांच्या सडपातळ बारीक मानेचं, त्यांच्या गडद तेजस्वी डोळ्यांचं आणि त्यांच्या सोनेरी पांढऱ्या पिसांचं. आकाशभर पसरलेल्या या पक्ष्यांनी कधीतरी निर्मात्याला (विधात्याला) पाहिलं असेल काय? याबाबत त्यांना कुतूहल वाटलं. त्यांनी स्वतःलाच विचारलं, असे सुंदर पक्षी (मध्य आशियातील खोरासनपासून हिंदुस्तानपर्यंत आणि पुन्हा खोरासनकडे परत असे) या खंडातून त्या खंडात का भटकत असतात? त्यांनी हंस पक्ष्यांना आशीर्वाद दिले आणि त्यांना (प्रवासात यश

चिंतून) शुभेच्छा देऊन निरोप घेतला.

आणखी एका प्रार्थनागीतात त्या वेळची राजकीय आणि सामाजिक परिस्थिती वर्णन केली आहे. राजधानी दिल्ली शहरातील एका उपनगरात ती घटना घडली होती.

त्या वेळेस रक्तपिपासू पठाण राजा इब्राहिम लोधी राज्य करीत होता. नानकांची कीर्ती त्याच्यापेक्षा अधिक योग्यतेची होती. अनेक मुस्लीम तसेच हिंदू नागरिक, तसेच सत्यनिष्ठ आणि सत्यशोधक त्यांच्या दर्शनासाठी येत असत. नानकांच्या मुक्कामाजवळ एक जागा होती. तिथं भिकाऱ्यांना आणि सैतानी साधूंना त्या राजाकडून विनाशुल्क खायला मिळत असे. लोकांनी त्या राजाचे पापी मार्ग नानकांना सांगितले. तसेच भिकाऱ्यांना अन्न देऊन तो आपल्या दुष्कृत्यांचं प्रायश्चित्त कसे घेतो, ते सांगितलं.

नानकांनी त्यांना सांगितलं,

'ईश्वराच्या लेकरांनो, ऐका! राजाचं हे औदार्य म्हणजे काही पश्चात्ताप बुद्धी (परिणाम) नव्हे. ही कृती म्हणजे एका आंधळ्या माणसाचं अंधारातलं अडखळणं आहे. ती आंधळ्यापेक्षाही वाईट आहे. आंधळ्याला दिसत नसेल; परंतु ऐकू येत असतं, बोलता येत असतं आणि समजत असतं; परंतु ज्यानं स्वतःचं मन गमावलं आहे, त्यानं सर्व काही गमावलं आहे. जो दिवसा दुष्कृत्य करतो आणि रात्री दानधर्म करतो, त्यानं भिक्षा देण्याचा काय उपयोग? एखादे दगडी धरण पूर अडवू शकते; परंतु धरणच फुटलं, तर चिखलाचा गिलावा देऊन ते थोपवू शकत नाही. दुष्कृत्य ही पुरासारखी असतात; दगडी धरणं ही श्रद्धेसारखी असतात. श्रद्धाच कमकुवत झाली तर सर्वच नष्ट होऊन जाईल. पुरानं सर्व काही वाहून जातं. त्याप्रमाणे आणि त्याचा वेग इतका जोराचा असेल की, बुडणाऱ्यांचा जीव वाचविण्याचं धाडसच नावाडी करणार नाही. त्या वेळेस देवाच्या नामस्मरणाशिवाय काहीही वाचवू शकणार नाही.' (मेहेरवान : जनम साखी)

नानक दिल्लीमध्ये किती काळ राहिले, ते आम्हाला माहिती नाही. गंगेच्या किनाऱ्यावरील हरिद्वारला ते निघाले. त्या वेळेस काही धार्मिक सण असावा, कारण तेव्हा मोठा जमाव 'पवित्र' नदीमध्ये स्नान करण्यासाठी गेला होता, असं दिसतं. हे दृश्य पाहून मर्दाना अत्यंत प्रभावित झाला आणि नानकांना म्हणाला,

'जगामधली कितीतरी चांगली माणसं तिथं आहेत. त्यांना मनापासून स्वतःमध्ये सुधारणा करण्याची इच्छा असावी आणि म्हणूनच ते धार्मिक ठिकाणी आले असावेत.'

आपली पापं धुण्यासाठी स्नानाचं कर्मकांड करणारी माणसं नानकांनी पाहिली; परंतु ते प्रभावित झाले नाहीत. फक्त सोन्या-चांदीच्या लडीचा व्यापार करणारा खरं

आणि नकली यांतील फरक सांगू शकेल, त्यांनी स्पष्ट केलं,

आणि या जागी तसा कोणीही विक्रेता नाही.'

नानक आणि मर्दाना बैसाखी उत्सवाला (मार्च-एप्रिल) उपस्थित राहण्यासाठी काही काळ हरिद्वारला राहिले. याच वेळी नानकांना कीर्ती देणारी घटना घडली.

नदीमध्ये एक मोठा समुदाय स्नान करीत होता. पूर्वेकडे तोंड करून ओंजळीनं सूर्याकडे पाणी टाकणाऱ्या लोकांना नानकांनी पाहिलं. नानक पाण्याच्या प्रवाहात शिरले आणि पश्चिमेकडे पाणी टाकू लागले.

'अरे रामा!' नानकांना पाहून काही यात्रेकरूंना धक्का बसला. ते म्हणाले, 'पश्चिमेकडे पाणी फेकणारा हा माणूस कोण आहे?'

'तो एक वेडा किंवा मुसलमान आहे.'

ते नानकाजवळ आले आणि विचारलं की, चुकीच्या दिशेनं पाणी का टाकत आहेत.

नानकांनी विचारलं की, तुम्ही पूर्वेच्या दिशेनं सूर्याकडे पाणी का टाकत आहात?

'आम्ही आमच्या मृत पूर्वजांना तर्पण करीत आहोत.' त्यांनी उत्तर दिलं.

'तुमचे मृत पूर्वज कोठे आहेत?'

'स्वर्गामध्ये - देवांबरोबर...'

'देवाचं घर किती दूर आहे?'

'इथून ४९ कोटी कोस...'

'पाणी तितक्या दूरपर्यंत जाऊ शकतं?'

'निःसंशय! पण तुम्ही हे पश्चिमेकडे का फेकत आहात?'

नानकांनी उत्तर दिलं,

'माझं घर आणि जमीन लाहोरजवळ आहे. माझी जमीन सोडून सगळीकडे पाऊस पडला आहे आणि म्हणूनच मी माझ्या शेतांना पाणी देत आहे.'

'देवमाणसा, या जागेवरून तू लाहोरजवळील शेतांना कसे पाणी देतोस?'

'तुम्ही जर ४९ कोटी कोस दूर असलेल्या देवांना पाणी देऊ शकता, तर मी दोनशे कोस दूर असलेल्या लाहोरकडे पाणी का देऊ शकणार नाही?'

हे उत्तर ऐकून माणसं लज्जित झाली.

'तो वेडा नाही,' ते म्हणाले, 'तो नक्कीच प्रेषित (द्रष्टा) आहे.' (मेहेरवान : जनम साखी)

हरिद्वारला जे हिंदू यात्रेकरू मोठ्या संख्येनं जमले होते, ते सर्व गुरूंचे (नानकांचे) शिष्य झाले. बैसाखी उत्सवानंतर लोकांना शिकविण्यासाठी त्यांनी तिथं मुक्काम केला.

देवाची सर्वांत अमोल देणगी म्हणजे माणसाचा जन्म आहे. माणसाकडे विचारशक्ती आणि कर्म असल्यामुळे जीवन, मृत्यू आणि पुनर्जन्म या दुष्ट चक्रातून तो बाहेर पडू शकतो आणि मुक्ती मिळवू शकतो. पूर्ण भक्त होण्यासाठी द्वैत नाहीसं होणं आवश्यक आहे

'पण एखाद्यानं द्वैतावर मात कशी करायची?' त्यांनी विचारलं.

'एकावर (देवावर) श्रद्धा ठेवून, एकाबद्दल (देवाबद्दल) ऐकून व बोलून आणि त्याच्यावरचा (देवावरचा) विश्वास कधीही ढळू न देता, तसेच उग्र तपश्चर्या, सत्य, आत्मसंयमन त्यानं (भक्ताने) करून द्वैतावर मात करता येते.' (मेहेरवान : जनम साखी)

नानक आणि मर्दाना हरिद्वारहून प्रयागकडे (आधुनिक अलाहाबाद) निघाले. हरिद्वारला यमुना आणि सरस्वती नद्या गंगेला मिळतात. प्रयागहून गुरू नानक बनारसला गेले. बनारस हे शिक्षण आणि पुराणमतवादाचं केंद्र आहे. गुरू नानक आणि पंडित यांच्यातील अनेक संवादांचं वर्णन आदिग्रंथामध्ये आहे. पंडितांनी नानकांची आधुनिक मतांबद्दल खरडपट्टी काढली आणि पवित्र ग्रंथाच्या ज्ञानाबद्दल त्यांची परीक्षा घेतली.

'तुम्ही ज्ञानाच्या किती गाड्या ओझं पेलू शकता किंवा तुम्ही किती विद्वानांच्या संगतीत आहात, हे महत्त्वाचं नाही. पुस्तकांचे ढिगारे किंवा ज्ञानवृक्ष हे महत्त्वाचं नाही. तसंच किती वर्षं आणि महिने शिकण्यासाठी घालवले किंवा कोणत्या भावनेनं व एकाग्र मनानं ज्ञानाचा पाठपुरावा केलात, हे महत्त्वाचं नाही. फक्त एक गोष्ट खरोखर महत्त्वाची आहे, बाकी सर्व 'स्वयं'चं (अहंभावाचं) झंझावाती वादळ आहे.'

'परंतु मग अशी कोणती एक गोष्ट महत्त्वाची आहे?' त्यांनी विचारलं.

नानकांनी उत्तर दिलं,

'इथं शेकडो गोष्टी खोट्या सांगितल्या जातात; परंतु एक सार्वभौम सत्य आहे, ते असं की, जोपर्यंत आत्म्यामध्ये सत्य रुजत नाही, तोपर्यंत सर्व सेवा आणि अभ्यास व्यर्थ आहे.'

स्वयंपाकाच्या वाफेला आणि स्वयंपाकघराच्या पावित्र्याला (सोवळ्या-ओवळ्याला) अवाजवी महत्त्व देणाऱ्या पंडितांबाबतही नानक हे तेवढंच स्पष्ट बोलत असत. या विसंगतीकडे पंडितांचं लक्ष वेधण्याचं नानकांनी ठरविलं. तसंच आपल्या पद्धतीनं त्यावर भर देण्याचंही नानकांनी ठरविलं.

नानक पंडितांबरोबर गेले. पंडित अंघोळ कशी करतात, स्वयंपाकाची भांडी कशी घासतात, एकत्र विश्रांती स्थानाची जागा कशी झाडतात, भाजीपाला कसा धुतात, अन्न कसं शिजवतात, त्या वेळेस कोणती काळजी घेतात, हे सर्व नानकांनी पाहिलं. नानकांसमोर एक ताटली एका विशिष्ट जागेवर ठेवली, परंतु ताटलीतील

पदार्थ खाण्याचं नानकांनी नाकारलं.

'तुम्ही मला जे अन्न दिलं आहे, त्याच्या शुद्धतेबाबत (पावित्र्याबाबत) मी समाधानी नाही. ते एका पापी माणसानं तयार केलं आहे आणि केवळ शरीर धुतल्यावर पापं धुऊन टाकता येत नाहीत.'

नानकांच्या शब्दांचं महत्त्व पंडितांना पूर्णपणे आकलन झालं नाही. त्यांनी पुन्हा ताजं अन्न तयार केलं. या वेळेस त्यांनी जमीन (पृथ्वी) उकरली आणि पुन्हा तिथं माती टाकली. एवढंच नव्हे, तर त्यांनी लाकडाचे ओंडके पेटविण्यापूर्वी धुऊन घेतले. नानकांनी पुन्हा अन्नसेवनास नकार दिला आणि त्यांची कानउघाडणी चालू ठेवली.

'पावित्र्य हे घासल्यानं आणि धुतल्यानं मिळविता येतं, यावर विश्वास ठेवून तुम्ही चुकत आहात. लाकूड-शेण-इंधन किंवा पाणी यांसारख्या निर्जीव वस्तूंना घासणं/धुणं या क्रिया संबंधित नाहीत, त्या मनुष्यप्राण्याशीसुद्धा कमी संबंधित आहेत. जेव्हा हृदय दूषित असतं, तेव्हा माणूस अस्वच्छ असतो. त्याच्या जिभेवर असत्याचा थर असतो. त्याचे डोळे दुसऱ्याच्या बायकोच्या सौंदर्यानं किंवा त्याच्या संपत्तीनं मत्सरी होतात, त्याचे कान निंदानालस्ती ऐकून गलिच्छ होतात. त्या सर्वांची शुद्धता केवळ ज्ञानानंच होऊ शकते. मूलतः सर्व माणसं चांगली असतात; परंतु बहुतेक वेळा ती नशिबानं ठरविलेल्या नरकाच्या मार्गानंच जातात.'

हिंदूंच्या पवित्र ग्रंथांविषयी जी एक वृत्ती आहे, त्याबद्दल लोकांनी नानकांना विचारलं,

'वेद एक गोष्ट सांगतात आणि तुम्ही दुसरीच. वेद वाचणाऱ्यांना त्यातील शिकवणूक अमलात आणता येत नाही आणि आता तुम्ही तर अधिक संभ्रम निर्माण करताय. वेदातील शिकवणुकीशी तुम्ही तुमची शिकवणूक एकत्र का करीत नाही? किंवा अधिक स्पष्टपणे वेगळी का करीत नाही?'

नानकांनी उत्तर दिलं :

'चांगलं आणि वाईट यांतील फरक वेद सांगतात. दुष्कृत्य हे बीज आहे, पावित्र्य हे स्वर्गाचं बीज आहे. वेदातील ज्ञान आणि शिकवणूक एकमेकांना पूरक आहे; एखाद्या व्यापाऱ्याला जसा माल असतो, तसंच ते ज्ञान आणि शिकवणूक सारखेच आहेत.'

आपली श्रद्धा ही ठरावीक पद्धतीनं स्वीकारायची नाही, असं नानकांनी ठरविलं होतं, हे यावरून लक्षात येतं. नामदेव, कबीर, रविदास, सैन आणि बेनि यांची आपण जी ईशस्तोत्रं गातो, त्यातून चांगल्या श्रद्धा स्वीकारायच्या असतात.

नानकांनी बनारसमध्ये वास्तव्य करावं, म्हणून त्यांचे शिष्य प्रयत्न करीत होते. नानकांनी मात्र ते नाकारलं.

‘मी फक्त एकाच आणि फक्त देवाच्या भक्तिमार्गानं जाणार आहे,’ नानकांनी सांगितलं, ‘तुमची शिकवणूक आणि धर्म मला आकर्षित करीत नाहीत. देवाच्या नामस्मरणाशिवाय अन्य उद्योगांत मला स्वारस्य नाही, कारण देवानं स्वतःच माझ्यातील लोभाच्या इच्छेला शांत केलं आहे.’

काही घटनांचा एकत्रितपणे विचार केला असता, असं लक्षात येतं की, पहिल्या प्रवासातच गुरूंना बंगाल, अति पूर्वेकडे आणि आसाममध्ये प्रामुख्यानं यश मिळालं. पंजाबकडे परत जाताना वाटेवर जगन्नाथपुरी इथं ते काही दिवस थांबले. त्यांनी पंजाबमध्ये प्रवास केला आणि पाक पठाण येथील सुफींच्या निवासस्थानांना भेट दिली. त्यानंतर त्यांनी दक्षिणेकडे तामिळनाडू, केरळ, कोकण आणि राजस्तान येथे दीर्घ प्रवास केला, असं सांगतात. कारण त्याबाबतचे पुरावे कमी आहेत. आपल्या शेवटच्या आणि प्रदीर्घ प्रवासाला सुरुवात करण्याअगोदर नानकांनी हिमालयात कोणाकडे तरी काही काळ वास्तव्य केलं होतं. नंतर पश्चिमेकडील मक्का आणि मदिना या मुस्लीम शहरांत तसेच बगदादपर्यंत प्रवास केला. या प्रवासात आणखी एक वेगळी घटना घडली. नानक एका मशिदीत राहत होते. एकदा ते खांबाकडे पाय पसरून अगदी गाढ झोपले होते. देवाच्या वास्तूबद्दल अनादर व्यक्त करणारी ही गंभीर घटना समजली जाते. मुल्ला प्रार्थनेसाठी आले आणि त्यांनी रागानं नानकांना उठविलं आणि म्हणाले,

‘अहो भक्त महाराज, तुमचे पाय देवांची वास्तू असलेल्या काबाकडे आहेत. हे दुष्कृत्य कसं घडलं?’

नानकांनी उत्तर दिले,

‘तर मग माझे पाय अशा दिशेला फिरवा की, जिथं देव नाही किंवा काबा नाही.’

नानक घरी परत आले. मोगल बाबरानं पंजाबवर हल्ला केला होता. गाव मोकळं करण्यासाठी चढाई झाली, तेव्हा नानक सैदपूरमध्ये होते. या हल्ल्यामुळे अनेक अनर्थ झाले, त्याचे अनेक संदर्भ नानक सांगतात.

नानक आता वृद्ध झाले. कोणताही मोठा, कष्टप्रद प्रवास करणं त्यांना शक्य नव्हतं. करतारपूर या खेडेगावात ते स्थायिक झाले. लोकांना शिकवण देण्यात त्यांनी आपलं उर्वरित आयुष्य व्यतीत केलं. त्यांचे शिष्य शीख म्हणून ओळखले जाऊ लागले. (शीख : संस्कृतमध्ये शिष्य किंवा पालीमध्ये सिखख.) त्यांनी एक धर्मशाळा (श्रद्धास्थान) बांधली. तिथं राहणाऱ्याला कडक नियम पाळावे लागत. पहाटेपूर्वीच उठायचं, अंघोळ करायची आणि नंतर प्रार्थना म्हणण्यासाठी, ईशस्तोत्र गाण्यासाठी धर्मशाळेत एकत्र जमायचं असतं.

अशा रीतीनं रोज सामुदायिक प्रार्थना चालू असायच्या. संध्याकाळच्या सेवेसाठी ते पुन्हा भेटत असत. धर्मशाळेमध्ये गुरू-का-लंगर होते. (गुरूंचं स्वयंपाकघर) तिथं

जात किंवा धर्म यांचा भेद न करता सर्वांना भाकरी देऊन उपकृत केलं जात होतं.

नानकांच्या शिष्यांमध्ये लेहणा नावाचा एक माणूस होता. वारस नेमताना नानकांनी स्वतःच्या मुलांना महत्त्व दिलं नाही तर लेहणाला वारस नेमले. नानक लेहणाला म्हणाले,

'तू अंगद आहेस, म्हणजे माझ्या शरीराचा एक भाग.'

दुसऱ्या शिष्याला अंगदाच्या कपाळावर केशरी रंग लावण्याची आज्ञा केली आणि लेहणाला दुसरा गुरू म्हणून जाहीर केले.

२२ सप्टेंबर, १५३९ रोजी सकाळी नानकांना मृत्यू आला. ते कवी होते, शेवटपर्यंत निसर्गप्रेमी होते. अखेरच्या दिवसांत मृत्युशय्येवर पडले असताना, लहानपणी केलेल्या दुष्कृत्यांची त्यांना आठवण झाली. 'चिंचेचं झाड आता फुललं असेल. पाम्पस गवत आपलं लोकरीसारखं डोकं वाऱ्याची झुळूक येताच हलवत असेल. रानातील एकाकी जागेत रातकिडे आवाज करत असतील...' चिरनिद्रेसाठी डोळे मिटण्यापूर्वी ते स्वतःशीच म्हणाले.

त्यांच्या शरीराला चिरविश्रांतीसाठी कसं ठेवलं होतं, याची नोंद मेहेरवान : जनम साखीमध्ये आहे.

मुसलमान म्हणाले,

'आम्ही त्यांना पुरून टाकू.'

हिंदू म्हणाले,

'आम्ही त्यांचं दहन करू.'

नानक म्हणाले,

'तुम्ही कोणत्याही एका बाजूला फुलं ठेवा. हिंदूनी माझ्या उजवीकडे, मुस्लिमांनी माझ्या डावीकडे. उद्या सकाळपर्यंत ज्यांची फुलं ताजी राहतील, त्यांनी आपला मार्ग अमलात आणावा.'

सर्वांना प्रथम प्रार्थना करण्यास सांगितलं. प्रार्थना संपली, तेव्हा नानकांनी स्वतःवर चादर ओढून घेतली आणि चिरनिद्रेसाठी प्रयाण केलं. दोन्ही समाजाची फुलं ताजी होती. हिंदू-मुसलमानांनी आपापली फुलं उचलली, गोळा केली.

नानकांना धार्मिक माणसांचा राजा किंवा शहा, हिंदूंचा गुरू आणि मुसलमानांचा पीर म्हणून मनापासून पूज्य मानलं जातं, याचं फार काही आश्चर्य वाटू नये.

बाबा नानक शाह फकीर
हिंदुका गुरू, मुसलमान का पीर.

◆

काही अनुवाद

वेळोवेळी ऐकलेली सुंदर, भावपूर्ण कीर्तनं आजही
माझ्या हृदयाच्या तारा छेडतात, मन हेलावून टाकतात.

गुरू नानकलिखित काही भक्तिकाव्य
'रात्र'

रात्रीच्या प्रथम प्रहरात, माझ्या व्यापारी मित्रा ।
अनंताच्या आज्ञेने ।
तुला जाणवले तुझे अस्तित्व गर्भाशयात ।
शिरोभागावर उभे राहून योग्याप्रमाणे तप आचरलेस ।
खाली डोके, वर पाय करून ध्यानमग्न चित्ताने ईश्वराची प्रार्थना केलीस ।

या कलियुगाच्या जगात तू नागवाच आलास ।
जेव्हा तुझी वेळ येईल, तेव्हा नागवाच जाशील ।
तुझ्या कपाळावर तुझे भविष्य लिहिले आहे ।
नानक म्हणतात,
ईश्वरी सत्तेच्या आज्ञेने ।
जीवनाची सुरुवात गर्भात होते ।

माझ्या व्यापारी मित्रा, आता रात्रीचा दुसरा प्रहर आला,
तू पूर्वी केलेले तप विसरलास ।
कृष्ण जसा राधेच्या हातात खेळत होता, त्याप्रमाणे या मांडीवरून त्या
मांडीवर तुझे खेळणे सुरू झाले ।
तुझी माता म्हणते, 'हा माझा मुलगा आहे...'
हे माझ्या मूढ आणि अविचारी मना,
तू हे जाणत नाहीस की, जीवनाच्या अखेरीस
तुला माझा म्हणणारा कुणी उरणार आहे?
ज्याने तुला जन्माला घातले

त्याची ओळख तुझ्या हृदयात नाही ।
नानक म्हणतात, रात्रीच्या दुसऱ्या प्रहरात
माणूस आपण आधी केलेले तप विसरून जातो

रात्रीच्या तिसऱ्या प्रहरात, माझ्या व्यापारी मित्रा,
तुझ्या मनावर संपत्तीचा आणि तारुण्याचा अंमल आहे,
माझ्या व्यापारी मित्रा, तुझ्या मनात परमेश्वराच्या नामाचे स्मरण होत नाही, ।
तू फक्त नफ्याचा विचार करतोस ।
माझ्या जीवा, तू हरिनामाचे स्मरण करत नाहीस ।
कारण धनसंपत्तीच्या शोधात तुझे चित्त ढवळून गेले आहे,
सुवर्णाच्या शोधात, तारुण्याच्या मदिराप्राशनाने धुंद होऊन,
तू श्रद्धेला जवळ केले नाहीस ।
सत्कृत्यांना मित्र मानून उचलून धरले नाहीस ।
नानक म्हणतात,
रात्रीच्या तिसऱ्या प्रहरात मनाने संपत्ती आणि
तारुण्याचा अनावर ध्यास घेतला आहे ।

आता रात्रीचा चौथा प्रहर उजाडला, माझ्या व्यापारी मित्रा,
आता मानवी जीवनाचे पीक कापणारा आला,
या मृत्युरूपी कापणी करणाऱ्याला कुणी पाठवले?
त्याचे रहस्य अजून कोणी जाणू शकला नाही.

माझ्या व्यापारी मित्रा,
ते अजूनही शोध न लागलेले रहस्य परमेश्वराच्या हृदयात आहे.
परमेश्वर आपल्या कामगिरीवर मृत्यूला पाठवतो,
आता तुझ्याभोवती बेगडी शोकाचे काहूर माजेल,
क्षणार्धात तू परका होशील.
तू ज्या ज्या वस्तूंवर प्रेम केलेस, त्याचा ताबा दुसरे घेतील.
नानक म्हणतात, माझ्या जीवा, रात्रीच्या उत्तर प्रहरात
माळी पीक कापून जातो...

धर्म

योग्याने पांघरलेल्या ठिगळांच्या अंगरख्यात धर्माचे अस्तित्व नसते, ।
की धर्म त्याच्या छाटीत नसतो, ।
शरीरावर फासलेल्या भस्मात तो नसतो,
कानातल्या कुंडलांत धर्म नसतो,
मुंडन केलेल्या डोक्यात तो नसतो,
तो शंख फुंकण्यात नसतो ।
जर तुला खऱ्या धर्माची वाट पाहायची असेल जगाच्या या मलिनतेत
तर तुला स्वतःला मलिनतेपासून मुक्त व्हावे लागेल ।

नुसत्या प्रवचनांनी तुला 'विश्वात्मकभाव' येणार नाही ।
जो अखिल मानवतेला समान दृष्टीने पाहतो ।
तो योग्यासमान मानू शकतोस ।
समाधिस्थानाचे दर्शन घेण्यात धर्म असत नाही ।

मृताचे दफन करतात, तेथे भेट देण्यात धर्म नाही ।
ध्यान लावून चिंतनात निमग्न होण्यात तो नाही ।
खेड्यापाड्यांत किंवा दुर्गम प्रदेशात भटकण्यात तो नाही ।
तीर्थक्षेत्राच्या ठिकाणी स्नान करण्यात तो नाही ।
जर खऱ्या धर्माची वाट तुला शोधायची असेल ।
या जगाच्या मलिनतेत ।
तर तुला स्वतःला या मलिनतेपासून मुक्त व्हावे लागेल ।

तेव्हा माणसाला खरा गुरू भेटतो ।
जेव्हा त्याच्या संशयांचे निराकरण होते आणि
त्याच्या मनातील चलबिचलता थांबते,
अमृतकणांची त्याच्या मस्तकावर बरसात होते,
त्याच्या कानांवर सहजाच्या दिव्य संगीताचे स्वर पडतात,
आणि त्याचे मन दैवी ज्ञानाने उजळून निघते ।
जर खऱ्या धर्माची वाट तुला शोधायची असेल या जगाच्या मलिनतेत,
तर तुला स्वतःला या मलिनतेपासून मुक्त व्हावे लागेल ।

नानक म्हणतात की, तुला खरोखरी 'योगी' व्हायचे असेल,

तर जगात राहा; पण बेगडी जीवनमूल्यांच्या बाबतीत मृतप्राय व्हा,
जेव्हा तारांना न छेडता तंबोरा झंकारेल,
तेव्हा तुम्ही 'संसार भया'ला जिंकले, असे समजा.
जर खऱ्या धर्माची वाट तुला शोधायची असेल या जगाच्या मलिनतेत,
तर तुला स्वतःला या मलिनतेपासून मुक्त व्हावे लागेल ।

श्रावण

जलवाहिनीतून वाहणाऱ्या खळाळत्या पाण्याचा ध्वनी ।
(मयुरांचे उच्च स्वरातील हर्षभरे उन्मेषाचे चीत्कार) ।
हे भगिनी, हा श्रावण आहे, वर्षा मास आहे ।
प्रिये, तुझे डोळे मला मंत्रमुग्ध करून खिळवून टाकतात ।
(ते कटाक्ष कट्यारीसारखे माझ्या हृदयात घुसतात) ।
त्याने माझे हृदय एका अपूर्व ओढीने आणि
तृष्णेने भरून टाकले आहे ।

तुझ्या एका दृष्टिक्षेपासाठी ।
मी माझे सारे आयुष्य देईन ।
तुझ्या नावासाठी माझी कुर्बानी होवो ।
जेव्हा तू माझी होतेस, तेव्हा माझे काळीज गर्वाने भरून येते,
तू मला साथच दिली नाहीस, तर गर्व तरी कशाचा करू?
हे स्त्रिये, पलंगाच्या चौकटीवर आपल्या बांगड्या फोडून टाक ।
तुझे हात मोडून टाक ।
या पलंगाचे हात कापून टाक ।
तुझी शृंगार-आभूषणे आता मला मोहवत नाहीत ।
तुझा स्वामी आता दुसरीच्या मिठीत आहे ।

ईश्वराला तुझा बांगड्या विकणारा आवडत नाही ।
तुझी कंकणे आणि काचेच्या बांगड्या त्याने परत केल्या आहेत ।
ज्या हातांची ईश्वराच्या मानेभोवती मिठी पडत नाही ।
ते हात यातनामय दुःखाने जळून जातील.
माझे सगळे मित्र आपल्या प्रेयसीकडे गेले आहेत ।
मला स्वतःविषयी तिरस्कार वाटतो.

आता मी कोणाचा दरवाजा ठोठावू?
मित्रांनो, माझी निष्ठा आणि सुस्वभाव सिद्ध केला आहे,
तरीसुद्धा तुझ्या डोळ्यांत दयेचा ओलावा निर्माण करण्यासाठी ईश्वर
काहीच का करत नाही?
मी केसांच्या बटा नीट केल्या ।
आणि विस्कटलेल्या केशकलापात मळवट भरला ।
आणि त्याच्याकडे गेले ।
माझ्याशी तो खोटे बोलणार नाही,
माझे हृदय दुःखाने भरून आले आहे,
मला मृत्यू खुणावतो आहे.
मी खूप शोक केला आणि माझ्याबरोबर जगही रडले ।

रानातले पक्षीही शोकाकुल झाले,
माझ्या आत्म्याने, तू मला प्रियकरापासून अलग केले ।
आता अश्रू ढाळू नकोस,
स्वप्नात तो मला भेटला ।
(मला जाग आली) तेव्हा तो गेलेला होता.

मी अश्रूंचा पूर वाहवला.
प्रिया, मी तुझ्याकडे येऊ शकले नाही,
माझा संदेश कोणी संदेशवाहक स्वीकारणार नाही;
हे परमसुखदायक निद्रे, तू फिरून माझ्याकडे ये,
तुझ्या स्वामीकडून तुला निरोप कोण पोहोचवते!
नानक, तुझ्या स्वामीकडून संदेश आणणाऱ्या दूताला
तू काय बरे देशील?

माझे शिर कापून मी त्याला बसायला? आसन करून देईन;
माझे मस्तकरहित शरीर त्याची सेवा चालूच ठेवेल.
मला मृत्यू का येऊ नये?
त्याला माझे जीवन अर्पण का करू नये?
माझा पती माझ्यापासून वेगळा झाला आहे आणि
त्याने दुसऱ्या बायकोला स्वीकारले आहे !

गृहस्वामी

ज्या कर्मकांडामुळे माझ्या प्रिय परमेश्वराची विस्मृती होते ।
त्याला मी आग लावीन.
हे नानक, ईश्वराच्या दृष्टीने जे श्रेयस्कर आहे ।
ते प्रेम श्रेष्ठ होय,
शरीर हे गृहस्वामिनीसारखे असते,
जेव्हा स्वामी दूर गेलेले असतात ।
तेव्हा ती त्याच्यासाठी झुरू लागते.
जर तिचे संकल्प शुद्ध असतील
तर कोणत्याही दिवशी कोणत्याही क्षणी,
तिचे स्वामीशी पुनर्मीलन होईल ।

हे नानक, हृदयात प्रेम असल्याखेरीज,
सर्व गोष्टी खोट्या आणि व्यर्थ आहेत.
माणसाने एखादी चांगली गोष्ट ।
देवाणघेवाणीच्या भावनेने केली ।
त्याचा हेतू जरी चांगला असला ।
तरी तो चांगुलपणा हरवून बसतो ।

जानवे

जेव्हा पवित्र धाग्याचे, 'जानवे' तयार करता,
तेव्हा पुढील नियमांचे पालन करा ।
करुणेचा कापूस पिंजून ।
मनःशांतीचा धागा बनवा ।
ब्रह्मचर्याची गाठ बांधा ।
आणि सद्‌गुणांचा पीळ द्या.

हे पंडिता, असा पवित्र धागा असेल ।
तर आम्ही तो खुशीने गळ्यात घालू.

असा बनवलेला धागा तुटणार नाही ।
तो मळणार नाही, जळणार नाही,
किंवा हरवणार नाही.

हे नानका, तुला दिसून येईल की,
जे हा धागा परिधान करतील, त्यांना आशीर्वाद मिळतील

चार कवड्या देऊन हा धागा घेतला ।
संस्कारविधीसाठी चौरस आखून घेतला ।
ब्राह्मण मंत्र कानात कुजबुजतो ।
आणि अशा तऱ्हेने तो गुरू आणि शिक्षक होतो.
परंतु जेव्हा जानवेधारक मरण पावतो,
तेव्हा त्याचे जानवे काढून घेण्यात येते,
आणि तो जानव्याशिवाय पुढील प्रवासाला जातो.

◆

उमरावजान अदाची गोष्ट

कोणती कथा इतकी खिळवून टाकणारी असेल;
ज्या विश्वात मी जगले, त्याने मला किती न्याय दिला
किंवा माझ्या नशिबात काय वाढून ठेवलं असेल?

What story will be more absorbing be,
How fared the world in which I lived
Or what fate hath held in store for me?

मिर्झा रुसवा, माझ्या आयुष्यातील सत्य घटना काढून घेण्याचा का प्रयत्न करतोस? त्यासाठी तूच मला का उद्युक्त करतोस? माझी का खुशामत करतोस? माझ्यासारख्या स्त्रीच्या जीवनकहाणीमध्ये तुला उत्सुकता का वाटत असावी? मी एक दुःखी, पाजी, आयुष्यात स्थिर न होता वाहत गेलेली स्त्री आहे; मी बेघर, उनाड आणि आपल्या कुटुंबाला लाज आणली आहे, अशी स्त्री आहे, जिचं नाव आजच्या जगात कलंकिनी म्हणून आहे आणि उद्याही ते राहणार आहे, अशी मी एक स्त्री आहे. तरीसुद्धा तुझा आग्रहच असेल, तर मी तुला गोष्ट सांगते.

खरं तर, पूर्वजांबद्दल बढाया मारून काय मिळणार आहे? मला आई-वडिलांची किंवा आजी-आजोबांची नावं आठवतसुद्धा नाहीत, हे सत्य आहे. एवढंच आठवतं की, माझं घर फरीदाबाद शहराबाहेरील वस्तीमध्ये कुठंतरी होतं. ते घर विटांचं होतं. भोवताली पानांनी शाकारलेल्या मातीच्या झोपड्या होत्या. शेजारी सामान्य माणसं होती. त्यात पाणके, न्हावी, धोबी आणि इतर अशी गडीमाणसं. आमच्या घराशिवाय आसपासच्या परिसरामध्ये आणखी एक दुमजली घर होतं, ते दिलावरखान नावाच्या माणसाचं होतं.

माझे वडील बहू बेगमच्या (औधचा नबाब शुजा-उद-दौलाची पत्नी) कबरीमध्ये कामाला होते. ते कोणते काम करीत असत किंवा त्यांना काय मिळत असे, हे मला आठवत नाही; परंतु एवढंच आठवतं की, लोक त्यांना जमादार म्हणत असत.

मी लहान भावाबरोबर दिवसभर खेळत असे. त्याला माझी इतकी सवय होती की, तो मला एक क्षणभरही सोडत नसे. वडील संध्याकाळी परत आले की, सांगता

येणार नाही, एवढा आम्हाला आनंद होत असे. मी त्यांना मिठी मारत असे. माझा भाऊ 'बाबा ऽ बाबा' असं ओरडायचा आणि त्यांच्या कोटाला अक्षरशः लोंबकाळायचा. मोकळेपणानं हसल्यानं त्यांचा चेहरा उजळून निघे. मला कुरवाळून ते पाठीवर थोपटत असत. भावाला कडेवर घेऊन ते त्याचा मुका घेत. ते रिकाम्या हातानं घरी कधीच येत नसत. कधी उसाची कांडी, कधी तिळाच्या वड्या किंवा कधी पानाच्या द्रोणात गोड वस्तू आणत. मग आम्ही त्याची वाटणी करायला बसत असू. त्यासाठी आमची किती भांडणं होत! उसाचं कांडं भाऊ पळवत असे, तर मी द्रोणातील गोड वस्तू घेत असे. रात्रीचा स्वयंपाक करताना आई हे सारं पाहत असे, तेव्हा किती मजा येई! वडील बसतात, न बसतात तोच मी त्यांना त्रास द्यायला सुरुवात करायची. 'बाबा, तुम्ही मला बाहुली का आणली नाहीत? माझ्या चपला बघा, किती फाटल्यात! तुम्हाला काही काळजीच नाही. सोनारानं अजून नेकलेस केलेला नाही. छोट्या चुलत भावाच्या 'ऐद' समारंभात मी काय घालू? (स्तनपान बंद करून वरच्या दुधाच्या सवयीचा समारंभ) काहीही झालं, तरी मला त्याची पर्वा नाही; पण ईदला मात्र मला नवा ड्रेस पाहिजे, म्हणजे पाहिजे!'

स्वयंपाक झाल्यावर आई हाक मारीत असे. मी चपात्यांची टोपली आणि आमटीचं भांडं आणून ठेवीत असे. गालिच्यावर पांढरं कापड अंथरलं जाई. आईनं जेवण वाढताच आम्ही सर्व त्यावर तुटून पडत असू. बाबा रात्रीची प्रार्थना म्हणत आणि आम्ही झोपी जात असू. सकाळच्या प्रार्थनेसाठी ते लवकर उठत. अंथरुणातून उडी मारून मी उठायची आणि पुन्हा तगादा सुरू करायची, 'बाबा, आज तरी बाहुली आणायला विसरू नका आणि बाबा, खूप पेरू आणि तंजीरची मोसंबी आणा.' सकाळच्या प्रार्थनेनंतर बाबा जप करीत. नंतर ते छपरावर जात. खुराडं उघडून कबुतरांना खायला घालीत. त्यांना उडवून काही वेळ आकाशात घिरट्या मारायला लावीत. याच वेळात आई झाडणं, इतर स्वच्छता करून स्वयंपाक करीत असे. कारण वडील अगदी लवकरच कामावर जायचे. नंतर आई शिवणकाम आणि दुरुस्तीच्या कामाला बसायची. छोट्या भावाला घेऊन मी गल्लीत जात असे तर कधीकधी त्याला घरासमोरील चिंचेच्या झाडाखाली सोडून मित्र-मैत्रिणींबरोबर खेळायला पळायची. ते दिवस किती मजेचे होते! मला कशाचीही काळजी वाटत नव्हती. मी चांगलं खात-पीत असे, उत्तम कपडे घालीत असे. त्या वेळेस आमची परिस्थिती इतरांपेक्षा चांगली होती. यापेक्षा अधिक काही मला अपेक्षित नव्हतं. कारण वेगळं काही चांगलं असतं, असं मला वाटत नसे. त्या परिसरात आमच्या घरापेक्षा उंच घर नव्हतं. घराला दोन्ही बाजूला रुंद ओसऱ्या आणि अनेक खोल्या होत्या. माझे इतर खेळगडी लहान खोपटांत राहात. आमच्याकडे आवश्यकतेपेक्षा अधिक भांडीकुंडी आणि क्रोकरी होती, गालिचे व त्यावरील पांढऱ्या चादरी होत्या. शेजारचे अशा वस्तू

उसन्या नेत. आमच्याकडे पाणी भरायला पाणक्या होता, इतर स्त्रिया मात्र स्वतः विहिरीतून पाणी भरत. माझे वडील युनिफॉर्म (गणवेष) घालून बाहेर पडत, तेव्हा लोक त्यांना वाकून सलाम करीत. बोलावणी करायची असली तर आई मेण्यात बसून जात असे. आसपासच्या स्त्रिया मात्र पायीच जात असत.

मित्र-मैत्रिणींमध्ये मी दिसायला चांगली होते. सुंदर नसले, तरी आजच्या सामान्य रूपाइतकी कधीच नव्हते. पिवळ्या चाफ्याच्या फुलाची जी कांती असते, त्यापेक्षा मी अधिक उजळ होते. कपाळ उंच, डोळे मोठे आणि गाल गुबगुबीत होते. माझं नाक गरुडासारखं रुबाबदार नव्हतं; पण चपटं किंवा नकटं नव्हतं. वयाच्या मानानं माझी अंगकाठीही चांगली होती. मी कधीही कोमल किंवा नाजूक नव्हते आणि खरं तर आताही नाही. अंगाला घट्ट बसणारा आणि कमरेला कापडी पट्टा असलेला लाल रेशमी पायजमा मी घालीत असे. माझं पोलकं 'नैनासुंक'चं आणि दुपट्टा तलम मलमलचा असे. एकेका हातात चांदीच्या तीन बांगड्या, गळ्यात सोन्याची साखळी आणि नाकात सोन्याची रिंग मी घालीत असे (इतर मुली नाकात चांदीची रिंग घालीत) कान नुकतेच टोचले होते आणि कानाच्या पाळ्यांत निळा दोरा घातला होता. कारण सोन्याच्या रिंगा सोनाराकडे करायला टाकल्या होत्या.

नऊ वर्षांची असतानाच माझं लग्न आत्तेभावाशी ठरलं होतं. त्यांची परिस्थिती आमच्यापेक्षा चांगली होती. नवाबगंजला त्यांची खूप जमीन होती. आईबरोबर मी त्यांच्याकडे अनेक वेळा जात असे. त्यांचं जगणं आमच्यापेक्षा खूपच वेगळं होतं. त्यांचं घर दगड-विटांचं नव्हतं. तिथं एकूणच प्रशस्त कारभार होता. घराचं छप्पर गवतानं शाकारलेलं होतं. दरवाजे भव्य होते. गाई-म्हशींनी गोठे भरलेले होते; त्यामुळे दूध-लोणी भरपूर होतं. धान्याच्या मोठमोठ्या राशींनी कोठी भरलेली असे आणि मोसमात टोपल्या भरभरून कणसं आणली जात असत. हिवाळ्याच्या महिन्यांत उसाचे ढीगच्या ढीग रचले जात.

लग्नाची तारीख नक्की करायला 'भावी पती'चे आई-वडील फारच उत्सुक होते. खरं तर आम्ही एकत्र खेळलो होतो! त्यामुळे मला माझा नवरा माहिती होता.

वडिलांनी हुंड्यात देण्यासाठी सारं काही विकत आणलं होतं. लग्नासाठी आता त्यांना थोड्या अधिक पैशाची गरज होती. लग्न 'रजब'मध्ये (वर्षाच्या सातव्या महिन्यात) निश्चित केलं होतं.

रात्रीच्या वेळी आई-वडिलांची लग्नाबद्दलची चर्चा होत असे. ती मी चोरून ऐकत असे. ऐकून मला आनंद वाटत असे. भावी पतीविषयी मला अभिमान वाटायचा. माझी मैत्रीण करीमा हिच्या भावी नवऱ्यापेक्षा तो खूपच देखणा होता. करीमा ही लोकर पिंजाऱ्याची मुलगी होती. 'करीमाचा' नवरा काळा होता, माझा उजळ होता. तिच्या नवऱ्याला नुकतीच मिशी फुटली होती. तो मळकं धोतर आणि

हिरवी बंडी घालत असे तर माझा नवरा नेहमीच व्यवस्थित पोशाखात असे. ईदच्या दिवशी तो भेटायला आला होता तेव्हा तो खूप रुबाबदार दिसत होता; हे मला आठवतंय, रेशमी पायजमा, मखमली चपला, लेसकाम (Lace work) केलेली टोपी आणि छापील हिरव्या कापडाचा झगा त्यानं घातला होता. करीमाच्या नवऱ्यानं मात्र मळक्या कापडाचा तुकडा डोक्याला कसाबसा गुंडाळला होता आणि तो अनवाणी होता.

मी आनंदात होते. यापेक्षा आणखी कोणी नशीबवान असेल, यावर माझा विश्वास नव्हता. माझी स्वप्नं पूर्ण होणारच, अशी मला पक्की खात्री वाटत होती.

आई-वडील असताना कोणतंही दुःख असल्याचं मला आठवत नाही. एकदा आंधळी कोशिंबीर खेळताना अंगठी हरवली. चांदीचीच होती ती आणि किंमत एक आण्यापर्यंत होती; परंतु फारच लहान असल्यामुळे मला ते कळत नव्हतं! मी इतकी रडले की, डोळे सुजून लाल झाले. अंगठी हरवल्याचं मी काही आईला सांगितलं नाही; परंतु तिनं माझं रिकामं बोट बघून विचारलं, तेव्हा मात्र सर्व सांगावं लागलं. तिनं जोरात थोबाडीत मारली, मी किंचाळले. गळा काढून रडायला लागले आणि बराच वेळ मुसमुसत राहिले. नंतर वडील घरी आले. ते आईला रागावले. मला चुचकारलं; त्यामुळे मला बरं वाटलं. आईपेक्षा वडिलांची मी अधिक लाडकी होते. ते कधीही शिक्षा करीत नसत, आई मात्र साध्या गोष्टीवरून देखील कडक शिक्षा करीत असे. माझा धाकटा भाऊ तिचा लाडका होता. त्याच्यामुळे मलाच पुष्कळदा मार खावा लागायचा. तरीही तो मला खूप आवडत असे. आईचा सूड घ्यायचा म्हणून काही वेळेस मी त्याच्याकडे लक्ष देत नसे; पण तिची पाठ वळली की, मी लगेच त्याला उचलून घेत असे. त्याचा पापा घेऊन छातीशी घट्ट धरीत असे. आई येताना दिसली, तर पटकन त्याला खाली ठेवायची. मग तो ओरडायचा. आईला वाटे की, त्याला रडवलं. ती पुन्हा मला रागवायची; पण माझं बोट जरी खरचटलं, तरी ती स्वतःला विसरायची; खाण्या-पिण्याचं भानही तिला राहत नसे. रात्री झोप लागत नसे. मग दिवसभर लोकांना औषधं आणि उपाय विचारीत धावाधाव करायची.

हुंड्याची तरतूद म्हणून आईनं आपल्या बांगड्या आणि नेकलेस वितळवून त्यात चांदीची थोडी भर घातली आणि पुन्हा बांगड्या करवून घेतल्या. तिनं इतर काही दागिन्यांनाही पॉलिश करून घेतलं होतं. स्वयंपाकाची काही भांडी घरासाठी ठेवून इतर भांड्यांना कल्हई लावून माझ्यासाठी ठेवली. काही वस्तू घरासाठी ठेवण्याचं वडील सांगत; तेव्हा आई म्हणे,

'माझी काळजी करू नका. तुमची बहीण मोठ्या जमीनदाराची बायको आहे. तिला असं वाटता कामा नये की, तुम्ही आपल्या मुलीला काही कमी दिलंय, तुमची ती बहीण आहे; पण मुलीची सासूसुद्धा असेल. काहीजण किती टीकेखोर असतात,

हे तुम्ही जाणताच. आपली मुलगी नव्या घरी रिकाम्या हातानं गेली, तर ते आपल्याला टोमणे मारतील! '

वेश्यांच्या घरात जन्मलेल्या मुलींना आहे ही परिस्थिती सुधारण्याची शक्यता फार कमी असते, असं लोकांचं बोलणं मी ऐकलं आहे. यापेक्षा अधिक वाइटाचीच अपेक्षा त्यांच्याकडून करता येईल. कारण केवळ लैंगिक संबंध आणि व्यभिचार यांच्याच अपेक्षा वाढलेल्या असतात. त्यांच्यासमोर आई किंवा बहीण असली, तरी अनीतीचीच उदाहरणं असतात. प्रतिष्ठित घरातील मुलींबाबत अशी परिस्थिती नसते. मात्र, त्या घरातून पळून जाऊन वाईट मार्गाला लागल्या असतील तर त्यांना क्षमा नाही; त्या बकरीप्रमाणे कापण्याचाच लायकीच्या आहेत. (अशा बकरीची तहान भागविण्यासाठी पाण्याचा थेंबही न देता, मान कापली पाहिजे.) परंतु मी वेश्या व्यवसाय का स्वीकारला, याचं स्पष्टीकरण देणं आवश्यक वाटतं. नाही तर लोकांना वाटेल की, माझ्यासारख्या परिस्थितीतील मुलींना मुळातच अनैतिक अशी शारीरिक ओढ असते, तशीच मलाही होती. कदाचित असंही वाटेल की, लग्नाची तारीख निश्चित व्हायला वेळ लागला आणि त्यामुळे मी अधीर झाले होते. माझ्या नजरेत दुसरा पुरुष आला त्याच्याबरोबर मी पळून गेले, त्यानंही सोडलं, तेव्हा तिसऱ्या पुरुषाला पकडलं आणि जेव्हा ती भानगडसुद्धा यशस्वी झाली नाही तेव्हा आणखी एका पुरुषाला गाठलं! अशा तऱ्हेनं हळूहळू धंद्यात शिरलं! नेमकं असंच बऱ्याचदा घडतं, म्हणून असा निष्कर्ष काढणाऱ्यांना मी दोष देणार नाही. अनेक प्रतिष्ठित स्त्रिया किंवा मुली वाट चुकलेल्या ऐकल्या किंवा पाहिल्या आहेत. त्यांची अधोगती करणारी परिस्थितीही मला माहिती आहे. मुलगी वयात आल्यावर योग्य वेळी लग्न करून देण्यातील आई-वडिलांची असमर्थता, दुसरं म्हणजे मुलीच्या संमतीशिवाय कोणाशी तरी लग्न लावून देणं, तसंच वयातील अंतर, सौंदर्य किंवा स्वभाव यांचा विचार न करता तिला दिसेल त्या माणसाकडे सोपविणं. आपण या नवऱ्याबरोबर राहू शकत नाही, असं आढळून आल्यावर ती त्याला सोडून देते. काही घटनांमध्ये तारुण्यात विधवा होण्याचं दुर्दैव काही मुलींच्या वाट्याला येतं. ज्यांना वैधव्य असह्य होतं, त्यांना नशीब असेल तर दुसरा नवरा मिळतो. त्या जर कमनशिबी असतील आणि वाईट संगतीत असतील तर त्या रस्त्यावर येतात; पण माझ्या बाबतीत अशी कुठलीही घटना घडली नाही. जन्मतःच मी दुर्दैवी निघाले. दुर्दैवाचा तडाखा आणि वाईट काळ यामुळे निर्जन प्रदेशातील निराधाराप्रमाणे माझी अवस्था झाली. पापाशिवाय त्यातून सुटकेचा दुसरा मार्गच दिसत नव्हता.

घरापासून थोड्याच अंतरावर दिलावरखानाचं घर होतं. त्याचे अनेक डाकूंशी संबंध होते. लखनौच्या तुरुंगात त्यानं अनेक वर्षं घालविली होती. त्या वेळेस

कोणाच्या तरी मध्यस्थीनं त्यानं सुटका करून घेतली होती.

माझ्या वडिलांबद्दल दिलावरखानची फार मोठी तक्रार होती. एकदा त्याला फैजाबादला पकडलं. त्या वेळेस वस्तीतील लोकांना त्याच्या वागणुकीविषयी साक्ष देण्यास बोलाविलं. त्यात माझे वडीलही होते. ते अगदी साधे आणि प्रामाणिक होते. राणीच्या न्यायाधीशानं त्यांच्या हातात कुराण ठेवलं आणि विचारलं,

'ठीकाय जमादार, मला फक्त सत्य सांगा. दिलावरखान हा माणूस कसा आहे?'

वडिलांनी माहिती असलेली सर्व वस्तुस्थिती सांगितली. त्या साक्षीमुळे दिलावरखान तुरुंगात गेला. त्यानं हा आकस मनात ठेवला. तुरुंगातून आल्यावर त्यानं सूड घेण्याचं ठरविलं. मत्सरापोटी त्यानं कबुतरांचा एक थवा आणला. वडिलांचा एक पक्षी त्या थव्यानं पकडला. पक्षी परत मिळावा, म्हणून वडिलांनी चार आणे देऊ केले, त्यानं आठ आणे मागितले.

एकदा संध्याकाळी मी घराबाहेर पडले होते. दिलावरखान चिंचेच्या झाडाखाली उभा होता. वडील अजून कामावरून आले नव्हते.

'ये बाळ, पैशाची गोष्ट मिटली आहे.' तो मला म्हणाला, 'तू कबूतर परत नेऊ शकतेस.'

मी जाळ्यात सापडले. मी त्याच्या घरी गेले. घरात शिरल्याबरोबर त्यानं घराला कडी लावली. मी किंचाळणार, तोच त्यानं एक जुना कपडा माझ्या तोंडात कोंबला आणि मला गप्प केलं. माझे हात रुमालानं बांधले आणि मला फरशीवर टाकून दिलं. मागचं दार उघडून त्यानं पीरबक्ष अशी कोणाला तरी हाक मारली. त्या दोघांनी मला उचलून बैलगाडीत टाकलं आणि बैलगाडी वेगानं पळू लागली.

मी त्या दुष्टांच्या तावडीत सापडले आणि असहाय बळी ठरले. दिलावरखाननं आपल्या गुडघ्याखाली मला दाबून ठेवलं; त्यामुळे श्वासही घेता येईना. त्यांच्या हातात सुरा होता, आरक्त डोळ्यांत खून होता. ते पाहून मी अवाक् झाले. संधिप्रकाश रात्रीमध्ये बुडाला आणि सभोवताली अंधार पसरला. थंड वारे जोरदार वाहू लागले. मी अगदी अस्थिसारापर्यंत थंडगार पडले आणि थंडीनं थरथरू लागले. डोळ्यांसमोर घराच्या चित्रांची गर्दी झाली. डोळे भरून आले, गालांवरून गरम अश्रूंच्या धारा वाहू लागल्या. वडील कामावरून आले आहेत आणि ते मला सर्वत्र शोधत आहेत, आई गोंधळून छाती बडवत आहे; अजाण धाकटा भाऊ खेळत आहे (माझ्या भयानक स्थितीची त्याला जाणीव नसणारच) असे सर्व विचार माझ्या मनात आले. आई-बाबा-भाऊ, घर-ओसरी, परस आणि स्वयंपाकघर : सर्व सर्व माझ्या डोळ्यांसमोर चमकून गेलं. इथं दिलावरखान मात्र क्षणोक्षणी सुऱ्यानं भीती दाखवत होता. तो कोणत्याही क्षणी सुरा खुपसेल या विचारानं मी भेदरले होते. आता तोंडात

बोळा नव्हता. तरी माझा आवाज फुटत नव्हता. अशा परिस्थितीतही दिलावरखान आणि पीरबक्ष हसत होते, बोलत होते. अर्थातच ते स्वतःवर खूश होते. मला आणि माझ्या आई-वडिलांनाही ते गलिच्छ भाषेत शिव्या देत होते.

घडलेल्या चुकीबद्दल शूर पुरुषाचा मुलगा बारा वर्षांनंतरही सूड घेतो, असं म्हटलं जातं. दिलावरखान म्हणाला,

'पीरबक्ष भैय्या, बघ, मी ती म्हण सत्यात आणली आहे, खरी केली आहे; आता त्या XXX ला कसं भोगावं लागेल!'

'म्हण तर तू अगदी खरी केलीस!' पीरबक्ष उत्तरला. 'जवळजवळ बारा वर्षांपूर्वी तुला शिक्षा झाली होती, नाही का?'

'भैय्या, बरोब्बर बारा! लखनौच्या तुरुंगात मला किती कष्ट करावे लागले होते! ठीकाय, आता त्याची भोगायची पाळी आहे. खूप दिवस त्याला पश्चात्ताप वाटेल आणि माझी ही फक्त पहिली खेळी आहे. नंतर मी त्याचा खून करणार आहे.'

'असं काही तू म्हणू नकोस!'

'तू मला समजतोस काय? त्याला ठार केलं नाही, तर मी पठाणाचा नाही, तर रखेलीचा मुलगा ठरेन!'

'मला माहिती आहे तू शब्दाला सच्चा आहेस!'

'तू फक्त थांब आणि पाहा.'

'पण या मुलीचं काय करायचं तू ठरवलं आहेस?' पीरबक्षनं विचारलं.

'तिला ठार करून गटारात फेकून द्यायचं आणि रात्र संपायच्या आत घरी परतायचं.'

हे बोलणं ऐकलं, तेव्हा शेवट जवळ आला आहे, याबद्दल मला शंका राहिली नाही. माझे डोळे कोरडे झाले. हृदयात एकदम धक्का बसला. शरीर निर्जीव झालं आणि मृत्यूच्या वेळेस मागे पडते, तशी माझी मान मागे पडली; पण त्या राक्षसाच्या चेहऱ्यावर जराही दयेचं चिन्ह दिसत नव्हतं. उलट, त्यानं माझ्या छातीवर जोराचा गुद्दा हाणला. मी कळवळून कोलमडले आणि जवळजवळ बैलगाडीच्या बाहेर फेकली गेले.

'जर तू मुलीला ठार केलंस,' पीरबक्षनं विचारलं, 'तर मला पैसे कसे देशील?'

'मी तुझी पै न् पै फेडीन.'

'तुला पैसे कुठून मिळतील? मला वाटलं की, दुसरं काहीतरी करण्याचं तुझ्या मनात आहे.'

'अन्य मार्गानं मी पैसे मिळवू शकलो नाही, तर कबुतरं विकून तुझे पैसे फेडेन.'

'तू मूर्ख आहेस; कबुतरं कशाला विकतोस? तुला दुसरा एक मार्ग सांगू?'

'सांग.'

'मित्रा, आपण मुलीला लखनौला नेऊ आणि तिला विकून टाकू.'

मृत्यूच्या भीतीनं माझ्या कानाच्या शक्तीवर परिणाम झाला होता आणि त्या खलनायकाचे आवाज म्हणजे दुःस्वप्नातील जणू गोंगाटच होता!

पण पीरबक्षचे शब्द मी ऐकले आणि मनामध्ये मी त्याला दुवा दिला; पण त्या दुसऱ्या गळेकापूला काय करायचं होतं?

'ठीक आहे; वेळ येईल तेव्हा आपण पाहू. आपण आता पुढं जाऊ.'

'इथं थोडा वेळ थांबू या. पुढं असलेल्या झाडाखाली विस्तव दिसतोय. हुक्क्यासाठी मी थोडा विस्तव आणतो.'

पीरबक्ष विस्तव आणायला गेला. तो परत यायच्या आत दिलावरखान मला ठार मारतो की काय, असा विचार मनात आला. मी भान विसरले आणि बेंबीच्या देठापासून किंचाळले. दिलावरखान क्रूरपणे संतापला. तो माझ्याकडे वळला आणि त्यानं जोरात थोबाडीत दिली.

'चूप बस रांडीचे,' तो खेकसला. 'नाहीतर हा सुरा खुपसेन.' त्यानंतर अत्यंत अश्लील, घाणेरड्या शिव्यांची लाखोली वाहू लागला.

पीरबक्ष फार दूर गेला नव्हता. त्यानं दिलावरखानला आटोपतं घ्यायला ओरडून सांगितलं,

भय्या, तसं करू नकोस.'

'ठीकाय ऽ ठीकाय,' दिलावरखाननं आश्वासन दिलं, 'जा आणि विस्तव घेऊन ये.'

थोड्या वेळानं पीरबक्ष जळता विस्तव घेऊन परत आला. त्यानं हुक्का तयार केला आणि आपल्या मित्राला दिला. दिलावरखाननं हुक्का ओढला आणि विचारलं,

'तिचे किती पैसे मिळतील, असं वाटतं? तिला विकण्याचं कोण पाहील? आपण कुठं अडचणीत तर येणार नाही ना?'

'मित्रा, तू कशाला घाबरतोस? आपल्याला कोणी धरणार नाही. लखनौमध्ये असे व्यवहार कायम चालतात. तू ते माझ्यावर सोपव. मी तो व्यवहार करून टाकेन. माझ्या बायकोचा भाऊ तुला माहिती आहे?'

'करीम?'

'तोच. त्याच्या पोटापाण्याचं तेच साधन आहे. अनेक मुला-मुलींना विकून त्यानं पैसा केला आहे.'

'किंमत किती मिळते? मुलाची किंवा मुलीची?' दिलावरखाननं थोड्या वेळानं विचारलं.

'त्याच्या रूपावर अवलंबून असतं.'

'हिचे किती पैसे मिळतील, असं तुला वाटतं?'

'भय्या, तू आशावादी आहेस. तिला म्हणण्यासारखं रूप नाहीये. शंभरसुद्धा तिच्यासाठी जास्त होतील.'

'विकून टाकण्यात काहीच नुकसान नाही. नाहीतर तिला मारून किती पैसे मिळणार आहेत?'

आम्ही रात्रभर प्रवास केला. एखाद्या गुन्हेगाराला मृत्युची वाट बघताना वधस्तंभावरसुद्धा झोप येऊ शकते. माझंही तसंच झालं. मृत्यू माझ्या डोळ्यांसमोर घिरट्या घालीत होता; तरीही थोड्या वेळानं माझे डोळे शांत झोपेत मिटले. पीरबक्षला माझी दया आली. बैलांसाठी असलेलं पांघरूण त्यानं माझ्यावर घातलं. मी अनेकदा उठले, पण आवाज न करता निपचित पडून राहिले. नंतर मी तोंडावरून ते पांघरूण काढून टाकलं. बैलगाडीत मी एकटीच होते. बाजूची झडप वर केली, मला झोपड्यांची रांग आणि किराणा मालाचं दुकान दिसलं. दिलावरखान आणि पीरबक्ष काहीतरी विकत घेत होते. बैलांच्या मानेवरचं जू काढलं होतं. वडाच्या झाडाखाली बैल रवंथ करीत होते. काही खेडूत शेकोटीभोवती हात शेकत आणि चिलीम ओढत बसले होते. पीरबक्ष परत आला आणि त्यानं मला थोडे भाजके दाणे दिले. रात्रभर काहीही खाल्लं नव्हतं, मी भुकेनं अगदी व्याकूळ झाले होते. मी हावरटासारखे, अधाशीपणे ते दाणे खाल्ले. नंतर त्यानं माझ्यासाठी पाण्याचा जग (भांडं) आणला. थोडंसं पाणी घ्यायले आणि मुकाट्यानं पडून राहिले.

पीरबक्षनं बराच वेळ विश्रांती घेतली. तो उठला आणि त्यानं बैल जुंपले. दिलावरखाननं हुक्का भरला आणि तो माझ्या शेजारी येऊन बसला. आम्ही पुन्हा निघालो. त्या दिवशी तो माझ्याशी इतका कठोर वागत नव्हता. त्यानं सुरा उगारला नाही, तडाखा दिला नाही किंवा माझ्यावर ओरडला नाही. अनेक ठिकाणी ते हुक्का भरायला थांबले. संपूर्ण प्रवासात ते गप्पा मारत होते, गात होते. अनेकदा शिवीगाळही करायचे. नंतर ते बाह्या वर करत, कमरेचा पट्टा घट्ट करत आणि बैलगाडीबाहेर उड्या मारायचे. नंतर ते कसेतरी शांत होत आणि मग त्यांचं भांडण संपायचं; समझोता व्हायचा. त्यानंतर ते इतक्या मित्रत्वानं वागत की, त्यांच्यांत काही गैरसमज झाला होता, यावर विश्वास ठेवणं कठीण वाटायचं.

'आपली मैत्री तुटण्याचा प्रश्नच कसा येईल? ' एकजण विचारीत असे.

'काही झालं, तरी कधीही शक्य नाही...' असं दुसऱ्याचं उत्तर असे.

'ठीकाय झालं, ते झालं!'

'जाऊ दे रे; झालं, ते संपलं.'

माझ्या बंदिवासातील पहिल्या रात्रीबद्दल नुकतंच ऐकलं आहे. त्यातूनही मी

कशी जगले, याचं आश्चर्य वाटतं. मरणाचे दिवस समोर असताना त्यातील असहायता मी कधीही विसरू शकत नाही. आशा सोडायची नाही, हे माझ्या मनाला कठीण गेलं.

दिलावरखानला योग्य ती शिक्षा मिळाली; परंतु त्यामुळे माझी द्वेषाची आग शमली नाही. त्याचे लहान लहान तुकडे करून कावळे आणि घारींना घातले असते, तरी मला पश्चात्ताप झाला नसता. मला खात्री वाटते की, त्याला नरकातसुद्धा रात्रंदिवस जळत्या लाकडाचे फटके मारले जातील आणि देव न्यायी असेल तर अंतिम निर्णयाच्या दिवशीसुद्धा त्याच्या वाट्याला अत्यंत वाईट अंत येईल.

दिलावरखाननं मला ठार केलं असतं, तर बरं झालं असतं. माझं पावित्र्य मूठभर मातीनं झाकलं गेलं असतं आणि आई-वडिलांच्या चांगल्या नावाला माझ्या दुष्कृत्यांनी काळिमा लागला नसता. माणूस आणि देव यांच्यापुढं तोंड काळं होण्यापासून मी वाचले तरी असते!

त्यानंतर मी आईला पुन्हा एकदा भेटले. भेटूनही बरेच दिवस झाले होते. ती अजून जिवंत आहे की नाही, हे देवच जाणे! अल्लाच्या कृपेनं धाकट्या भावाला मुलगा आहे आणि तो आता चौदा-पंधरा वर्षांचा असेल. त्याला दोन मुलीसुद्धा आहेत. त्या सर्वांनाच पाहण्याची खूप इच्छा आहे. ते फैजाबादला राहतात आणि फैजाबाद इथून फार दूर नाही. एका किरकोळ रुपयात मला तिथं जाता येईल.

त्या काळात रेल्वे नव्हती. फैजाबाद ते लखनौ प्रवासाला चार दिवस लागत. परंतु माझे वडील पाठलाग करून पकडतील, अशी दिलावरखानला भीती होती. त्यानं निर्जन भागातील लांबचा रस्ता धरला; त्यामुळे आम्हाला लखनौला पोहोचायला आठ दिवस लागले. माझ्यासारख्या फालतू जीवाला लखनौ कुठं आहे, हे कसं माहिती असणार? दिलावरखान आणि पीरबक्ष यांच्या बोलण्यातून ते मला लखनौला घेऊन जात आहेत, असं मी अनुमान काढलं. घरी मी लखनौबद्दल बोलताना ऐकलं होतं. माझ्या आईचे वडील तिथं कुठल्या तरी नवाबाच्या महालाचे रखवालदार म्हणून काम करीत होते. एकदा ते फैजाबादला आम्हाला भेटायला आले होते. त्यांनी माझ्यासाठी खूप खाऊ आणि खेळणी आणली होती. मी त्यांना कधीही विसरणार नाही.

दिलावरखान आणि पीरबक्ष मला गोमती नदीच्या पलीकडे करीमच्या व्याह्यांच्या घरी घेऊन गेले. ते एक अंधारी मातीचं खोपटं होतं. करीमची सासू एक कुरूप

म्हातारी होती. ती प्रेतांना अंघोळ घालण्याचं काम करणाऱ्यांसारखी दिसायची. तिनं मला आत घेतलं आणि एका खोलीत बंद केलं. संपूर्ण सकाळ, दुपारभर मला तिथंच ठेवलं. नंतर एक तरुण स्त्री आली. (मला नंतर कळलं की, ती करीमची बायको होती.) तिनं माझ्यासाठी तीन चपात्या, बशीमध्ये डावभर डाळीची आमटी आणि मातीच्या भांड्यात पाणी आणलं. हे साधं जेवणसुद्धा मला पक्वानासारखं होतं, कारण नशिबानं मला संपूर्ण एक आठवडा घरच्या अन्नापासून वंचित केलं होतं. प्रवासात मला फक्त भाजलेले दाणे आणि कणसाचं पीठ याशिवाय काहीही मिळालं नव्हतं. मला दिलेलं सगळं मी खाल्लं आणि तांब्याभर पाणी प्याले. मी जमिनीवरच लवंडले आणि गाढ झोपी गेले.

देवालाच ठाऊक मी किती वेळ झोपले, ते! कारण खोलीत दिवस-रात्रीमधला फरकच कळत नव्हता. अंधारात मी अनेकदा उठले. आजूबाजूला कोणी नसल्यामुळे ओढणीनं चेहरा झाकून मी पुन्हा झोपी गेले.

नंतर ती कुरूप म्हातारी, करीमची सासू पुटपुटत आणि बडबडत आली.

'बाईसाहेबांना झोपायला आवडत नाही का? मोठ्यांदा ओरडलं, तरी ती केससुद्धा हलविणार नाही, तिला जोरात हलवलं, तरी ती शांत झोपेल. मला वाटतं की, सापानं तिला हुंगलेलं दिसतंय. ओऽह! अखेरीस बाईसाहेब उठल्या, तर.'

मी गप्प होते आणि ती मात्र दमेपर्यंत बडबडत राहिली.

'कप कुठं आहे?' तिनं विचारलं.

मी तिला तो दिला.

ती बाहेर गेली.

दरवाज्याला पुन्हा कुलूप लागलं.

जरा वेळानं करीमची बायको आत आली. तिनं खिडकी उघडली आणि खिडकीतून मला एका पडक्या पटांगणात घेऊन गेली. थोडा वेळ का होईना; पण मोकळं आकाश पाहून मला बरं वाटलं. तिनं परत मला आत नेलं आणि त्याच अंधाऱ्या खोलीत कुलूपात ठेवलं. आदल्या दिवसाप्रमाणेच मला डाळीची आमटी आणि वाटी भरून मक्याची लापशी खायला मिळाली.

असेच आणखी दोन दिवस गेले.

तिसऱ्या दिवशी, त्यांनी माझ्याहून एखाद-दुसऱ्या वर्षानं मोठ्या असलेल्या मुलीला आणलं, तिला माझ्याच खोलीत कोंडलं. देवालाच माहिती, तिला कुठून फसवून, पळवून आणलं होतं! बिचारी छाती बडवून रडत होती. तिचं येणं मला मात्र वरदान होतं.

तिचं रडणं थांबल्यावर हळू आवाजात आम्ही एकमेकींशी बोलायला सुरुवात केली.

तिचं नाव राम दई होतं. तिनं मला सांगितलं. सीतापूरजवळच्या खेड्यातील हिंदू व्यापाऱ्याची ती मुलगी होती. अंधारात मला तिचा चेहरा दिसला नाही; पण दुसऱ्या दिवशी जेव्हा खिडकी उघडली गेली, तेव्हा आम्ही दोघींनी एकमेकींकडे नीट पाहिलं.

ती उजळ, लहानशी आणि दिसायला सुंदर होती.

चौथ्या दिवशी ते राम दईला घेऊन गेले. मला मात्र त्या अंधाऱ्या जागेत एकटेपणानं आणखी दोन दिवस घालवावे लागले.

तिसऱ्या रात्री दिलावरखान आणि पीरबक्ष आले आणि मला बरोबर घेऊन गेले. चंद्रप्रकाशानं रात्र उजळली होती. आम्ही मोकळ्या जागेपलीकडे गेलो. नंतर एका रस्त्यावरून पुलापर्यंत गेलो. नदीला पूर आला होता आणि झोंबरा वारा वाहत होता. मी थंडीनं कुडकुडायला लागले. थोड्या वेळानं आम्ही दुसऱ्या रस्त्यावर आलो आणि नंतर एका अरुंद, लांबड्या बोळातून गेलो. तो लांबचलांब रस्ता चालून माझे पाय दुखू लागले. आम्ही दुसऱ्या एका बाजारात आलो. बाजार गजबजलेला होता. त्यातून मार्ग काढणं आम्हाला अवघड गेलं. शेवटी एकदाचे आम्ही एका घराच्या प्रवेशद्वारापाशी आलो.

मिर्झा रुस्वा, या जागेत काय होतं, माहिती आहे? तुला काही कल्पना करता येते? या इथंच मी पैशासाठी माझे पावित्र्य विकणार होते. हा चौक वेश्या- चौक होता. जगाकडून जे काही अपेक्षित होतं, ते या घरात मला मिळणार होतं. सन्मान आणि कलंक कीर्ती आणि अपकीर्ती, यश आणि अपयश. ती खानुम जानची वास्तू होती. तिचे दरवाजे उघडे होते. आम्ही जिन्यावरून आत गेलो. पटांगणातून ती बसली होती, त्या ओसरीत आलो. खानुम जवळजवळ पन्नास वर्षांची होती; पण खरोखरच काय रुबाबदार स्त्री होती ती! उत्तम व्यक्तिमत्त्व आणि उत्तम पोशाख केलेली, तिच्यासारखी दुसरी स्त्री मी कधीही पाहिली नाही. तिच्या कानांजवळचे केस पांढरेशुभ्र झाले होते, जणू त्या पांढऱ्या केसांनी तिच्या काळ्या चेहऱ्याभोवती महिरप केली होती. तिनं सैलसर पायजमा घातला होता. तो सोन्याच्या धाग्यानं शिवला होता. पांढऱ्या चुणीदार मलमलच्या कापडाचा दुपट्टा तिनं डोक्यावरून घेतला होता. तिच्या हातांत सोन्याच्या मोठ्या बांगड्या होत्या. कानातल्या साध्या रिंगांनी तिचा चेहरा सुंदर दिसत होता. तिची मुलगी, बिस्मिल्लाह जानचा वर्ण आणि चेहरा तिच्यासारखाच होता; परंतु मला वर्णन करता येणार नाही, असं काहीतरी तिच्या आईमध्ये होतं, त्यानं ती अत्यंत आकर्षक दिसत होती. बिस्मिल्लाह जानमध्ये मात्र ते नव्हतं. माझ्यावर त्या दिवशी तिचा जो ठसा उमटला, तो मी कधीही विसरणार नाही.

गालीचा अंथरलेल्या लहानशा सेटीवर ती बसली होती. कमळाचा आकार असलेल्या दिव्याचा प्रकाश खोलीत पसरला होता. नक्षीकाम केलेला पानाचा मोठा डबा तिच्यासमोर उघडा होता. लांब नळी असलेला हुक्का ती ओढत होती. तिची काळसर मुलगी बिस्मिल्लाह जान नाच करत होती.

आम्ही आत गेल्या क्षणी नाच थांबला आणि तेथील लोक खोलीबाहेर गेले. व्यवहार बहुधा आधीच ठरला असावा. खानुमबाईंनी वर पाहिलं आणि विचारलं,

'हीच का ती मुलगी?'

'होय, बाई...' दिलावरखान उत्तरला.

तिनं मला खूण करून जवळ बोलावलं. आपला हात माझ्या खांद्यावर टाकून मला स्वतःजवळ बसवलं. तिनं माझी हनुवटी उचलली आणि माझ्याकडे बारकाइनं पाहिलं.

''फारच छान'' ती म्हणाली, ''मी कबूल केलेली रक्कम द्यायला तयार आहे. दुसरी मुलगी कुठं आहे?''

'तिला अगोदरच विकून टाकली.' पीरबक्षनं उत्तर दिलं.

'तिचे तुम्हाला किती पैसे मिळाले?'

'दोनशे रुपये.'

'ठीकाय मग. हे ठरलं.' तिनं प्रतिक्रिया व्यक्त केली.

नंतर तिनं विचारलं,

'तुम्ही तिला कोणाला विकलंत?'

'एका बेगमनं तिला तिच्या मुलासाठी विकत घेतलं.'

'ती काही दिसायला इतकी वाईट नव्हती. मीसुद्धा तेवढेच पैसे दिले असते. तुम्ही घाई केलीत.'

'मी काय करणार? मी पुष्कळ प्रयत्न केले; पण माझ्या बायकोचा भाऊ माझं ऐकेचना.'

'या मुलीचासुद्धा चेहरा चांगला आहे.' दिलावरखान मध्येच म्हणाला, 'तुम्हीच तिची योग्य किंमत करू शकाल.'

'किमान ही माणूस तरी आहे.' खानुमनं मान्य केलं.

'ठीक आहे. तुम्ही हिला ठेवू शकता.' दिलावरखाननं उत्तर दिलं.

'तू हट्टी आहेस.' खानुम म्हणाली.

तिनं हुसेनीला हाक मारली.

एक काळी, मध्यम वयाची, गुटगुटीत बाई आत आली.

''पैशाची पेटी आण.'' खानुमनं आज्ञा केली.

हुसेनी गेली आणि पैशाची पेटी घेऊन आली.

खानुमनं ती उघडली आणि दिलावरखान समोर पुष्कळ पैसे ठेवले.

मला नंतर समजलं की, तिनं 'माझ्यासाठी' दीडशे रुपये दिले, त्यापैकी पीरबक्षनं काही पैसे मोजून घेतले आणि आपल्या रुमालात बांधले. (त्याला त्यातील पन्नास रुपये मिळाले, असं मला कळलं.) त्या पापी दिलावरखाननं बाकीचे पैसे आपल्या पाकिटात टाकले. दोघांनी सलाम केला आणि खानुमचा निरोप घेतला.

खानुम आणि तिची नोकर हुसेनी आणि मी राहिले.

खानुम तिच्या नोकराणीला म्हणाली,

"हुसेनी, आपण दिलेल्या किमतीत ही मुलगी काही फार महाग नाही ना वाटत?"

'महाग? मी तर असं म्हणेन की, ही तुम्हाला खूप स्वस्त मिळाली.'

"ओऽ नाही. फार स्वस्तसुद्धा नाही." खानुम म्हणाली. "तरी पण हिचा चेहरा फार निष्पाप आहे. ही कोणाची मुलगी असेल बरं? आणि हिचे आई-वडील काय परिस्थितीत असतील? हुसेनी, या मुलींना पळवताना त्या हरामखोरांना देवाची भीती वाटत नाही का? यात आपला काही दोष नाही, याबद्दल तू सहमत आहेस ना? अशा कृत्याबद्दल त्यांनाच देवासमोर उत्तर द्यावं लागेल. मी जर हिला विकत घेतलं नसतं, तर त्यांनी तिला दुसऱ्या कोणाला तरी विकलं असतं की!"

"ही इथं खूप चांगल्या वातावरणात राहील." आश्वासक स्वरात हुसेनी तिला म्हणाली. "प्रतिष्ठित घरांतल्या स्त्रिया अशा गुलाम मुलींना कशा वागवतात, याबाबत बाईसाहेबांनी ऐकलं असेलच."

"अर्थात मी ऐकलं आहे. अगदी कालच मला असं कळलं की, सल्तन जहान बेगमनं तिच्या गुलाम मुलीला आपल्या नवऱ्याशी बोलताना पाहिलं. तिनं त्या मुलीला गरम लालभडक सळईने मरेपर्यंत डाग दिले."

"इथं अशा स्त्रिया खून करूनही सुटतात." हुसेनीनं निःश्वास टाकला. "पण अंतिम निर्णयाच्या दिवशी नोकरांना दुष्टपणे वागविणाऱ्यांच्या तोंडाला काळं फासलं जातंच..."

"फक्त तोंडाला काळं फासलं जाईल?" खानुम उत्तेजित होत उद्गारली,

"नरकातल्या जळत्या लाकडांनी त्यांना झोडपलं जाईल."

"ती त्यांना अगदी योग्य शिक्षा ठरेल." नोकराणी खानुमशी सहमत झाली. थोड्या वेळानं हुसेनीने खानुमला विचारलं,

"बाई, ही मुलगी मला द्या. मी तुमच्यासाठी तिला वाढवेन. ती तुमचीच मालमत्ता आहे; पण मला तिचं संगोपन करू द्या."

"ठीक आहे. तू सांभाळ तिला." माझ्याकडे हात दाखवून खानुम उत्तरली. इतका वेळ उभी असलेली हुसेनी माझ्याजवळ बसली.

"मुली, तू कुठून आलीस?" तिनं मला विचारलं.

"बांगलामधून..." मी मुसमुसत उत्तरले.

'बांगला कुठं आहे?' हुसेनीनं खानुमला विचारले.

"तू किती बुद्धू आहेस. फैजाबादचं दुसरं नाव बांगला आहे. "

"तुझ्या वडिलांचं नाव काय?" हुसेनीनं मला विचारलं.

"जमादार."

"तुझी अगदी कमालच आहे." मध्येच खानुम म्हणाली, "तिला आपल्या वडिलांचं नाव कसं माहीत असेल? ती अगदी लहान कुक्कूलं बाळ आहे."

"तुझं नाव काय?" हुसेनीनं पुन्हा विचारलं.

"अमीरान..."

"हे नाव काही मला आवडलं नाही." खानुम मध्येच म्हणाली, "आम्ही तुला उमराव म्हणू."

"मुली, ऐकलंस का?" हुसेनी म्हणाली. "यापुढं फक्त उमराव नावालाच तू उत्तर दे. जेव्हा नोकराणी तुला 'उमराव' म्हणून हाक मारेल, तेव्हा तू उत्तर दे."

"होय, बाईसाहेब."

त्या दिवसापासून माझं नाव उमराव झालं.

मी मोठी झाले आणि लखनौच्या वेश्यांपैकी एक झाले, तसे लोक मला उमराव जान म्हणू लागले. नंतर मी काव्य लिहू लागले आणि 'अदा' हे टोपणनाव घेतलं. तेव्हापासून मी उमराव जान अदा या नावानं ओळखले जाऊ लागले. खानुम मला नेहमी उमराव म्हणत असे आणि हुसेनी उमराव साहिब म्हणून हाक मारू लागली.

हुसेनीनं मला तिच्या खोलीत नेलं आणि चांगले पदार्थ खायला दिलं. तिनं मला अंघोळीला आणि कपडे बदलण्यास मदत केली. नंतर तिनं मला तिच्या अंथरुणात झोपविलं.

त्या रात्री मला फैजाबादमधल्या घराविषयी स्वप्न पडलं. मला माझा भाऊ खेळताना दिसला. त्या वेळी वडील पानाच्या द्रोणातून गोड खाऊ घेऊन आले. त्यांनी माझ्या भावाला थोडा खाऊ दिला आणि मी कुठं आहे, असं विचारलं. त्यांचा आवाज ऐकल्याबरोबर मी त्यांच्याकडे धावत गेले. मी हातांनी त्यांचे पाय कवटाळले आणि रडतरडत माझी कथा सांगितली. झोपेत मी इतकी रडले की, मला उचक्या येऊ लागल्या.

हुसेनीनं मला उठवलं. त्याबरोबर लांबरुंद ओसऱ्या असलेलं माझं घर, वडील, आई आणि भाऊ सर्व अदृश्य झाले. त्या जागी फक्त हुसेनीच्या कुशीत रडणारी मी

आणि माझे अश्रू पुसणारी हुसेनी होती. तेलाच्या दिव्याच्या उजेडात मी पाहिलं : हुसेनीचे डोळेसुद्धा ओले झाले होते.

मी तिला हुसेनी किंवा आंटी हुसेनी अशी हाक मारत असे, ही खरोखर अत्यंत सहृदय स्त्री होती. तिनं मला इतकं प्रेम दिलं की, थोड्याच दिवसांत मी माझं घर आणि आई-वडील विसरले. कदाचित ते अटळही असेल, कारण त्याबाबत मला दुसरा मार्गही नव्हता.

इथली जीवनपद्धती पूर्णपणे निराळी होती. पूर्वी कधीही चव न घेतलेल्या पद्धतीचं अन्न मला मिळत होतं. स्वप्नातही कधी न पाहिलेले कपडे मला घालायला मिळत होते. इथं माझ्याबरोबर खेळायला तीन मुली होत्या. बिस्मिल्लाह जान, खुर्शीद जान आणि अमीर जान. रात्रंदिवस नाच-गाणी, मनोरंजन, मैफली, जत्रा आणि उद्यानातील सहली असा भरगच्च कार्यक्रम असायचा. सर्व प्रकारची सुखं आम्हाला मिळत होती.

मिर्झा रुस्वा, अशा कार्यक्रमांत रमून गेल्यामुळे मी लवकरच आई-वडिलांना विसरले; त्यामुळे कदाचित मी एक निष्ठुर मुलगी होते, असं तुला वाटेल; पण खरं म्हणजे, मी जरी अगदी छोट्या कोवळ्या वयाची होते, तरी खानुमच्या घरात शिरले, तेव्हाच उरलेलं आयुष्य आपल्याला इथंच घालवावं लागणार आहे, हे मला समजलं होतं. हे एखाद्या वधूसारखं होतं. आपल्या नवऱ्याच्या घरी जाताना वधूला माहीत असतं की, तिचा मुक्काम एक-दोन दिवसांकरता नाही. चांगलं असो किंवा वाईट, तिच्या अखेरच्या दिवसापर्यंत तिला तिथंच राहावं लागणार आहे. दुष्ट डाकूंच्या हातून मी इतकं सोसलं होतं; त्यामुळे की खानुमचं घर मला स्वर्गासारखं वाटलं. आई-वडिलाना आपण कधीही भेटू शकणार नाही, हे माझ्या लक्षात आलं होतं. एखादी गोष्ट आवाक्याबाहेरची आहे, हे समजल्यावर आपण तिची अपेक्षा करणं थांबवितो. फैजाबाद लखनौहून फक्त चाळीस कोस होतं, तरी त्या काळात ते अंतर खूप वाटत असे.

चित्रगुप्ताने जे लिहिलं आहे, ते वाचण्याचा मोह म्हणजे काय, ते मला विचारू नका. माझ्या आयुष्याची कथा मला अजून पूर्णपणे उमगलेली दिसत नाही.

मिर्झा साहिब, माझ्या जीवनावरचं हस्तलिखित मी जेव्हा वाचलं, तेव्हा मी फार रागावले आणि ते फाडून, तुकडे तुकडे करून फेकून द्यावेसे मला वाटले. माझ्या आयुष्यात तोंड काळं करण्याचे इतके प्रसंग आले आहेत की, मृत्यूमुळे मी या

जगातून नाहीशी झाल्यावरसुद्धा लोक माझी कथा वाचून 'हे किती लाजिरवाणं आहे' असं म्हणतील. म्हणून माझ्या मागे माझी कथा राहावी, असं मला वाटत नाही. फक्त माझा आळशीपणा आणि तुझे कष्ट लक्षात घेऊन मी माझा हात आवरला.

काल रात्री मी मध्येच उठले. झोप यावी म्हणून मी बराच वेळ कूस बदलत राहिले. नंतर मी उठले, उशीजवळचा दिवा लावला आणि स्वतःसाठी एक पान (विडा) करून घेतलं. मी नोकराणीला हाक मारून माझा हुक्का आणायला सांगितला. अंथरुणावर पडून मी थोडा वेळ हुक्का ओढला. माझ्या उशीजवळच्या कपाटात खूप कादंबऱ्या आणि गोष्टीची पुस्तकं होती. एकापाठोपाठ पुस्तकं काढून मी त्यांची पानं उलटली. ही पुस्तकं मी पूर्वी पुष्कळ वेळा वाचली असल्यामुळे बाजूला ठेवली. नंतर माझा हात तुझ्या हस्तलिखिताकडे गेला; त्यामुळे मी अतिशय अस्वस्थ झाले. ते फाडून टाकण्याची मी शपथ घेतली. नंतर मला माझ्या शेजारी कोणाचं तरी अस्तित्व जाणवलं आणि ते माझ्या कानात कुजबुजलं,

ठीक आहे, उमराव जान, आपण असं समजू की, ते हस्तलिखित तू फाडलंस आणि फेकून दिलंस किंवा जाळलंस. त्यानं काय फरक पडणार आहे? चित्रगुप्तानं तुझ्या आयुष्यातील सर्व घटनांचा तपशीलवार अहवाल आधीच लिहून ठेवलेला आहे. त्यातील एखादी ओळ तरी कोणी पुसू शकणार आहे का?'

त्या गूढ आवाजानं मी नखशिखान्त शहारले आणि हस्तलिखित जवळजवळ माझ्या हातून गळून पडलं. ते फाडायची कल्पना मी सोडून दिली आणि ते पुन्हा जागेवर ठेवून द्यायचं ठरवलं. नंतर ते वाचायचं, असं खरं माझ्या मनात नव्हतं; पण तरी मी ते वाचायला लागले.

माझं पहिलं पान वाचून झाल्यावर मी ते उलटलं आणि दुसऱ्या पानावरच्या काही ओळी वाचल्या. आता स्वतःबद्दल वाचण्यात मी इतकी गढून गेले की, मी पुढं वाचत राहिले. आजपर्यंत गोष्टी वाचण्यात इतका रस मला कधी वाटला नव्हता. कारण या गोष्टी कल्पनेनं निर्माण केल्या आहेत, हे मला माहीत होतं. माझ्या चरित्रातील तू लिहिलेले प्रसंग खरोखरच घडलेले आहेत आणि ते जसे घडले, तसे माझ्या डोळ्यांसमोर तरळून गेले. ही पानं वाचताना जर कोणी मला पाहिलं असतं, तर त्याला निःसंशयपणे मी वेडी वाटले असते. काही वेळा मी असहायपणे गदगदून हसले, नंतर माझ्या गालावरून अश्रू ओघळू लागले. वाचताना आवश्यक ते बदल करण्यास तू मला सुचवलंस. इथं तर मला मी काय करत आहे, याची जाणीवही नव्हती.

मी पहाटेपर्यंत वाचत बसले. नंतर मी उठले, अंघोळ केली; सकाळची प्रार्थना म्हटली आणि थोडं झोपण्यासाठी पुन्हा अंथरुणात शिरले.

आठच्या सुमारास मी उठले आणि पुन्हा हस्तलिखित हातांत घेतलं. संपूर्ण दिवस मी ते वाचत होते. अखेर संध्याकाळी माझं वाचून संपलं.

गोष्टीतील तुझे सदाचारी आणि दुराचारी स्त्रियांबद्दलचे विचार मला सर्वाधिक लक्षवेधक वाटले. सदाचारी स्त्रिला अभिमान बाळगण्याचा हक्क आहे आणि माझ्यासारखी रस्त्यावरची स्त्री त्याबद्दल हेवा वाटण्याखेरीज काही करू शकत नाही, याबाबत मी तुझ्याशी सहमत आहे.

परंतु माझ्या बाबतीत माझ्या आयुष्याला विशिष्ट वळण लागण्यास नशीब आणि परिस्थिती खूप कारणीभूत होती. मी वाईट मार्गाला जाण्याचं प्रमुख कारण दिलावरखान होता. त्यानं जर मला पळवलं नसतं, तर मी खानुमला विकली गेले नसते किंवा माझ्या नशिबी इतकं वाईट आयुष्य आलं नसतं.

माझी जीवनपद्धती बदलण्याचा मी माझ्याकडून सर्वार्थानं प्रयत्न केला आहे. ज्या गोष्टी वाईट प्रवृत्तीच्या आहेत, अशी माझी खात्री झाली आहे, त्या करणं मी सोडून दिलं आहे. असं करण्याची संधी मला यापूर्वी मिळाली नाही कारण खानुमच्या वास्तूमधील वातावरणात मला त्यांचं खरं स्वरूप समजू शकलं नाही. खानुमकडे मी माझी मालकीण आणि माझी 'राणी' या दृष्टीनं पाहिलं आणि तिनं सांगितल्याप्रमाणे वागले. तिच्या इच्छेविरुद्धच्या गोष्टी मी मार किंवा बोलणी खायला लागू नयेत म्हणून गुपचूप करीत असे. (खरं म्हणजे, खानुमनं मला कधीही मारलं नाही; पण ती मारेल, अशी भीती मात्र मला कायम होती.) ज्या लोकांत मी वाढले, त्यांच्या पद्धतीनं माझं आयुष्य घडवलं गेलं. नीतिमत्ता किंवा सदाचार यांवर विचार करण्यासारखे प्रसंग तिथं कधी आलेच नाहीत. मी ज्या परिस्थितीत होते, त्यामध्ये दुसरं कोणी माझ्याहून वेगळं वागलं नसतं.

मला कधी कोणी धर्माची इंजेक्शन्स दिली नाहीत किंवा चांगल्या-वाइटांतील फरक समजावून सांगितला नाही. म्हणून असल्या गोष्टींना माझ्या दृष्टीनं अर्थ नव्हता. खरोखरच तेव्हा मला कुठल्याही प्रकारचा धर्म नव्हता आणि इतर लोकांप्रमाणे वागण्यात मला समाधान मिळत होतं. योग्य गोष्ट करण्यात मी जर आळस केला किंवा माझ्या मूर्खपणामुळे चुकीच्या गोष्टी घडल्या, तर मी तत्परतेनं त्या नशीब म्हणून सोडून देत असे. प्रत्येक गोष्टीबाबत ग्रहांना दोष देण्याची सवय पर्शियन वाचनातून माझ्या अंगवळणी पडली होती. जर एखादी योजना चुकीच्या मार्गानं गेली किंवा मला कोणी दुखावलं, तर मी आकाशाला दूषणं देत असे.

जरी मी माझ्या नशिबाची मालक असले,
माझी निर्णयशक्ती एवढीच आहे की,

गोष्टी चुकल्या तर नशिबाला दोष द्यायचा

माझी शिक्षिका किंवा आंटी हुसेनी किंवा इतर मोठी माणसं गतकाळाबद्दल बोलत असत, तेव्हा मला तो काळ वर्तमानापेक्षा अधिक चांगला होता, असं वाटत असे. काही कारण नसताना त्यांच्याप्रमाणे मी वर्तमानकाळाच्या बदल्यात भूतकाळाची स्तुती करू लागले. सर्व माणसांचा तारुण्याचा काळ हा त्यांच्या आयुष्यातील सर्वांत उत्तम काळ असतो; त्यामुळे ते म्हातारपणी गतकाळाची स्तुती करतात. एक पर्शियन म्हण आहे. 'तुम्हाला जर जगण्यात उत्साह असेल, तर जग तुम्हाला चैतन्यमय वाटेल, परंतु तुम्ही निरुत्साही असाल, तर जगही तुम्हाला मृतवत वाटतं.' तरुण माणसं म्हाताऱ्या माणसांचं आंधळेपणानं अनुकरण करतात आणि वर्तमानकाळाला कमी लेखण्याची सवय लावून घेतात.

तारुण्यात पदार्पण केल्यावर गाण्यानं पुरुषांना आकर्षून घेणं हा माझा प्रमुख उद्योग होता. इतर मुलींशी स्पर्धेमध्ये मिळणाऱ्या यशापयशावर माझा आनंद आणि दुःख अवलंबून होतं. मी इतर मुलींइतकी सुंदर नव्हते; परंतु माझ्या संगीत, कला आणि साहित्य यांतील ज्ञानामुळे मी त्यांच्यापेक्षा सरस ठरत असे आणि त्यांच्यापेक्षा एक वेगळेपण अनुभवत असे; पण यामुळे माझं थोडं नुकसानही झालं. मी जसं यश अनुभवलं, तसा माझा अभिमान वाढला. इतर वेश्या कोणत्याही मार्गानं गिऱ्हाईक मिळवीत असत. मी आढ्यताखोर होते आणि बऱ्याचदा एकटी पडत असे. आमच्या धंद्यातील पद्धतीप्रमाणे त्या कोणाही टॉम, डिक आणि हॅरीकडे बक्षिसी मागत. मला आत्मविश्वास नव्हता आणि माझ्याशी लगेच सलगी केलेलं मला आवडत नसे. माझी विनंती अमान्य झाली, तर मला त्या व्यक्तीचा भयंकर तिरस्कार वाटत असे.

इतर वेश्या आपल्या आश्रयदात्यांची दानत काय आहे आणि त्यांना किती लुबाडता येईल, एवढ्याच गोष्टीशी संबंधित असत. माझा मात्र आश्रयदात्याची पार्श्वभूमी आणि त्याच्या आवडी शोधण्यात बराच वेळ जात असे. इतर वेश्यांमध्ये नसलेले काही गुण माझ्यात होते; त्यामुळे या धंद्यातील इतर स्त्रियांपेक्षा माझ्याकडे वेगळ्या दृष्टीनं पाहिलं जात असे. ते माझ्याकडे आत्मकेंद्रित, लहरी आणि थोडीशी वेडसर अशा दृष्टीने पाहत; पण कोणाकडेही लक्ष न देता मी माझ्या आवडीच्या मार्गानं जात होते.

एक वेळ अशी आली की, मी या धंद्याकडे अनैतिक म्हणून पाहू लागले आणि तो सोडून द्यायचं ठरविलं. येईल त्या प्रत्येकाला माझ्या दालनात प्रवेश देणं मी बंद केलं. काही काळ फक्त खानदानी पुरुषांबरोबर दीर्घकालीन संबंध ठेवण्याचं मी ठरविलं. नंतर मी ती पद्धतही बंद केली आणि निर्वाहासाठी गाणं आणि नाचणं यांवर अवलंबून राहू लागले.

हे अनैतिक मार्ग सोडून दिल्यावर मी एखाद्या व्यक्तीबरोबर दीर्घकाळ राहण्याचा विचार करू लागले. नंतर मी ती कल्पनासुद्धा सोडून दिली. कारण मला माहीत होतं की, लोक म्हणतील, 'ती वेश्या होती. तिनं आपल्या दफनविधीच्या खर्चाची सोय करून ठेवली आहे!' या कल्पनेचा उगम असा आहे : एखाद्या वेश्येचा उत्तम काळ निघून गेल्यावर तिनं एखाद्या पुरुषाबरोबर स्थिर व्हायचं ठरवलं, तर तिचा उद्देश आपल्या दफनविधीचा खर्च केला जाईल, याची खात्री करणं असा असतो आणि ती जेव्हा मरणोन्मुख असते, तेव्हासुद्धा ती आपल्या दफनपेटीचे पैसे वसूल करते. यांवरून वेश्येचा अत्यंत स्वार्थी, हावरट आणि लबाड स्वभाव दिसून येतो. अशा स्त्रीनं जरी आपल्या भूतकाळाकडे पाठ फिरवली आणि अत्यंत सदाचारी झाली, तरी तिच्यावर देवाशिवाय कोणी विश्वास ठेवणार नाही. मनापासून आणि प्रामाणिकपणे प्रेम करूनही ते असफल झाले तर ज्या माणसावर तिचं प्रेम होतं तो किंवा त्याबद्दल जाणणारे धंद्यामुळे तिच्यावर विश्वास ठेवणार नाहीत. तिचं प्रेम वाया जाईल.

मी श्रीमंत असल्याची अफवा आहे; त्यामुळे माझं वय होऊनसुद्धा अनेक पुरुष माझ्या सहवासाबद्दल इच्छा व्यक्त करतात आणि अनेक प्रकारे माझी खुशामत करतात. वस्तुस्थिती अशी असते की, काहीजणांचे माझ्यापेक्षा सुंदर स्त्रियांशी संबंध असतात; परंतु तरीही ते माझा आकर्षकपणा आणि सौंदर्य याची स्तुती करतात. संगीताचा कान नसताना आणि स्वरातला फरक ओळखता येत नसतानासुद्धा माझ्या गाण्यामुळे माझ्या प्रेमात पडल्याचं ते सांगतात. काहींना माझ्या कवितांमुळे बेहोशी येते. (असं ते सांगतात!) खरं म्हणजे, त्यांना एक ओळही व्यवस्थितपणे म्हणता येत नाही, काव्य करणं तर दूरच राहिलं. काहीजण माझ्या ज्ञानाबद्दल माझी स्तुती करतात. ते स्वतः विद्वान असले, तरी मला विद्वानांतील ज्ञानी म्हणण्यावर भर देतात. एखाद्या शिष्याच्या भूमिकेतून ते मला ईश्वर आणि कर्मकांड यांवरील प्राथमिक प्रश्न विचारतात. उदा. उपास, प्रार्थना यांचे नियम यांवर माझं मार्गदर्शन मागतात. काही मोकळेपणानं माझी संपत्ती आणि यश याबद्दल अलिप्तपणा दर्शवितात आणि फक्त माझ्या प्रकृतीविषयी काळजी करतात. मी शिंकले, तरी ते इतके चिंताग्रस्त होतात की, त्यांना डोकेदुखी होते. माझं डोकं दुखलं, तर ते अगदी मरायलाच टेकतात. प्रत्येक वाक्याला ते, 'अल्ला तुझं रक्षण करो' असं काळजीच्या सुरात बोलतात. काहीजण सत्प्रवृत्त सल्लागाराची भूमिका घेतात. या कपटी जगामध्ये स्वतःच्या जिवावर राहण्याच्या दृष्टीनं मी एखादं लहान, भोळसर आणि साधं मूल असल्याप्रमाणे, असे लोक माझ्याशी वागतात.

अनेक प्रकारच्या पाण्यानं तहान भागविलेली मी एक अनुभवी स्त्री आहे. मी लवचीक असल्याचे दर्शविते आणि लोकांनीच मला घडविलं असल्याचं सोंग करते;

पण खरं तर, मीच त्यांना घडवीत असते. मला काही चांगले मित्र आहेत. ते अभिजात काव्याची तसेच साहित्य-संगीताची आवड असलेले आणि सुसंवादाशिवाय माझ्याकडून कोणतीही अपेक्षा न ठेवणारे आहेत. ते माझ्याकडून किंवा मी त्यांच्याकडून यापेक्षा अधिक काही अपेक्षा करत नाही. मला ते मनापासून आवडतात आणि मी पण त्या मैत्रीची किंमत करते, कारण ती निरपेक्ष आहे. ती निरपेक्ष असल्यामुळेच मला सर्वस्व वाटू लागली आहे. त्यांच्या सहवासाशिवाय दुसऱ्या कशात मला विरंगुळा वाटत नाही. दुर्दैवानं त्यांच्यापैकी कोणाचीही माझ्याबरोबर कायमचं राहण्याची इच्छा नाही. मग मी तरी अशा अशक्यप्राय गोष्टींची इच्छा का करावी? एखाद्यानं तारुण्य परत मिळावं, अशी इच्छा करण्यासारखं हे आहे!

स्त्रीचं खरं आयुष्य तिचं तारुण्य असेपर्यंतच टिकतं. ओहऽ, तारुण्य संपतं तेव्हाच आयुष्य संपलं, तर! म्हातारपण सर्वांसाठीच वाईट असतं - विशेषतः स्त्रियांसाठी आणि माझ्या व्यवसायातील स्त्रियांसाठी तर ते खरोखरच नरकसदृश असतं. लखनौच्या रस्त्यावर आणि गल्लीबोळांत भीक मागणाऱ्या म्हाताऱ्या स्त्रियांकडे जर तुम्ही थोडं जवळून पाहिलंत, तर तुम्हाला यांतील बऱ्याचशा स्त्रिया या तरुणपणी - काही इतक्या सुंदर होत्या की, जमिनीवर पाऊल ठेवणं हेसुद्धा त्यांनी कमीपणाचं मानलं होतं - वेश्या होत्या, असं आढळेल. हजारो समृद्ध घरं उद्ध्वस्त करून आणि शेकडो निरागस पुरुषांचे खून करून त्यांनी पुरुषांच्या आयुष्यात विध्वंसक नाश घडवून आणले आहेत! त्या जिथं जिथं गेल्या, तिथं पुरुषांनी त्यांना चालण्यासाठी कटाक्षांचे गालिचे अंथरले! आता त्यांच्याकडे साधे बघण्याचेही कष्ट कोणी घेत नाही! एक काळ असा होता की, पुरुषांची हृदयं त्यांच्या सहवासाने आनंदी होत असत. आता त्या अगदी क्षणभरही नकोशा वाटतात! एक वेळ अशी होती की, त्यांनी न मागताच त्यांच्यावर सोन्या-मोत्यांचा वर्षाव होत असे. आता त्या अक्षरशः भीक मागतात; पण सुक्या पावाचा तुकडाही त्यांना मिळत नाही!

यातील बहुतेक स्त्रियांनी स्वतःच आपला विनाश ओढवून घेतला आहे. माझ्या माहितीत एक स्त्री आहे. एके काळी ती प्रसिद्ध वेश्या होती. तिनं खूप संपत्ती मिळविली होती. तिला पुरुषांची आवडच होती. तिचे भरभराटीचे दिवस संपल्यावर ती स्वखर्चानं पुरुषांचं मनोरंजन करू लागली. म्हातारपणी तिनं एका तरुण, सुंदर आणि विवाहित पुरुषाकडे आश्रय घेतला. तो काही मनापासून तिच्या प्रेमात नव्हता. तिला घरामध्ये घेण्याचं खरं कारण त्यानं पत्नीला सांगितलं आणि तिची संमती मिळविली. त्या दांपत्यानं त्या म्हाताऱ्या वेश्येच्या बाबतीत उदारपणाचा देखावा केला आणि तिची सर्व संपत्ती खर्च करण्याला तिला मदत केली. तिचा सर्व पैसा संपल्यावर त्यांनी तिला घराबाहेर काढलं! आता ती या शहराच्या रस्त्यावरून लटपटत फिरत असते.

काही मूर्ख वेश्या तरुण मुलींना दत्तक घेतात आणि त्यांच्याशी खूप एकरूप होतात. (मलाही तसंच करावंसं वाटत होतं.) या मुली मोठ्या होतात आपल्या आश्रयदात्रीला सर्व प्रकारे लुटतात आणि निघून जातात. त्या राहिल्या, तरी हळूहळू सर्व गोष्टींचा ताबा घेतात आणि त्यांच्या आश्रयदात्रीला मोलकरीण किंवा स्वयंपाकीण करून टाकतात. आबादीनंही माझ्या डोळ्यांत अशीच धूळ फेकली असती आणि माझ्याकडील सर्व लुटलं असतं; परंतु तिच्या वाईट वर्तणुकीमुळे मी तिला आधीच हाकलून दिलं. वेश्यांच्या विकृत जगामध्ये प्रेम अशी काही गोष्ट नसतेच, बुद्धी ठिकाणावर असलेला कोणीही वेश्येच्या प्रेमात पडणार नाही. कारण वेश्या कोणाची नसते, हे त्याला माहिती असतं. तसेच, एक वेश्या दुसऱ्या वेश्येबद्दल प्रेमभावना बाळगू शकत नाही, कारण त्यांच्यात अपरिहार्यपणे शत्रुत्व असतं. एखाद्या तरुण मुलीला दत्तक घेणाऱ्या वेश्येच्या बाबतीत तर हे अधिक प्रकर्षानं आढळतं. तरुण वेश्या सर्व काम करीत असते; त्यामुळे मालकिणीला तिच्याकडून पैसे घेण्याचा कोणताही अधिकार नाही, असं ती स्पष्ट करते. वेश्येचं सौंदर्य कमी होऊ लागलं की, तिचे पूर्वीचे स्तुतिपाठक शांत होऊ लागतात. खुशामतीची सवय झाल्यामुळे भोवताली स्तुतिपाठक नसलेलं आयुष्य वेश्येला असह्य होऊ लागतं आणि ती कडवट बनते. यामुळे अर्थातच पुरुष तिला अधिकच टाळू लागतात आणि मग त्या बदल्यात ती सर्व पुरुषांबद्दल तक्रारी करते.

एके काळी मी इतर वेश्यांकडून पुरुषांच्या खोटेपणाबद्दलच्या लंब्या गोष्टी ऐकत असे आणि (विषयाचा विशेष विचार न करता) होय म्हणत असे. गौहर मिर्झा आणि नबाब यांनी माझ्याशी लग्न करण्याची इच्छा व्यक्त केली होती; पण त्यांच्याकडूनच मला जास्त त्रास भोगावा लागला. तरीही पुरुष हे स्त्रियांपेक्षा विशेषतः रस्त्यावर आलेल्या स्त्रियांपेक्षा अधिक खोटारडे असतात. मी असं म्हणेन की, प्रेमाच्या बाबतीत पुरुष नेहमी अगदी मूर्ख असतात आणि स्त्रिया अतिशय चाणाक्ष असतात. बहुतेक पुरुष प्रेमाच्या बाबतीत प्रामाणिक असतात आणि बहुतेक स्त्रिया प्रेमाचं फक्त ढोंग करतात. पुरुष आपलं प्रेम व्यक्त करण्यास उतावळे असतात आणि काही काळ त्यात अगदी मनापासून गुंतून पडतात. याच कारणामुळे पुरुषांच्या प्रेमाला लवकरच ओहोटी लागते, तर स्त्रियांचं प्रेम कायम राहतं. एखादं जोडपं किंवा त्यांच्यापैकी एकजण जरी शहाणा असेल, तर ते समाधानकारक तडजोडी करू शकतात आणि सुखाचं आयुष्य जगतात.

प्रेमाच्या बाबतीत पुरुष भोळसट तर स्त्रिया संशयी असतात. पुरुष स्त्रियांच्या लबाडीला सहज बळी पडतात. याउलट, स्त्रिया पुरुषाच्या केवळ आकर्षणामुळे

सहजपणे आपला कल फिरवीत नाहीत. माझा असा विश्वास आहे की, निसर्गानं असा फरक चांगल्या कारणासाठीच केला आहे. स्त्री ही कमकुवत जात आहे. म्हणून त्याची भरपाई करण्यासाठी तिला इतर शक्ती दिलेल्या आहेत. त्यातील प्रमुख म्हणजे, स्त्री सहजपणे प्रेमात पडत नाही. मी पुढे जाऊन असं म्हणेन की, हाच गुण खरं म्हणजे, तिच्या अनेक प्रकारच्या दौर्बल्याची भरपाई करत असतो. इतर प्राणिजगतात अगदी अशीच परिस्थिती आढळून येते. दुर्बल प्राण्यांना स्वतःचं संरक्षण करण्यासाठी फसविण्याची 'कला' निसर्गानंच दिलेली असते!

बहुतेक पुरुषांना वाटतं की, सर्व स्त्रिया सुंदर असतात. या मताशी मी सहमत नाही. वस्तुस्थिती अशी आहे की, पुरुष किंवा स्त्रिया मूलतःच सुंदर नसतात. प्रत्येक जातीला (स्त्रियांना किंवा पुरुषांना) दिलेलं विशिष्ट प्रकारचं सौंदर्य दुसऱ्या जातीला आवाहन करीत असतं. कोणतीही सुंदर दिसणारी व्यक्ती स्तुतीला पात्र ठरत असते. परंतु पुरुषांच्या सौंदर्याची खरी पारख स्त्रियांना आणि स्त्रियांच्या सौंदर्याची पारख पुरुषांना असते. स्त्रियांना अतिसुंदर स्त्री म्हणजे सुवास नसलेल्या सुंदर फुलाप्रमाणे असते. मात्र, काही वेळा इतर पुरुषांना कुरूप वाटणारे पुरुष त्यांना 'मोहक' वाटत असतात!

प्रेमातील संवेदनशील भावना अनुभवण्यात स्त्री किंवा पुरुष दोघेही अपयशी ठरतात. प्रेम या विषयाकडे पाहण्याचा त्यांचा दृष्टिकोनच पूर्णपणे भिन्न असतो. पुरुष जे गुण स्त्रीमध्ये शोधत असतो, ते गुण स्त्री पुरुषामध्ये शोधत नसते.

जे पुरुष श्रीमंत स्त्रियांची सेवा करतात किंवा स्वतः तरुण असल्यामुळे प्रौढ स्त्रियांच्या प्रेमाचा आनंद घेतात, त्यांना स्त्रियांच्या दृष्टीने प्रेम म्हणजे काय असतं, याची थोडी तरी पुसटशी कल्पना येते.

स्त्रिया प्रौढ पुरुषांपेक्षा तरुण पुरुष पसंत करतात, हे निःसंशयपणे खरं आहे. अशा पसंतीमध्ये त्यांना तरुण पुरुषाचा मोहकपणा किंवा सौंदर्याचं आकर्षण नसतं; परंतु स्वतः दुर्बल असल्यामुळे त्यांना स्वतःसाठी संरक्षणाची आवश्यकता असते. तरुण पुरुष धडधाकट असल्यामुळे संकटकाळी म्हाताऱ्या पुरुषापेक्षा त्याच्यावर अधिक अवलंबून राहता येतं. साधारणपणे तारुण्याबरोबर सौंदर्य येतं आणि दोन्हींचा मिलाफ मोह पाडणारा असतो. पुरुषाच्या दृष्टीनं प्रेमाचा पाठपुरावा हा आनंदाचा शोध असतो तर स्त्रीच्या दृष्टीनं प्रेमाचा पाठपुरावा हा आनंदाबरोबरच सुरक्षिततेचा शोध असतो. प्रेमामध्ये जेव्हा कोणतीही अपेक्षा नसते, तेव्हा ते अधिक खरं असतं, असं मानलं जातं. स्त्रिया सुरक्षिततेच्या शोधात असल्यामुळे प्रेमाची भावना लपविण्याचा उगाचच प्रयत्न करत असतात.

अशा गोष्टींचा लोकांनी विचार केला, तर आयुष्यातील अनेक दुःखं ते टाळू शकतील. स्त्री आणि पुरुषांना एकमेकांची योग्य जागा आणि निश्चित अपेक्षा

समजल्या तर ते अनेक दुःखद प्रसंग टाळू शकतील; पण असं होत नाही. कारण यात अडचण अशी आहे की, एखाद्यानं सल्ला दिला तर एक ठरावीक उत्तर मिळतं, 'एखाद्याच्या नशिबात जे लिहिलेलं असतं, तेच घडतं!' म्हणजेच सल्ला देणाऱ्या लोकांनी स्वतःपुरतं पाहावं आणि इतरांना हवं ते करण्याचं स्वातंत्र्य घेऊ द्यावं, असं सुचविण्यासारखेच असते. आपण करीत असलेल्या सर्व गोष्टी नशिबानंच लिहून ठेवलेल्या आहेत; त्यामुळे परिणामांना ते जबाबदार नाहीत, असं त्यांना वाटत असतं. प्रत्येक गोष्ट देवाशी संबंधित आहे; देव त्यांना क्षमा करो, अशा तऱ्हेच्या मूर्खपणाला पूर्वीच्या काळी काही अर्थ होता. त्या काळात गोष्टी क्षणार्धात बदलूही शकत; पण आता तसं होत नाही! यावरून मला औधच्या (Oudh) राजाच्या काळातली एक गोष्ट आठवली.

त्याचं असं झालं की, एक दिवस एक सैनिक पर्ल पॅलेसच्या दरवाज्याशेजारील ओट्यावर झोपला होता. तो गरीब होता आणि त्याचे कपडे फाटकेतुटके होते. त्याचं नशीब असं की, नेहमीप्रमाणे सकाळी फिरण्यासाठी राजा नेमका त्याच रस्त्यावरून एकदा गेला. त्याच्याबरोबर कोणी नव्हतं. त्याच्या मनात काय आलं, कोणास ठाऊक; पण त्यानं त्या सैनिकाला उठविलं. सैनिक डोळे चोळत उठला. राजाला पाहून तो अतिशय गांगरून गेला. थोड्याच वेळात तो सावरला. आपली दुर्दशा त्याच्या लक्षात आली. त्यानं पटकन स्वतःची तलवार सत्ताधीश राजाला अर्पण केली. तलवार जुनी आणि गंजलेली होती; त्यामुळे ती म्यानातून काढताना सैनिकाला थोडा त्रासच झाला. बादशहानं ते शस्त्र स्वीकारलं, ते काळजीपूर्वक तपासलं आणि शस्त्राच्या उत्कृष्टतेची स्तुती केली. राजानं ती परत म्यानात ठेवली आणि राजपट्ट्यात अडकवून टाकली. त्यानं स्वतःची सोन्याची मूठ असलेली दमास्कन तलवार काढली आणि सोन्याच्या जडावाचं काम केलेल्या पट्ट्यासह ती सैनिकाला भेट दिली. त्याच वेळी औधचा महान वझीर हुजूर अलाम अली नाकी खान त्या ठिकाणी आला. राजानं सैनिकाची आणि तलवारीची स्तुती केली.

"बघ हा तरुण किती देखणा आहे! आणि त्यानं मला किती सुंदर तलवार भेट दिली!"

राजानं कमरपट्ट्यातून तलवार काढली आणि ती वझिराला दाखविली.

"बघ ही तलवार!"

'अल्लाची कृपा असो,' वझीर उद्गारला. 'हे विश्वात्मक ईश्वरा, असा माणूस आणि अशी तलवार सापडायला तुझ्यासारखा रत्नपारखीच हवा.'

'पण मी त्याला दिलेली तलवारसुद्धा काही वाईट नाही!' राजा उद्गारला.

'देवाशपथ, तुमची तलवार चांगलीच असणार!' वझीर म्हणाला.

'त्याचा पोशाख काही त्याला शोभत नाही!' राजा त्या तरुण माणसाकडे पाहत

मान हलवत म्हणाला.

तेवढ्या वेळात दरबारी, नोकर, अधिकारी, शस्त्रधारी सैनिक त्या ठिकाणी पोहोचले आणि हळूहळू मोठा जमावही जमला.

'महाराजांचं म्हणणं बरोबर आहे,' राजाशी सहमत होत वझीर म्हणाला.

'माझ्या कपड्यांत तो कसा काय दिसतो, ते आपण पाहू या...' राजा म्हणाला.

दरबाऱ्यांनी इशारा जाणला. ते राजवाड्याकडे पळाले आणि राजवस्त्र घेऊन आले.

राजाने स्वतःची झूल आणि अंगावरचे हिरे-मोती काढून सैनिकाला भेट दिले. सैनिकानं राजवस्त्र परिधान केल्यावर राजा म्हणाला.

"आता पाहा त्याच्याकडे!"

'खरोखरच हा अगदी वेगळा माणूस दिसतो आहे..." वझीर म्हणाला.

दरबारीसुद्धा सैनिकाची स्तुती करू लागले.

इतक्यात राजाचा रथ आला आणि त्यातून राजा मोकळ्या हवेत फिरायला निघून गेला.

अत्यानंदानं सैनिक घरी परत आला. जवाहिरे, सावकार आणि दलाल त्याचा पाठलाग करीत त्याच्या घरी आले. राजाच्या भेटीची किंमत त्यांनी पन्नास हजारांहून अधिक केली.

तो तरुण माणूस महिना तीन रुपये अशा फडतूस पगारावर नजीबच्या पलटणीत शिपाई होता. आदल्या रात्रीच बायकोनं वाढलेल्या जेवणावरून त्यांची वादावादी-बाचाबाची झाली होती. त्यानंतर तो घराबाहेर पडला होता. थकेपर्यंत तो रात्रभर भटकत होता. तो पर्ल पॅलेसच्या दरवाज्यापाशी ओट्यावर बसला होता आणि तिथंच गाढ झोपी गेला आणि मग तो चमत्कार घडून आला. 'श्रीमान नशीब' यांनी त्याला सकाळी उठवलं आणि त्याच्याकडे बघून स्मित केलं. क्षणार्धात तो भिकाऱ्याचा राजपुत्र झाला होता.

पूर्वीच्या राजांच्या काळात अशा घटना नेहमी घडत असत. एकाच व्यक्तीच्या हातात सरकारचे सर्वाधिकार असलेल्या यंत्रणेत खरोखरच हे शक्य होतं. अधिकार असलेली ही व्यक्ती कायद्याच्या वर असे आणि आपलं राज्य ही वंशपरंपरेनं आलेली मालमत्ता समजत असे. तसेच, लोकांची संपत्ती स्वतःची खासगी मालमत्ता समजत असे. ब्रिटिश राजवटीत अशा तऱ्हेची उधळपट्टी रद्द झाली. एखाद्याला कारणाशिवाय किंवा योग्य समर्थनाशिवाय मोठी रक्कम देणं अयोग्य समजलं जाऊ लागलं. आजच्या यंत्रणेत राजापासून भिकाऱ्यापर्यंत प्रत्येकजण कायद्याच्या बंधनात आहे. कायद्यानं जर काही अपवाद केले किंवा अधिकार मान्य केले, तर कायदाच मोडून

पडेल. 'श्रीमान नशीब' शक्तिहीन झालेले आहेत, आता कोणीही प्रयत्न केलेच, तर यशस्वी होतो.

माझ्या चरित्रातून नाहीशा झालेल्या नबाब शब्बानचं काय झालं, हे मी तुम्हाला सांगणार आहे. तो नदीवर गेला आणि परत कधीही वर न येण्याच्या उद्देशानं त्यानं प्रवाहात उडी मारली, हे खरं आहे. प्रत्येकाला आयुष्य मौल्यवान आहे. त्याचा श्वास गेला, तेव्हा त्यानं शेवटचा श्वास घेण्यासाठी वर येण्याचं ठरविलं. नंतर अगदी मनात नसतानाही तो हातपाय मारू लागला. तो परत एकदा पाण्याखाली गेला आणि पुन्हा शेवटचा श्वास घेण्यासाठी पृष्ठभागावर आला. या वेळेपर्यंत तो नदीतून छत्तर मंझिलपर्यंत तरंगत गेला होता. आता नशिबातील योगायोग पाहा! सिंहासनाचा भावी वारस त्याच्या दरबाऱ्यांसह बोटीतून तिथं गेला होता. त्याची नजर या बुडणाऱ्या माणसावर पडली आणि त्यानं लगेच आपल्या नावाड्यांना त्याच्या मदतीला जाण्याचा हुकूम दिला. शब्बाननं दूर जाण्याचा खूप प्रयत्न केला; परंतु नावाड्यांनी त्याच्यावर मात करून त्याला किनाऱ्यावर आणलं. तो तरुण माणूस प्रतिष्ठित घरातील आहे, हे राजपुत्राच्या लक्षात आलं. त्याने त्याला कपडे बदलण्यास दिले आणि राजवाड्यात घेऊन गेला.

नबाब शब्बान हा देखणा, अदबशीर होता आणि कसं वागावं याची त्याला चांगली समज होती. त्याच्याजवळ निर्भेळ अभिरुची आणि तरल विनोदबुद्धी होती. सर्वार्थानं राजपुत्राचा सहकारी होण्यास तो योग्य माणूस होता. चांगल्या पगारावर दरबारी म्हणून त्याला नेमण्यात आलं. आयुष्यातील स्थैर्यासाठी गरजेच्या वस्तू खरेदी करण्यासाठी त्याला काही आगाऊ रक्कम देण्यात आली. त्याला नोकर, सेवक, घोडागाड्या देण्यात आलं आणि आता तो पूर्वीपेक्षा मोठ्या रुबाबात राहू लागला. बरोबर पन्नास पायदळ शिपायांची तुकडी, हुजरे पुढे पळत आहेत, असा तो हत्तीवरून चौकातून जात असे. बिस्मिलाह जान आणि मी आम्ही स्वतःच्या डोळ्यांनी त्याला पाहिलं आणि आमचा डोळ्यांवर विश्वास बसेना. मकदूम बक्षकडून आम्ही त्याची सर्व हकीगत मिळविली. शब्बानच्या नशिबात असा बदल झाल्यावर काकांनी त्याच्याबरोबर जवळीक साधली आणि काकानं ठरविल्याप्रमाणे त्याचा विवाह झाला. आम्हाला समारंभाला हजर राहण्यासाठी बोलाविलं होतं. आम्ही खानुमबाईंना एक सुंदर शाल आणि स्कार्फ भेट दिला; परंतु नबाब शब्बान आमच्या वस्तीवर परत कधीही आला नाही. कारण बिस्मिल्लाह जानबरोबर परत कधीही संबंध न ठेवण्याची त्यानं शपथ घेतली होती.

राजसत्तेमध्येच फक्त अशा गोष्टी घडत असत. इंग्लिश राज्यामध्ये अशा प्रकारचं कधीही घडत नसे. अशा प्रकारच्या काळजीमुक्त स्वातंत्र्याचे, बेफिकिरीचे

दिवस संपले. आम्हाला असं सांगितलं जात असे की, संपत्ती ही आंधळी असते; परंतु आता तसं काही राहिलं नाही. जणू डोळ्यांवर शस्त्रक्रिया होऊन चमत्कार घडावा आणि पुन्हा दृष्टी यावी! नव्या दृष्टीला आता मूर्ख आणि लायक यांतील फरक ओळखता येतात.

ज्यांना मुळाक्षरातील पहिलं अक्षरसुद्धा माहीत नव्हतं, अशा अपरिपक्व माणसांना राजसत्तेमध्ये उच्च पदावर नेमलं होतं. ते कसे काम करायचे, याचं आश्चर्यच वाटतं. अधिक हास्यास्पद गोष्ट म्हणजे नपुंसकांना सैन्य दलाचे आणि घोडदळांचे प्रमुख अधिकारी नेमले होते!

अखेर नशिबाचा पराजय झाला. बुद्धीनं जिंकलं. आता वैयक्तिक गुणवत्ता लक्षात घेतली जाते. गुणवत्ता ही कीर्तीशी संबंधित असते. आता त्यामुळे खऱ्या लायकीच्या आणि सुशिक्षित माणसाची उपेक्षा होते. कारण अशी माणसं फारशी कोणाला माहीत नसतात. असं नेहमीच घडत असतं.

अनेक दिवस मी नशीब आणि मुक्त इच्छाशक्ती यांतील संघर्षात पडले होते. त्यानंतर मी अशा निर्णयाप्रत आले की, माणसं 'नशीब' हा शब्द अगदी चुकीच्या अर्थानं वापरतात. देवाला सुरुवातीपासून आपलं नशीब माहिती असतं, अशा अर्थानं जर हा शब्द वापरला, तर त्याला कोणती हरकत नाही; पण एखादा अश्रद्ध माणूस या वादग्रस्त विधानावर प्रश्न विचारेल; परंतु माणसं वाईट कृत्यांच्या परिणामांचा संबंध नशिबाशी जोडतात. (अल्ला त्यांना क्षमा करो.) असा संबंध जोडणं म्हणजे दैवी शक्तीला काळं फासण्यासारखं आहे! आणि हे तर धर्मसत्तेच्या विरोधात जाणारं आहे!

अशा गोष्टींविषयी मला प्रथम माहिती नव्हती, याचं खूप वाईट वाटतं. हे सर्व मला समजावणारं कोणी नव्हतं आणि स्वतःच शिकण्याइतकी बुद्धिमान मी कधी नव्हते. मात्र, मौलवीसाहेबांनी जे थोडं काही शिकवलं, त्याची मला खूप मदत झाली. (स्वर्गातील अल्लाच्या स्थानाचा उत्कर्ष होवो!) त्या वेळी मला त्यांची खरी किंमत समजली नव्हती. वेळ चांगला जावा आणि आपण सुखात राहावं, एवढ्यासाठीच मी मौलवींची शिकवण ऐकत असे. शिवाय माझ्याभोवती इतके प्रशंसक होते की, मला विचार करायला थोडा वेळ मिळत असे. हळूहळू माझ्या आयुष्यातून हे प्रशंसक एकामागून एक निघून गेले. त्यानंतर मला रिकामा वेळ मिळू लागला आणि माझ्याकडे दुसरं करण्यासारखं काही नव्हतं. तेव्हा मी पुस्तकांचं वाचन वाढविलं. मी वाचनाची आवड वाढविली नसती तर मला फार काळ जगताच आलं नसतं. वाया गेलेल्या तारुण्याचा विचार करून आणि प्रशंसक नसल्यामुळे कुढत बसून मी आत्महत्या केली असती. प्रथम थोडा वेळ मी कादंबरी वाचनासाठी देत असे. एके

दिवशी मी माझी जुनी पुस्तकं सूर्यप्रकाशात ठेवली. त्यामध्ये मौलवीसाहेबांनी शिकविलेलं 'गुलिस्तान' होते. मी त्याची पानं उलटू लागले. मग मला आठवलं की, लहानपणी मला ते आवडत नव्हतं. या पुस्तकापासूनच माझ्या शिक्षणाची सुरुवात झाली. त्यातील मजकूर मला अत्यंत कठीण वाटत असे. त्यातून मी अज्ञान असल्यामुळे ते समजावून घेऊ शकले नाही. आता मी ते पहिल्यापासून शेवटपर्यंत पुन्हा वाचलं. आता प्रत्येक अर्थपूर्ण शब्द हृदयात खोलपर्यंत जातो. त्यानंतर कोणीतरी अखलक-इ-नासिरीची प्रशंसा केलेली मी ऐकली आणि त्याच्याकडून एक प्रत मिळविली. या पुस्तकात असंख्य अरेबिक शब्द असल्यामुळे ते समजायला अवघड आहे. एका वेळी मी ते अगदी थोडं वाचीत असे; त्यामुळे ते पुस्तक संपवायला मला अनेक महिने लागले. नंतर मी नवल किशोर प्रेसनं नुकतंच प्रसिद्ध केलेलं 'दानिश नामा ध्यास मन्सूर' हे पुस्तक वाचावयास सुरुवात केली. पुढं मी तर्कशास्त्रावरील सुघ्रा (Sughra) आणि कुब्रा (Kubra) ही दोन पुस्तकं वाचली. मी न समजणाऱ्या गोष्टीचं स्पष्टीकरण लोकांना विचारीत असे. ही पुस्तकं वाचायला सुरुवात केल्यावर जगातील काही गूढ गोष्टी माझ्या लक्षात येऊ लागल्या आहेत, असं मला जाणवलं. नंतरच्या काळात उर्दू आणि पर्शियन भाषेतील अनेक पुस्तकं मी स्वतःच वाचली. त्यातून मला खूप ज्ञान मिळालं. 'पर्शियन क्वासिदास' (Persian Quaseedas (स्तुतिपर गाणी) हे पुस्तक ओझरतं वाचलं. हे पुस्तक काही मला फारसं आवडलं नाही. त्यातील खोटी स्तुती मला निरर्थक वाटली आणि मी ते पुस्तक शेल्फवर ठेवून दिलं.

मला अनेक वृत्तपत्रं मिळत असत. त्यातून जगात काय चाललं आहे, ते मला समजत असे. माझ्या काटकसरी स्वभावामुळे शेवटपर्यंत पुरेल इतकी बचत मी करून ठेवली आहे. यापुढील आयुष्यात अल्ला माझी काळजी घेईल. मी एक खरोखरच पश्चात्तापदग्ध स्त्री आहे. मी जमेल तेवढे उपवास करते आणि नेहमी प्रार्थना म्हणते. मी कधी बुरखा घेत नाही किंवा बंदिस्त आयुष्यही मी कधी जगले नाही. (अल्लाची इच्छा असेल, तो मला याबद्दल शिक्षा करेल.) परंतु बुरखा घेण्याची आज्ञा ज्या स्त्रिया पाळतात, त्यांना मी मनापासून आशीर्वाद देते. देव त्यांच्या नवऱ्यांचं आणि घरांचं रक्षण करो आणि त्यांचं पावित्र्य जगाच्या अंतापर्यंत अकलंकित राहो.

शेवट करण्यापूर्वी माझ्या व्यवसायातील स्त्रियांना मला काही सांगायचं आहे. त्यांनी ते शब्द आपल्या हृदयात कोरून ठेवावेत.

हे मूर्ख स्त्रियांनो, तुमच्यावर कोणीतरी खरं प्रेम करेल, अशा संभ्रमात कधीही राहू नका. स्वतःच्या प्राणाची खोटी शपथ घेणारे तुमचे प्रेमिक काही काळानंतर तुमच्यापासून दूर जातील. ते तुमच्याजवळ कायमचे कधीही राहणार नाहीत, कारण

तुम्ही स्थिर मनाच्या नाही. एकाच पुरुषाशी एकनिष्ठ राहणाऱ्या स्त्रियांना खऱ्या प्रेमाचं बक्षीस मिळतं. वेश्येला 'खऱ्या प्रेमाची भेट' देव कधीही मंजूर करीत नसतो!

मी माझं आयुष्य जगले, आता मी शेवटाची वाट पाहत आहे. नशिबात असेपर्यंत मी या जगात श्वास घेणार आहे. मी माझं नशीब मान्य करून समाधान करून घेतलं आहे. माझ्या सर्व इच्छा पूर्ण झाल्या आहेत. मी अधिक काहीही मागत नाही. अपेक्षा 'सैतान' असेल, तर शरीरातून अखेरचा श्वास जाईपर्यंत या भुताला हाकलता येणार नाही.

मला अशी आशा आहे की, माझ्या आयुष्याची ही गोष्ट निदान काही लोकांचं भलं करेल. दोन ओळींनी मी माझ्या गोष्टीचा शेवट करते आणि अशी आशा करते की, वाचकही माझ्यासाठी प्रार्थना करतील.

माझे दिवस संपत चालले आहेत, मृत्यू जवळ येतोय
आणि आयुष्य पिऊन मी धुंद झालेय, अगदी तळापर्यंत.

◆